I0668887

आपल्या
स्नेहीजनांना
पुस्तके
भेट द्या

हा शोध वेगळा

ओशो

अनुवाद
भारती पांडे

मेहता पब्लिशिंग हाऊस

HA SHODH VEGALA by OSHO
Copyright © 1975, 2006 OSHO International Foundation
www.osho.com/copyrights
Marathi translation Copyright © 2003
Images © OSHO International Foundation
All rights reserved. No part of this book may be reproduced or transmitted in any form or by any means, electronic or mechanical, including photocopying, recording, or by any information storage and retrieval system, without prior written permission from the publisher.
OSHO is a registered trademark of OSHO International Foundation
www.osho.com/trademarks
'HA SHODH VEGALA' is also available as a print edition
ISBN 9788177666779
This book is a translation, in Marathi, of (Chapters 1 to 5) '*Mera Mujhmein Kuchh Nahin.*', a series of original talks by Osho, given to a live audience. All of Osho's talks have been published in full as books, and are also available as original audio recordings. Audio recordings and the complete text archive can be found via the online OSHO Library at
www.osho.com/library

Translated in Marathi Language by Bharati Pande

हा शोध वेगळा / आध्यात्मिक

अनुवाद : भारती पांडे, १५-अे/८, एरंडवणे, पुणे ४११००४.

प्रकाशक : सुनील अनिल मेहता, मेहता पब्लिशिंग हाऊस,
१९४१, सदाशिव पेठ, पुणे ३०. © ०२०-२४४७६९२४
E-mail : info@mehtapublishinghouse.com
Web : www.mehtapublishinghouse.com

मुखपृष्ठ : चंद्रमोहन कुलकर्णी

प्रकाशनकाल : जुलै, २००६ / सप्टेंबर, २०११ / पुनर्मुद्रण : सप्टेंबर, २०१८

P Book ISBN 9788177666779
E Book ISBN 9789386888792
E Books available on : play.google.com/store/books
www.amazon.in

अनुक्रमणिका

गुरुदेव बिन जीव की कल्पना ना मिटै ।
गुरुदेव बिन जीव का भला नाहिं ॥
गुरुदेव बिन जीव का तिमिर नासै नहिं ।
समझि विचार लै मन माहि ॥
राह बारीक गुरुदेव तें पाइये ।
जनम अनेक की अटक खोलै ॥
कहै कबीर गुरुदेव पूरन मिलै ।
जीव और सीव तब एक तोलै ॥
करो सतसंग गुरुदेव से चरन गहि ।
जासु के दरस तें भर्म भागै ॥
सील औ सांच संतोष आवै दया ।
काल की चोट फिर नाहिं लागै ॥
काल के जाल में सकल जीव बांधिया ।
बिन ज्ञान गुरुदेव घट अंधियारा ॥
कहै कबीर बिन जन जनम आवै नहीं ।
पारस परस पद होय न्यारा ॥

☙❧

प्रवचन पहिले

करो सत्संग गुरुदेव से

अंधार नवीन नाही, अतिप्राचीन आहे आणि असं नाही की तुम्ही प्रकाशाचा शोध घेतलाच नाही. तो शोधही तेवढाच जुना आहे, जेवढा अंधार. कारण हे असंभव आहे की कोणीतरी अंधारात आहे आणि त्याला प्रकाशाची अपेक्षा नाही. जणू एखादा भुकेला असेल आणि त्याला खाण्याची इच्छाच नसेल. नाही, हे अशक्य आहे.

भूक असेल तर भोजनाची इच्छा जागी होईल.

तहान असेल तर सरोवराचा शोध सुरू होईल.

अंधार असेल तर प्रकाशाच्या प्रवासाला माणूस निघतो. अंधारही जुना आहे, प्रकाशाची इच्छाही जुनी आहे पण प्रकाश मिळाला नाही. त्याच्या एका किरणाचंही दर्शन झालं नाही. फिरलात तुम्ही खूप, शोधलंतही तुम्ही खूप, पण हाती काही आलं नाही.

बीज तर तुम्ही पेरलंत पण पीक तुम्ही नाही घेऊ शकलात.

कारण अंधारात चालणाऱ्या माणसाला तर प्रकाशाची काही माहितीच नसते. त्याने प्रकाश कधी बघितलाच नाही आहे. तो त्याला शोधणार कसा? कोणत्या दिशेने प्रवास करणार?

आणि स्वत:लाच मार्ग विचारत राहिला तर रस्ता चुकणारच. त्याचा प्रवास वर्तुळाकार होईल. चालेल खूप पण पोचणार कुठेच नाही.

कोणाला तरी विचारावं लागेल. थोडं आपल्या पायरीच्या वर जावं लागेल. कोणाला तरी विचारावं लागेल, ज्याला प्रकाश म्हणजे काय ते माहीत आहे. जो तो अनुभव जगला आहे, ज्याच्या जीवनात ती अमृतधारा वाहिली आहे.

गुरूचा एवढाच अर्थ आहे. तुम्ही जे शोधता आहात ते त्याला सापडलं आहे. जे तुम्हाला हवं आहे ती त्याची संपत्ती आहे. तुम्ही जो होणार आहात, तो तो झाला आहे.

तुमच्या आणि गुरूच्या मध्ये फक्त एवढंच अंतर आहे. तुम्ही बीज आहात, तो वृक्ष आहे. तुम्ही शक्यता आहात, तो समाप्ती आहे. तुम्ही प्रारंभ आहात, तो अंत आहे. थोडंसंच अंतर आहे. कदाचित एका पावलाचं अंतर आहे.

पण स्वत:मधून बाहेर निघाल्याशिवाय मार्ग नाही मिळणार. तुम्हीच शोधलं तर तुमच्या अंधाराचाच तो शोध होईल. तुम्हीच विचार कराल, तुमचा विचार तुमच्या अनुभवाच्या पलीकडे जाणार नाही.

आणि खूप खूप वेळा एकाच प्रश्नामध्ये गुंतून राहण्याने अनेक परिणाम होतात. तो प्रश्न दिसणंच बंद होऊन जातं, तुम्हाला त्याची सवय होऊन जाते. खूप लोकांना सवयीचा होऊन गेला आहे अंधार. त्यांनी शोधणंच सोडून दिलं आहे.

किंवा तुमचे अनेक प्रकार तुम्ही खूप वेळा प्रयोगात आणले आहेत असे ते इतके स्थिर होऊन जातात की तुम्ही त्यांचं अंधानुकरण करत राहता. यांत्रिक पद्धतीने पुनरावृत्ती करत राहता आणि मग तुम्ही हा विचारही करत नाही की एखादा निष्कर्ष हाती लागतो आहे की नाही?

मी ऐकलं आहे, एका सूफी फकिराच्या आश्रमात चार स्त्रिया दाखल होण्यासाठी आल्या. त्यांचा मोठा हट्ट होता, मोठा आग्रह होता. तसं सूफी त्याना टाळत राहिला पण एक वेळ अशी आली की टाळणंही अशक्य झालं. सूफीलाही दया येऊ लागली कारण त्या दारामध्ये बसूनच राहिल्या, उपाशीतापाशी आणि त्यांची विनवणी चालूच होती की त्यांना प्रवेश पाहिजे.

त्यांचा शोध घेणं सच्चं वाटल्यावर सूफी विरघळला. त्याने त्या चारही स्त्रियांची परीक्षा घेतली. पहिल्या स्त्रीला बोलावलं आणि विचारलं, 'एक प्रश्न विचारतो. तू काय उत्तर देतेस यावर तुला आश्रमात प्रवेश मिळेल की नाही हे ठरवलं जाईल. म्हणून पूर्ण विचार करून उत्तर दे.'

प्रश्न अगदी सरळ सोपा होता. त्याने सांगितलं की 'एक नाव बुडाली आहे. त्या नावेत तूही आहेस आणि पन्नास पुरुषही आहेत. पन्नास पुरुष आणि तू एका निर्जन बेटावर पोचला आहात. तू त्या पन्नास पुरुषांपासून स्वतःचं रक्षण कसं करशील? हा प्रश्न आहे.'

एक स्त्री आणि पन्नास पुरुष आणि निर्जन एकांत. ती स्त्री कुमारी होती. तिचं लग्न अजून झालेलं नव्हतं. तिनं अजून पुरुषाला जाणलं नव्हतं. ती घाबरून गेली आणि तिनं उत्तर दिलं, 'असं झालं तर मी किनाऱ्यावर जाणारच नाही, मी पोहत राहीन. मी आणखी खोल समुद्रात जाईन. मरून जाईन पण या बेटावर पाऊल ठेवणार नाही.'

फकीर हसला. त्या स्त्रीला निरोप देत त्याने सांगितलं, मरून जाणं हे प्रश्नाचं उत्तर नाही. नाही तर आत्महत्या हेच सर्व समस्यांचं उत्तर ठरलं असतं.

हा पहिला वर्ग आहे जो आत्मघात म्हणजे प्रश्नाचं उत्तर असं समजतो. तुम्हाला आश्चर्य वाटेल पण तुमच्यापैकी जास्त लोक याच वर्गात मोडतात, प्रत्येक वेळी जीवनात त्याच समस्या आहेत, त्याच चिंता आहेत आणि प्रत्येक वेळी तुम्ही जो उपाय शोधून काढता तो हाच असतो- कसं तरी जगायचं आणि मरून जायचं. पुन्हा एकदा तुम्ही जन्म घेता.

या जगात मरण्याने तर कोणताच प्रश्न सुटत नाही. तुम्ही पुन्हा जन्माला येता, पुन्हा तीच चिंता, पुन्हा तेच रूप, पुन्हा तीच कटकट, पुन्हा तेच जग. ही पुनरावृत्ती चालूच राहते. हे चाक फिरत राहतं. तुमच्या मरण्यानं काहीच उलगडणार नाही. तुमच्या बदलण्यानं प्रश्न सुटू शकेल. मरण्यानं प्रश्न सुटणार नाही, तुम्ही तुम्हीच

राहाल, मेल्यावरही. पुन्हा एकदा याल.

आणि जर एकदा आत्मघात हेच उत्तर आहे असं मान्य केलंत तर प्रत्येक वेळी तुम्ही हेच कराल. तुमच्या मनातही कित्येक वेळा एखाद्या समस्येशी झुंजताना जेव्हा गुंता होऊ लागतो आणि मार्ग दिसत नाही तेव्हा मनात येतं, मरूनच जावं. आत्महत्याच करून टाकावी. हा तुमच्या जन्माजन्मांचा अर्क आहे. पण यातून काहीच प्रश्न सुटत नाही. समस्या जिथल्या तिथेच राहते.

दुसऱ्या स्त्रीला बोलावण्यात आलं. ती दुसरी स्त्री विवाहित होती, तिचा पती होता. हाच प्रश्न तिलाही विचारण्यात आला की पन्नास माणसं आहेत. तू आहेस. नाव बुडाली आहे समुद्रात. पन्नास माणसं आणि तू एका निर्जन बेटावर पोचला आहात. तू स्वत:चं रक्षण कसं करशील?

त्या स्त्रीनं सांगितलं, त्यात काय कठीण आहे? त्या पन्नास लोकांमध्ये जो सर्वात शक्तिशाली असेल त्याच्याशी मी लग्न करीन. तो एक बाकीच्या एकूण-पन्नासांपासून माझं रक्षण करेल.

हा तिचा बांधलेला अनुभव आहे. पण परिस्थिती अगदी वेगळी आहे हे तिला ठाऊक नाही. तिच्या देशामध्ये हे घडत आलं असणार, की तिचा विवाह झाला आणि त्या एका व्यक्तीने तिचं रक्षण केलं. पण एक व्यक्ती इतक्या लोकांपासून रक्षण करू शकत नाही. एक माणूस कितीही ताकदवान असला तरी पन्नासांहून अधिक ताकदवान असूच शकत नाही. खरं म्हणजे पती थोडंच रक्षण करतो पत्नीचं? पन्नासांच्या ज्या बायका असतात त्या मर्यादेबाहेर जाऊ देत नाहीत या पन्नासांना.

म्हणून तिचा जो अनुभव आहे तो या नव्या परिस्थितीत उपयोगी पडणार नाही. तो एक माणूस कितीही ताकदवान असला तरी मारला जाईल. त्याचा काही अर्थ नाही. पन्नासांच्या समोर तो कसा टिकेल?

जुने अनुभव आपण नव्या परिस्थितीमध्येही खेचून घेतो. आपण जुन्या अनुभवांच्या आधारानेच चालत राहतो, परिस्थिती बदलली आहे आणि हे उत्तर उपयोगी ठरणार नाही याचा विचार न करताच.

फकिरानं त्या स्त्रीला निरोप दिला आणि सांगितलं, तुला अजून खूप शिकावं लागेल, तुझा स्वीकार होण्याआधी. तू अजून एक गोष्ट शिकली नाही आहेस की परिस्थिती बदलली की समस्या वर वर कितीही जुनी दिसत असली तरी आतून नवी होते. आणि तिचं उत्तरही नवं असावं लागतं.

पण अनुभवामध्ये एक वाईट गोष्ट आहे की लोकांना जेवढे अनुभव येत जातात तेवढे ते नवी उत्तरं शोधण्यात असफल होत जातात. एक वेळ लहान मुलाकडून नवं उत्तर मिळू शकेल पण म्हाताऱ्या माणसाकडून नवं उत्तर नाही मिळू

शकत. त्याचा अनुभव गोठून गेलेला असतो. तो आपल्या अनुभवांची पुनरावृत्ती करत राहतो. तो म्हणतो, मला ठाऊक आहे, जगलो आहे, खूप अनुभव घेतला आहे. हा सगळा त्याचा अर्क आहे. त्याचं डोकं जुनं, जरा-जीर्ण होऊन जातं. शिळं होऊन जातं.

ही स्त्री शिळी होऊन गेली होती. तिच्या उत्तरांचे तुकडे तुकडे झाले होते. तिला हेही कळत नव्हतं की दर क्षणाला जीवन नवीन समस्या उभी करत असतं आणि दर क्षणाला चेतनेला नवीन उत्तर शोधावं लागत असतं. म्हणून आधीची बंदिस्त उत्तरं, रेषा आणि त्या रेषांवर चालणारे फकीर काही उपयोगाचे नाहीत. रूढीबद्ध उत्तरांचा काही उपयोग नाही. इथे तर सजगता पाहिजे. सजगताच उत्तर देऊ शकते. त्या स्त्रीचाही स्वीकार केला गेला नाही.

तुमच्यापैकी पुष्कळांची उत्तरं अशी बंदिस्त असतात. कोणी हिंदू घरात जन्मला आहे, कोणी मुस्लिम घरात जन्माला आला आहे, कोणी जैन घरात जन्मला आहे. तुमच्याजवळ बांधलेली उत्तरं आहेत. जैनाचं एक उत्तर आहे, मुसलमानाचं एक उत्तर आहे, हिंदूचं एक आहे. तुम्ही त्या बंद उत्तरांना शोधत राहिला आहात.

महावीरांना जाऊन पंचवीसशे वर्षं झाली. पंचवीसशे वर्षांमध्ये सगळे प्रश्न बदलून गेले, सगळं जग बदलून गेलं, माणसाच्या अस्तित्वाची पद्धत बदलून गेली, माणसाची चेतना बदलून गेली. तुम्ही जुनंच उत्तर धोपटता आहात. ज्या समस्येचं उत्तर तुमच्याकडे आहे ती समस्याच आता नाही आहे हे तुम्ही विसरूनच गेला आहात. समस्या आणि तिचं उत्तर यांमध्ये काही ताळमेळ राहिला नाही.

वेद फार प्राचीन आहेत. आमचे ग्रंथ सर्वात प्राचीन आहेत अशी घोषणा करताना हिंदू माणसाला कधी पुरेसं होत नाही. पण ग्रंथ जेवढा प्राचीन तेवढाच तो व्यर्थ! जुना ग्रंथ याचा अर्थच असा आहे की ज्या काळात हे पुस्तक लिहिलं गेलं ते जग आता राहिलेलंच नाही. आता ते प्रश्न राहिले नाहीत, आता त्या चिंता राहिल्या नाहीत. जीवन रोज नवे आकार घेतं, नवं रूप, नवे रंग!

गंगा रोज नव्या किनाऱ्याना स्पर्श करते, जुने किनारे मागे पडतात आणि तुम्ही जुने नकाशे घेऊन फिरत आहात. तुम्हाला गंगा भेटत नाही. कारण गंगा नवी होते आहे, तुमच्याजवळ जुने नकाशे आहेत. ज्या प्रांतामधून गंगेनं वाहणं सोडून दिलं आहे, त्या प्रांताचे नकाशे तुमच्याजवळ आहेत. आणि गंगा जिथे वाहते आहे आत्ता, या क्षणी, तिथे तुमच्या नकाशांमुळे तुम्ही पोचू शकत नाही. कदाचित हातात नकाशा नसलेला माणूस हव्या त्या ठिकाणी जाऊन पोचेल पण जुने नकाशे घेऊन चालणारा माणूस कधीच नाही पोचू शकत. त्याची फारच अडचण आहे.

ती दुसरी स्त्रीही परत पाठवण्यात आली. तिसऱ्या स्त्रीला बोलावण्यात आलं, ती एक वेश्या होती. फकिराने तिला समस्या सांगितली– पन्नास माणसं आहेत, तू आहेस, नाव बुडली आहे, एकांत निर्जन बेट आहे, तू एकटी स्त्री आहेस. कठीण प्रश्न आहे, तू काय करशील?

ती वेश्या हसू लागली. म्हणाली, मला हे समजलं आहे की नाव आहे, पन्नास माणसं आहेत, मी एकटी स्त्री आहे. मग नाव बुडली आणि पन्नास माणसं आणि मी किनाऱ्याला लागलो, एक निर्जन बेट आहे– हे सगळं समजलं. पण समस्या काय आहे? वेश्येच्या दृष्टीनं ही समस्याच नाही आहे. यात प्रश्न कुठे आहे तेच मला समजत नाही आहे. आणि जेव्हा समस्याच नाही आहे तेव्हा उत्तराचा प्रश्नच येत नाही.

या तिसऱ्या वर्गात पुष्कळ लोक असतात. ते म्हणतात, समस्या आहे कुठे? तुम्ही ज्याला शोधत आहात तो परमात्मा आहे कुठे? तुम्ही शोधत आहात ते ध्यान आहे तरी कुठे? प्रार्थना, पूजा सगळं थोतांड आहे. मोक्ष, निर्वाण ही स्वप्नं आहेत. समस्या आहे कुठे? तुम्ही का व्यर्थ मांडी ठोकून बसला आहात? हे सिद्धासन का घालून बसला आहात? डोळे कोणासाठी बंद केले आहेत? कोणी येणार नाही. कशाला जाता आहात मंदिरात, मशिदीत? तिथे कोणीसुद्धा नाही आहे. सगळी पुरोहितांची चलाखी आहे. शास्त्रांचा अभ्यास करत आहात? सगळं हुशार लोकांचं बोलणं आहे. चलाख लोकांचा खेळ आहे, या भानगडीत पडू नका. प्रश्न नाहीच आहे. म्हणून उत्तराची चिंता करू नका. कोणत्या गुरूकडे चालला आहात? कशासाठी चालला आहात? प्रश्नच नाही आहे, विचारणार काय?

तिसऱ्या वर्गातलेही लोक आहेत. ते इतके दिवस समस्येमध्ये गुंतून पडले आहेत की त्यांना समस्या दिसणंच बंद होऊन गेलं आहे. जेव्हा तुम्हाला एखाद्या गोष्टीची खूप सवय होऊन जाते तेव्हा तुमची नजर अंधुक होऊन जाते. ती गोष्ट तुम्हाला दिसतच नाही. तुमच्या घरासमोर एखादा वृक्ष असेल, तो दिसणं बंद होऊन जातं. तुम्ही तो वृक्ष रोज बघता, तो दिसणं बंद होतं.

कधी एकांतात बसून तुम्ही विचार केलात की तुमच्या पत्नीचा चेहरा कसा आहे? डोळे बंद करून विचार करा, तुम्हाला पत्नीचा चेहरा नजरेसमोर नाही आणता येणार. तुम्ही तिला इतकं पाहिलं आहे की पाहणंच सोडून दिलं आहे. तिच्या चेहऱ्याच्या रेषा स्पष्टपणे समोर येतच नाहीत. कितीतरी वर्षांत तुम्ही तिला पाहिलेलंच नाही आहे. कित्येक वर्षांपूर्वी तिला घरी घेऊन आलात तेव्हा एक दोन वेळा तिचा चेहरा पाहिला असाल. त्यानंतर पाहिलाच नाही आहे. तुम्ही विसरूनच गेला आहात. रस्त्यावरून जाणाऱ्या एखाद्या नव्या, अपरिचित स्त्रीचा चेहरा कदाचित तुमच्या लक्षात राहील पण पत्नीचा विसरून जातो, पतीचा

विसरून जातो, मित्राचा विसरून जातो.

ज्या गोष्टीमध्ये तुम्ही हळूहळू रमून जाता, तिचा त्रास होणं बंद होऊन जातं. आयुष्य हे पुष्कळांना समस्या वाटतच नाही. दुसरे जीवनाचं उत्तर शोधताना पाहिले की ते चकित होऊन जातात, त्यांना प्रश्न पडतो, त्यांच्या दृष्टीनं हे शोधणारे वेडे असतात, माथेफिरू असतात. त्यांच्या डोक्यात काहीतरी बिघाड असतो. नाही तर जग सगळं ठीकच आहे.

'समस्या कुठे आहे?' वेश्येनं विचारलं.

वेश्येलाही निरोप देण्यात आला कारण ज्यांना प्रश्नच पडत नाही त्यांना उत्तर शोधण्याच्या प्रवासाला कसं पाठवता येईल?

चौथ्या स्त्रीलाही तोच प्रश्न फकिराने विचारला. तिनं प्रश्न ऐकला. डोळे बंद केले, उघडले आणि सांगितलं,

'मला काही ठाऊक नाही. मी अगदी अज्ञानी आहे.'

त्या चौथ्या स्त्रीचा स्वीकार करण्यात आला.

जो अज्ञानाचा स्वीकार करेल तोच ज्ञानाच्या मार्गावर जाऊ शकतो.

सरळच आहे हे! कारण जर तुमच्याजवळ उत्तर असेलच तर दुसऱ्या कोणत्याही उत्तराची जरूरच शिल्लक राहात नाही. उत्तर आहेच याचा अर्थ आहे तुम्ही स्वत:च स्वत:चे गुरू आहात, दुसऱ्या कोणा गुरूचा प्रश्नच राहिला नाही. ज्याच्याजवळ कोणतंही उत्तर नाही आहे, तोच गुरूचा शोध करू शकतो.

समस्या आहे, फार मोठी समस्या आहे. उत्तराचे काही धागेदोरे सापडत नाहीत.

जीवन एक कोडं आहे. ते सोडवण्याची किल्ली हातात नाही. जेवढं जीवन बघावं तेवढी चिंता वाढते, रहस्य वाढतं. कालपर्यंत जे ठाऊक होतं असं माहीत होतं तेही आज माहीत नसल्यासारखं होऊन जातं. त्याचेही धागे हातातून निसटून जातात.

जशी जशी समज वाढत जाते तसं तसं अज्ञान स्पष्ट जाणवू लागतं आणि ज्याला अज्ञानाची जाणीव होते तोच फक्त गुरूच्या दारावर थाप मारण्यास समर्थ असतो आणि जो परम अज्ञानाचा अनुभव घेतो तोच फक्त गुरूच्या चरणांशी झुकू शकतो.

ज्ञानी कसा झुकेल? जो जाणतच असतो त्याला जाणवून देण्याचा मार्गच नाही. मी जागाच आहे असं जो समजत असतो त्याला जागं कसं करणार? आणि मजा अशी आहे की तुम्ही आपल्या गाढ झोपेतही जागे असल्याचं स्वप्न बघू शकता. जागं झाल्याचंही स्वप्न पडू शकतं. जेव्हा माणूस झोपेत बघतो की आपण जागे झालो आहोत तेव्हा अशा माणसाला जागं करणं फार कठीण असतं.

अज्ञानातही ज्ञानाची स्वप्नं पडतात. कोण जाणे असे किती अज्ञानी असतील जे स्वत:ला पंडित समजतात. जो स्वत:ला ज्ञानी समजत असतो, त्या अज्ञानी माणसालाच तर पंडित म्हटलं जातं. ज्यानं शास्त्रांकडून उधार घेतलेल्या शब्दांनी आपलं अज्ञान झाकून टाकलं आहे तो.

म्हणून लक्षात ठेवा, खरं म्हणजे अज्ञानाची जाणीव तर व्यक्तीला गुरूच्या चरणाशी घेऊन जाते आणि ज्ञानाचा अहंकार शास्त्रांमध्ये. तेव्हा माणूस शास्त्रं शोधतो, गुरू नाही. कारण शास्त्रांमध्ये समर्पण करण्याची गरज पडत नाही. शास्त्रं तर निर्जीव असतात. तुम्हाला हवा तसा तुम्ही त्यांचा अर्थ लावू शकता.

गुरूला तर तुम्ही बदलू शकत नाही. शास्त्राला तुम्ही बदलू शकता. गुरु तुम्हाला बदलेल आणि गुरूच्या बदलाचं पहिलं सूत्रच हे आहे की प्रथम तो तुम्हाला जागं करेल आणि सांगेल की तुम्ही गाढ झोपेत आहात. प्रथम तो तुम्हाला ही जाणीव करून देईल की तुम्ही अगदी अज्ञानी आहात. तो प्रथम तुम्हाला अंधार दाखवेल. कारण अंधाराच्या नंतरच प्रकाशाची शक्यता असते. पडलेलाच उठू शकतो. आणि जो असं समजत असतो की मी उठलेलाच आहे, शिखरावर पोचलेला आहे त्याला उठवण्याचे सगळे उपाय व्यर्थ होतात. आणि ज्ञानी माणूस त्याला उठवण्याच्या फंदात पडतही नाही.

आता आपण कबीरांच्या या वचनांचा अर्थ समजून घेण्याचा प्रयत्न करूया. या कथेच्या संदर्भात बऱ्याचशा गोष्टी स्पष्ट होऊन जातील.

'गुरुदेव बिन जीव की कल्पना ना मिटै ।'

या संपूर्ण वचनाचं सूत्र आहे 'कल्पना'.

अज्ञानी कल्पनेमध्ये जगत असतो. कल्पनेचा अर्थ आहे खोटं जग, जे त्यानं आपल्या मनानं बनवलं आहे. जे नाही आहे पण त्यानं ते आरोपित करून घेतलं आहे. एका काल्पनिक जगात जगत असतो अज्ञानी! जिथे मित्र नसतो, तिथे मित्र आहे असं समजतो. जिथे आपलं कोणीही नाही तिथे आपलं कोणी आहे असं समजतो. जिथे जीवन प्रत्येक क्षणी मृत्यूच्या कड्यावर उभं आहे, तिथे असं मानतो की कायम जिवंत राहायचं आहे. जिथे धन हे फसवं आहे तिथे धन म्हणजे सर्व काही असं मानून जगत राहतो. जिथे देह आज आहे आणि उद्या नाही असं आहे तिथे देहासोबत इतका रमून जातो की जणू हाच मी आहे. जिथे विचार वाऱ्याच्या झुळकेहून जास्त महत्त्वाचे नाहीत त्याच विचारात इतका गढून जातो जणू काही ते शाश्वत आहेत, नित्य आहेत. जिथे अहंकार हा एक खोटा मोठेपणा आहे तिथे त्या खोट्या मोठेपणावरून सगळं ओवाळून टाकतात, मारायला-मरायला तयार होतात.

कल्पना हे अज्ञानाचं सूत्र आहे, सत्य ज्ञानाचं.

सत्याचा अर्थ आहे जे आहे ते तसंच पाहणं. आणि कल्पनेचा अर्थ आहे जे आहे ते आपल्याला हवं आहे. त्याप्रमाणे पाहणं. सत्याकडे पाहण्यासाठी फार मोठं धैर्य लागतं कारण सत्य तुमच्या अपेक्षेप्रमाणेच असेल असं नाही. सत्य तुम्हाला हवं असेल तसंच असेल असं नाही. सत्य तुमची स्वप्नं पूर्ण करणारं असेल हे आवश्यक नाही. उलट सत्य तुमच्या स्वप्नांना तोडून मोडून टाकणार हे अधिक जरुरीचं आहे.

बुडणारा काडीचाही आधार घेतो अशी एक म्हण आहे. पण त्या काडीमध्ये नाव दिसत असते आणि तुम्ही जर त्याला सांगितलं की ही काडी आहे, हिला पकडल्यानं तू वाचणार नाहीस तर तो तुमच्यावर रागावेल. कारण तुम्ही जे बोलत आहात त्याचा अर्थ असा होतो की तुम्ही त्याच्या मृत्यूची घोषणा करत आहात. तो काडीला नाव मानून डोळे बंद करून वाहात चालला आहे. आपण वाचू असा विचार करतो आहे. मोठ्या आशा आहेत त्याच्या मनात.

ग्रीसमध्ये एक फार प्रसिद्ध कथा आहे. तुम्हीही ऐकली असेल. एक प्राचीन पुराणकथा आहे. देवता एका व्यक्तीवर रागावल्या. त्याचं नाव होतं प्रॉमिथिअस. देव त्याच्यावर रागावले होते कारण त्यानं देवांच्या जगातून अग्नी चोरून आणून माणसांना दिला होता.

अग्नी मिळाल्यानंतर माणूस खूप शक्तिशाली झाला. त्याची भीती कमी झाली, जेवण शिजलं जाऊ लागलं, त्याच्या घरामध्ये ऊब आली, जंगली जनावरांपासून त्याचं रक्षण होऊ लागलं. आणि माणूस जसा जसा ताकदवान होऊ लागला तसतशी त्यानं देवांची फिकीर करणं सोडून दिलं. प्रार्थना, पूजा कमी झाल्या.

प्रॉमिथिअस पहिला शास्त्रज्ञ असावा कारण त्यानं अग्नी निर्माण केला. देव फार नाराज झाले कारण त्यांची पूजापत्री सगळं कमी होऊ लागलं. सगळी पद्धत मोडून गेली. माणूस घाबरेनासा झाला, कापेनासा झाला. त्याच्याजवळ स्वत:ची आग होती त्याचं रक्षण करण्यासाठी.

माणूस आगीशिवाय कसा राहात असेल याची तुम्ही कल्पनाही करू शकणार नाही. खूप घाबरलेला. रात्री झोपू शकत नसे कारण जंगली जनावरं! रात्री भयंकर अंधार! भयाखेरीज दुसरं काहीही नाही. रात्रीमध्येच जंगली जनावरं लहान मुलांना उचलून नेत, बायकांना उचलून नेत, सकाळी पत्ता लागे. रात्र फार भयंकर होती.

ते भय माणसाच्या मनात अजूनही घर करून आहे. करोडो वर्षं उलटली पण ती भीती अजूनही रात्रीच्या वेळी मनामध्ये हळूच येते. तुमच्या अचेतन मनामध्ये तुम्ही अजूनही तोच माणूस आहात- ज्याच्याजवळ अग्नी नव्हता.

मग अग्नीने मोठी सुरक्षितता दिली. अग्नी हा सर्वात मोठा शोध आहे. अजूनपर्यंत अग्नीहून मोठा शोध लागलेला नाही. ॲटमबॉम्बचा शोधही अग्नीच्या शोधाहून मोठा नाही.

प्रॉमिथिअसवर देव रागावले. त्यांनी त्याला स्वर्गामधून हाकलून दिलं. जमिनीवर पाठवून दिलं. मग त्याला त्रास देण्यासाठी, त्याला संकटात टाकण्यासाठी त्यांनी एक स्त्री निर्माण केली. पिंडोरा नाव आहे त्या स्त्रीचं. तिला त्यांनी फार सुंदर बनवलं. सौंदर्याच्या देवतेनं तिला सौंदर्य दिलं, बुद्धीच्या देवतेनं तिला प्रतिभा दिली. नृत्याच्या देवतेनं तिच्या पावलांमध्ये नृत्य भरलं, संगीताच्या देवतेनं तिचा कंठ संगीतानं सजवला. सर्व देवांनी मिळून अशी पिंडोराची निर्मिती केली. पिंडोरासारखी सुंदर स्त्री दुसरी कोणी असूच शकत नाही कारण सर्व देवतांची सृजनशक्ती तिच्यासाठी वापरली गेली.

प्रॉमिथिअसला भ्रष्ट करण्यासाठी त्यांनी तिला पृथ्वीवर पाठवलं. जाण्याच्या वेळी देवांनी तिच्या हातांत एक लहानशी पेटी दिली- ती फार प्रसिद्ध आहे- पिंडोराची पेटी- आणि सांगितलं ही उघडू नकोस. चुकूनही ही कधी उघडू नकोस.

देवांची इच्छा होती की तिनं ती पेटी उघडावी. म्हणून त्यांनी सांगितलं की उघडू नकोस, चुकूनसुद्धा उघडू नकोस. काय वाटेल ते झालं तरीही पेटी उघडू नकोस. देव फार हुशार आहेत, चलाख आहेत. जी गोष्ट उघडायची आहे तिच्या बाबतीत इतकं कुतूहल निर्माण करायचं की उघडू नकोस. हे योग्य आहे. जर ते काहीच बोलले नसते तर कदाचित पिंडोरा त्या पेटीला विसरूनही गेली असती. पण त्या दिवसापासून रात्रंदिवस तिच्या मनात एकच गोष्ट घोळत होती- त्या पेटीत काय आहे?

पेटी फार सुरेख होती, हिरे-माणकांनी जडवलेली होती. शेवटी एक दिवस तिला राहवलं नाही. मध्यरात्री उठून तिनं पेटी उघडली.

उघडताच ती एकदम घाबरली. पेटीमधून मनुष्यजातीचे मोठमोठे शत्रू बाहेर पडले- क्रोध, लोभ, मोह, काम, भय, ईर्षा, मत्सर. पिंडोराची पेटी उघडली आणि तिच्यातून निघालेली ही सारी भुतं पृथ्वीवर पसरली. घाबरून तिनं पेटी बंद केली पण तोपर्यंत फार उशीर झाला होता. पेटीमध्ये जे जे काही होतं ते सर्व बाहेर निघालं होतं. फक्त एक तत्त्व मागे राहिलं होतं- आशा. बाकी सगळं बाहेर निघून गेलं, पेटी बंद झाली, फक्त आशा आत बंद राहिली.

कहाणीचा अर्थ आहे- लोभ, काम, क्रोध, सगळे तुम्हाला बाहेरून त्रास देतात, आशा आतून त्रास देते.

आशा म्हणजे कल्पना! स्वप्न! इंद्रधनुष्य! जे नाही आहे त्याची कामना. जे कधीही घडणार नाही आहे त्या घटनेबद्दल खात्री. तुम्हीही आपल्या जागृत क्षणी

हे जाणत असता की असं कधी घडणार नाही परंतु स्वप्नानं तुम्हाला पकडलं की तुम्हीही समजू लागता की असंच घडणार आहे. त्या पिंडोराच्या पेटीमध्ये आशा बंद आहे. कल्पना-आशेचं जाळं.

कबीर म्हणतात,

'गुरुदेव बिन जीव की कल्पना ना मिटै ।'

ज्याची कल्पना नष्ट झाली आहे, ज्यानं सत्य काय हे जाणलं आहे, सत्यावर रंगरंगोटी करण्याची पद्धत ज्यानं सोडून दिली आहे, ज्यानं सत्य जसं आहे तसंच जाणलं आहे, ज्यानं खरोखर आपल्या डोळ्यांतून काहीही सांडू देणं बंद केलं आहे, ज्यानं आपल्या मनाचं जाळं बाहेर पसरू दिलं नाही, ज्यानं मनालाच तोडून टाकलं आहे, जो अ-मन होऊन गेला आहे, अशा माणसाला भेटल्याखेरीज- जोपर्यंत तो तुम्हाला भेटत नाही, तुम्हाला तुमच्या कल्पनेतून कोण जागं करणार?

कल्पना : माया! कल्पना- झोपेमध्ये डोळे बंद असलेल्या माणसाचं स्वप्न! कितीही सुंदर असलं तरी खोटं.

आणि आमची अडचण ही आहे की आम्ही खोटंही मान्य करतो. ते सुंदर असायला हवं. आणि सत्य कठोर आहे. ते सुंदर नाही असं नाही पण त्याच्या सौंदर्यात एक कठोरता आहे- असणारच. ती कठोरता तुम्हाला जाणवते कारण तुम्हाला स्वप्नांच्या सौंदर्याची हळूहळू इतकी सवय झाली आहे की सत्याचा कठोरपणा आणि सत्याचा खरेपणा यांमुळे तुमची स्वप्नं भंगून जातात. तुम्ही स्वप्नांच्या बरोबर हळूहळू खूप अशक्त होत गेला आहात. म्हणून सत्याला स्वीकारू शकत नाही.

सत्याचा स्वीकार करण्यासाठी तुम्हाला त्यावर असत्याचा पातळसा थर असावा लागतो. तुम्ही सरळ सरळ सत्याला सामोरे नाही जाऊ शकत. आपण संपून तर जाणार नाही, नष्ट तर होणार नाही या भीतीनं तुम्ही व्यापलेले असता. कल्पनेच्या सोबतीत तुम्ही कमजोर झाला आहात. कल्पनेनं तुम्हाला शक्ती तर दिली नाहीच. उलट तुमची सगळी शक्ती हिरावून घेतली आहे.

गुरूचा अर्थ आहे जो तुमचा हात धरून हळूहळू एक एक पाऊल टाकत सत्याकडे नेतो तो. जो हळूहळू तुम्हाला तुमच्या कल्पनेपासून मुक्त करतो तो.

एक फार मोठा झेन साधक होऊन गेला- लिंची! तो आपल्या गुरूजवळ होता. आणि जेव्हा आला होता तेव्हा गुरूने त्याला निर्वाणीच्या, मोक्षाच्या आणि बुद्धत्वाच्या गोड गोष्टी सांगितल्या होत्या. आणि एक स्वप्न निर्माण करून दिलं होतं. आणि लिंची फार कठोर साधना करण्यात मग्न झाला. बुद्धत्व प्राप्त करून घ्यायचं आहे.

काही वर्षांची निरंतर साधना, गुरूचा सहवास, सत्संग यांचा परिणाम असा झाला की ध्यान करणं जमू लागलं. बुद्धत्व जवळ आलं असं वाटू लागलं. एक दिवस एक क्षण असा आला की लिंचीला वाटलं. बस्, एक लांब उडी मारली की- झालं आणि मला बुद्धत्व प्राप्त होईल.

तो गेला आपल्या गुरूजवळ. गुरूच्या पावलांना स्पर्श करून त्याने गुरूला सांगितलं, 'बस् एक लांब उडी. थोडासा धक्का हवा आहे. मला बुद्धत्व प्राप्त होऊन जाईल.'

गुरु म्हणाला, 'कसलं बुद्धत्व, कुठला मोक्ष, कुठलं निर्वाण! सगळं खोटं आहे.'

लिंची घाबरून गेला. म्हणाला, 'हे का बोलत आहात? याच आशेने तर मी ही सारी साधना करतो आहे.'

त्याच्या गुरूनं सांगितलं, 'मुलांनी शाळेत जावं म्हणून आपण त्यांना खाऊ देतो. खाऊ द्यायचा म्हणून कोणी खाऊ नाही देत, त्यांनी शाळेत जावं म्हणून खाऊ देतात. हळूहळू मुलं शाळेत रमू लागतात तसतसा खाऊ देणं कमी होऊ लागतं. मग एक दिवस खाऊ देणं बंद करावं लागतं. बुद्धत्व? जोपर्यंत काहीतरी मिळवण्याची थोडीही आकांक्षा आहे तोपर्यंत कल्पना काम करते आहे. आज तीही सोड. आता काही मिळवायचं नाही आहे. आता जे आहे ते जाणून घ्यायचं आहे.

लिंचीनं लिहिलं आहे, 'माझा रोम रोम थरारून गेला. बुद्धत्वाला सोडणं हे जग सोडण्यासारखं होतं.' आणि त्याच्या गुरूनं जे सांगितलं ते चीन आणि जपानमध्ये फार महत्त्वाचं वचन मानलं जातं. आणि झेन साधक या वचनाचं ध्यान करतात.

लिंचीच्या गुरूनं सांगितलं, 'इफ यू मीट द बुद्धा ऑन द वे, इमिजिएटली किल हिम.'

जर मार्गामध्ये बुद्ध कुठे भेटले तर त्यांना तत्क्षणी ठार मार. एक क्षणभरही थांबू नकोस.

कारण असं होऊ नये की तुम्ही बुद्धत्वाच्या मोहात अडकाल. मग सगळं जग तयार होतं. तुम्ही स्वप्न पाहात आहात ते संपत्तीबद्दल पाहात आहात की धर्माच्या संबंधात यानं काही फरक पडत नाही. तुम्ही स्वप्न पाहात आहात ते या जगात एक सुंदर घर बांधण्याचं पाहात आहात की, त्या जगात, स्वर्गात एक सुंदर घर बांधण्याचं पाहात आहात यानं काही फरक पडत नाही. स्वप्न स्वप्न आहे.

आणि सगळी स्वप्नं संपून गेली पाहिजेत. जेव्हा सर्व स्वप्नं संपून जातात,

जसा साप आपली कात टाकून पुढे जातो आणि मागे वळूनही पाहात नाही तसे ज्या दिवशी तुम्ही आपल्या कल्पनेमधून बाहेर येता त्याच दिवशी सत्याचा साक्षात्कार होतो. त्याच दिवशी मुक्ती मिळते.

ती मुक्ती तुमच्या आकांक्षांची मुक्ती नाही आहे. ती मुक्ती तुमच्या स्वप्नांमध्ये दिसलेली मुक्तीही नाही आहे. तुम्हाला जसं वाटलं होतं तसं ते निर्वाण अजिबात नाही आहे, अगदी वेगळं आहे. पण त्याच्या संबंधी तुम्ही आज काहीही विचार करू शकत नाही. ते तुम्हाला जेव्हा कळेल तेव्हा कळेल. त्याचा तर तुम्हाला जेव्हा अनुभव येईल तेव्हा येईल. तो रसच असा आहे. त्याची चव तुम्ही घ्याल तेव्हा घ्याल.

कबीर म्हणतात,

'गुरुदेव बिन जीव की कल्पना ना मिटै ।'

जर तुम्ही एकट्याने स्वत:च्याच आधाराने चाललात तर जास्तीत जास्त एवढंच करू शकता की जगाची कल्पना सोडून मोक्षाची कल्पना करू लागाल. जास्तीत जास्त एवढंच होऊ शकतं, आणि हे काहीच नाही आहे. याची काही किंमतच नाही आहे.

तुम्ही इथे पत्नीला सोडाल तर स्वर्गामध्ये एखादी अप्सरा मिळेल अशी कल्पना करू लागाल. तुम्ही इथे दारू सोडाल तर तुमच्या स्वर्गात दारूचे झरे वाहू लागतील. तुम्ही इथे तप कराल, घराची सावली सोडाल आणि तुमचा स्वर्ग वातानुकूलित, एअर कंडिशन्ड असेल.

असायलाच हवा. सर्व तपस्वी त्याच स्वर्गाची कामना करत आले आहेत. जो अगदी थंड, वातानुकूलित आहे. शास्त्रांना एअर कंडिशनिंग हा शब्द माहीत नव्हता म्हणून ते म्हणतात, शीतल आहे, मंद मंद वाऱ्याची झुळूक वाहते आहे. सकाळी असते तशी शीतलता दिवसभर टिकून असते. त्या काळामध्ये वातानुकूलित हा शब्द त्यांच्या कक्षेमध्ये आलेला नव्हता, आता आहे. आता त्यात सुधारणा करायला हवी.

पण तुम्ही लक्षात ठेवा. या साऱ्या कल्पना वेगवेगळ्या जातींच्या साहजिकपणेच वेगवेगळ्या असतात कारण वेगवेगळ्या जातींचे अनुभव वेगवेगळे असतात.

तिबेटी शास्त्रांमध्ये असं नाही लिहिलेलं की स्वर्ग थंड आणि शीतल आहे. तिबेटी लोक थंडी आणि गारव्यानं इतके त्रासलेले आहेत. त्यांचा नरक थंड आहे. तेथे बर्फ जमलेला असतो, तो कधीच विरघळत नाही. त्यांच्या स्वर्गामध्ये सूर्य कायमच उगवलेला असतो. गरम-तापलेला. ढग कधीच जमून येत नाहीत आणि बर्फही पडत नाही.

हिंदू आणि तिबेटी फार दूर नाही आहेत. पण हिंदूंच्या स्वर्गामध्ये शीतल

मंद वारे वाहात असतात. तिबेटींच्या स्वर्गामध्ये सूर्य नेहमी उगवलेला असतो आणि तो तापलेलाच राहतो. हिंदूंच्या नरकात ज्वाळा असतात आणि लोकांना कढयांमध्ये फेकण्यात येतं- उकळत्या तेलात. तिबेटींच्या नरकात लोकांना थंडगार बर्फामध्ये फेकून देण्यात येतं. तिथेच ते सडून जातात.

आता याचा थोडा विचार करायला हवा- की सर्व जातींसाठी वेगवेगळे स्वर्ग आणि नरक आहेत का? तिबेटींसाठी वेगळी व्यवस्था आणि हिंदूंसाठी काही खास व्यवस्था असं आहे का?

नाही. पण प्रत्येक जातीची कल्पना आपल्या अनुभवातून निर्माण होते. जशी जात असेल, तिची कल्पना तिच्या अनुभवातून निघेल. मुसलमानांच्या स्वर्गाचा प्रकार वेगळा असेल, हिंदूंच्या स्वर्गाचा आणखी वेगळा, ख्रिश्चन लोकांचा स्वर्ग आणखीच वेगळा. नरकही वेगवेगळेच असणार.

कारण आपल्या कल्पना आपल्या जीवनाच्या अनुभवांच्या उलट असतात. आपल्याला जीवनात जे जे मिळालं नाही ते ते सगळं आपण स्वर्गामध्ये ठेवून घेतो. जे जे मिळालं आहे त्याची फिकीर आपण सोडून देतो.

लक्षात ठेवा, गुरूशिवाय तुमची कल्पना नष्ट होणार नाही. कल्पनेचं रूप तेवढं बदलू शकतं, प्रकार बदलू शकतो, कल्पना जिवंत राहील.

ज्याच्या आत सत्याचा अभ्युदय झाला आहे, त्याच्या सहवासातच कल्पना नष्ट होऊ शकते.

'गुरुदेव बिन जीव का भला नहिं ।'
गुरुदेव बिना जीव का तिमिर नासै नहिं ।'

तो अंधार मावळत नाही.

'समझि विचार लै मन माहि ।'

कबीर म्हणतात, या गोष्टीचा नीट विचार करा. तू त्या अनंताच्या प्रवासाला निघशील त्याआधी याचा नीट विचार कर की अनंताच्या प्रवासाला तू एकटाच गेलास तो प्रवास तुझ्या मनाच्या बाहेरचा प्रवास होणार नाही. असा कोणीतरी हवा, जो मनाच्या बाहेर गेला आहे, जो तुझा हात धरेल आणि त्या प्रवासाला घेऊन जाईल.

लहान मुलाला जसं कोणीतरी प्रौढ लागतं- जो हाताचा आधार देईल, भरवसा देईल, श्रद्धेची निर्मिती करेल आणि मूल उठेल आणि चालू लागेल. कोणता तरी हात पाहिजे, कोणता तरी आधार पाहिजे.

'समझि विचार लै मन माहि ॥
राह बारीक गुरुदेव तें पाइये ।'

रस्ता फार लहान आहे. अगदी सूक्ष्म आणि नाजूक. येशूचं वचन आहे, 'स्ट्रेट इज द वे बट् नॅरो'- सरळ आहे रस्ता पण फार लहानसा आहे.

राह बारीक! रस्ता इतका बारीक आहे की स्वत:च्या विचारानं तुम्हाला तो दिसूच शकणार नाही कारण तुमचा विचार इतका बारीक नाही आहे.

हे थोडं समजून घ्या.

तुमचा विचार खूप स्थूल आहे. विचारच स्थूल असतात. फक्त ध्यान बारीक असतं. तुम्ही पाहा, तुम्ही कितीही सूक्ष्म विचार करा, विचारात सूक्ष्मता येतच नाही. विचार हा स्थूल पदार्थ आहे, लठ्ठ पदार्थ आहे. तुम्ही कितीही बारीक विचार करा, विचाराची प्रकृतीच बारीक असण्याची नाही आहे.

जेव्हा सर्व विचार संपून जातात, फक्त निर्विचार दशा उरते तेव्हा तुमच्या जीवनात पहिल्या प्रथम बारीकचा अर्थ उलगडतो.

हे तुम्ही असं समजून घ्या– तुम्ही बाजारात बसला आहात, बाजाराची मोठीच गडबड चालू आहे. कुठेतरी एक पक्षी गातो आहे. ऐकू येईल तुम्हाला ते? अशक्य. बाजारात तर बाजाराचा आवाज, गडबड इतकी आहे की कोकिळेचा लहान आवाज कुठे ऐकू येणार? त्या गोंधळात तिची कुहू कुहू कुठेच हरवून जाईल.

आता तुम्ही एकांतात बसला आहात डोंगरावर, बाजाराचा आवाज नाही आहे, कुहू कुहू ऐकू येते. पण तिथेही तुम्ही एक गोष्ट लक्षात घ्या. तुमच्या मनात खूप विचार चालू असतील तर तेवढा वेळ कुहू कुहू ऐकू येणं बंद पडेल. कधी कधी विचाराचा क्षण नसेल तर आवाज ऐकू येईल. कधी कधी आत विचार सुरू होतील आणि आवाज ऐकू येणं बंद होईल. कारण मग आत बाजार उभा राहिला. विचार म्हणजे आतला बाजार.

मग तुम्ही हिमालयावर बसला असलात तरी काही फरक पडत नाही. आतमध्ये विचारांचा कोलाहल असेल तर ते जे जीवनांचं सूक्ष्म संगीत वाजतं आहे ते तुम्हाला ऐकू नाही येणार. ते अगदी बारीक आहे. कोकिळेच्या आवाजाहूनही बारीक आहे. त्याच्याहून बारीक काहीही नाही कारण तो अनाहत नाद आहे. त्यालाच आपण ओंकार म्हणतो. 'ओम् तत् सत्' हे त्याचंच नाव आहे.

पण तो इतका बारीक आहे, इतका बारीक आहे की जोपर्यंत तुमचे विचार संपूर्णपणे हरवून जात नाहीत, जोपर्यंत आत शून्य होऊन जात नाही तोपर्यंत तुम्हाला तो प्रतीत होणार नाही, त्याची अनुभूती येणार नाही.

कबीर म्हणतात,

'राह बारीक गुरुदेव तें पाइये ।'

आणि ती वाट इतकी बारीक आहे की तुम्हाला तिचा काहीही अनुभव नाही.

तुम्ही त्या वाटेवर पोचणार कसे?

खूप लोक परमात्म्यासंबंधीही विचार करत राहतात. आता परमात्म्याचं विचार करण्याशी काही देणंघेणं नाही आहे. जोपर्यंत विचार आहे तोपर्यंत परमात्मा नाही. ते बसून विचार करत राहतात.

माझ्याकडे लोक येतात. ते सांगतात, कित्येक वर्षांपासून आम्ही ध्यान करत आहोत. मी विचारतो, तुम्ही ध्यानामध्ये काय करता? ते सांगतात, बसून परमात्म्याचं मनन-चिंतन करतो. आता परमात्म्याचं मनन-चिंतन कसं होणार?

हे म्हणजे असं झालं की कोकिळा तर गाणं गाते आहे आंब्याच्या झाडामध्ये लपून आणि तुम्ही त्याच झाडाखाली बसून कोकिळेच्या गाण्याबद्दल विचार करत आहात. आणि तुम्ही कधी कोकिळेचं गाणं ऐकलंच नसेल तर विचार करणार कसा? जे कधी जाणलंच नाही त्याचा विचार कसा कराल? आणि ज्यानं जाणलं आहे तो काय विचार करत बसतो कधी? जेव्हा कोकिळा गातेच आहे तेव्हा तुम्हाला विचार करण्याची, त्यांचा आधार घेण्याची काय जरूर आहे? कोकिळेचं गाणं सरळ बरसतं आहे, तुम्ही मोकळे व्हा, बरसू द्या त्या गीताला. परमात्मा तर सगळीकडे आहे, तुम्ही विचार कसला करत आहात? कोणासंबंधी विचार करत आहात. परमात्मा शब्द म्हणजे परमात्मा नाही.

परमात्मा हा शब्दच नाहीच आहे, तो एक अनुभव आहे. तुम्ही जेव्हा विचारहीन असता, सगळे विचारबंद होऊन जातात त्या क्षणी त्याचे दरवाजे उघडले जातात.

'राह बारीक गुरुदेव तें पाइये ।'

आणि गुरूकडून काय मिळू शकतं? विचार नाही, फक्त ध्यान, आणि ध्यानाचा अर्थ आहे, चित्रांची एक अशी अवस्था जेव्हा तुम्ही पूर्णपणे जागे आहात आणि विचारांचा एकही ढग तुमच्या आतल्या आकाशामध्ये नाही आहे. शुद्धीत असण्याचा सूर्य पूर्णपणे उगवला आहे आणि ढग सगळे गेले आहेत– निळं आकाश आहे. तुमची जाणीव नष्ट करण्यामध्ये, थांबवण्यासाठी आता कोणतीही आडकाठी नाही आहे. तुमच्या शुद्धीचा प्रवाह अबाधित वाहात राहतो. आकाश पूर्ण रिकामं आहे.

या विचारहीन अवस्थेचंच नाम ती बारीक दशा असं आहे, जिला ध्यान म्हणा. सुरुवात होते तेव्हा ध्यान, जेव्हा ही अवस्था पूर्ण होते तेव्हा समाधी!

'राह बारीक गुरुदेव तें पाइये ।'

तुमच्या विचारांना हळूहळू तुमच्यापासून कोण हिरावून घेईल? गुरूचा अर्थ समजावून घ्या. आपल्याकडे दोन शब्द आहेत. जगातल्या कोणत्याही भाषेमध्ये असं नाही आहे. कारण जगातील कोणत्याही जातीला इतका सखोल अनुभव

नाही. आपल्याकडे एक शब्द आहे शिक्षक आणि दुसरा शब्द आहे गुरू.

शिक्षक याचा अर्थ आहे जो तुम्हाला शिक्षण देतो, शिकवतो तो. गुरूचा अर्थ आहे, तुम्ही जे शिकला आहात ते तुमच्याकडून हिरावून घेतो तो. जो तुम्हाला संपवून टाकेल, तुम्हाला रिकामं करेल. म्हणजे गुरु शिकवत नाही. शिकलेलं काढून घेतो. गुरु तुम्हाला काही देत नाही, तुमच्याकडून काहीतरी घेतो. गुरु तुम्हाला रिकामं करतो, शिक्षक तुम्हाला भरून टाकतो.

धर्माच्या जगातही तुम्ही शिक्षकांपासून दूर राहा. कारण ते तुम्हाला भरून टाकतील. ते गुरु नाही आहेत आणि मोठी पंचाईत अशी होते की तुम्ही स्वत:च भरून घ्यायला खूप आतुर असता म्हणून बहुतेक वेळा तुम्ही अशाच लोकांच्या पायाशी जाता जे तुम्हाला भरतील. ते आपलं ज्ञान तुमच्यामध्ये ओतून टाकतील. तुम्ही माहीतगार व्हाल. कदाचित हळूहळू तुम्ही पंडितही व्हाल. कदाचित हळूहळू अशीही वेळ येईल की तुम्हीही शिक्षक व्हाल आणि दुसऱ्यांना शिकवू लागाल.

पण गुरु ही विलक्षण घटना आहे. गुरूचा अर्थ आहे, जो तुम्हाला रिकामं करेल, जो तुम्हाला संपवून टाकेल, तुमच्या पाटीवर लिहिलेलं पुसून टाकेल, तुम्हाला पुन्हा कोरा कागद करेल.

महाराष्ट्रामध्ये अशी एक कथा आहे. निवृत्तिनाथ हे एक अद्भुत फकीर होऊन गेले. त्यांनी एक पत्र लिहिलं दुसऱ्या एका संताला. कोरा कागद पाठवू दिला. गुरु काय लिहिणार? कोरेपणच लिहू शकतो. त्या संताला कोरा कागद मिळाला. असं म्हणतात, त्या संताने तो कोरा कागद वाचला, नीट काळजीपूर्वक वाचला. लिहिलेलं असेल तर ते फार काळजीपूर्वक वाचण्याची जरूरच नाही, लिहिणार काय? लिहिलेल्या- मध्ये वाचण्यायोग्य तरी काय असतं? पण लिहिलेलं नव्हतंच. फार सूक्ष्म गोष्ट लिहिली होती. शब्दांमध्ये सांगता येणार नाही ती गोष्ट लिहिली होती. 'अक्षर'च लिहिलं होतं– जे कधीही क्षय पावत नाही. अक्षर आहे. हातांनी निर्मिलेली अक्षरं बनतात आणि पुसली जातात, ही अक्षरं काय लिहायची? खरी अक्षरं लिहिली होती, शाश्वत लिहिली होती म्हणूनच तर दिसतं नव्हती. जसा परमात्मा लपलेला असतो, असंच ते पत्रही लपलेलं होतं– कोरा कागद होता.

लक्षपूर्वक वाचलं, पुन्हा पुन्हा वाचलं कारण कुठे चुकू नये, काही सुटून जाऊ नये. जवळ बसलेले लोक थोडे चिंतेत पडले. एक तर तो माणूस वेडा असावा असं वाटतं आहे, ज्यानं पत्र लिहिलं आहे, कोरा कागद पाठवला आहे. आणि हा माणूस त्याच्याहूनही जास्त वेडा असावा असं वाटतं आहे– जो वाचतो आहे, आणि एकदाच नाही, पुन:पुन्हा वाचतो आहे. आणि सर्व बाजूंनी वाचतो आहे. कारण लिहिलेला कागद तर तुम्ही एकाच बाजूनं वाचू शकता, कोरा

कागद तुम्ही सर्व बाजूंनी वाचू शकता.

अनेक तऱ्हांनी वाचला, पुढून वाचला, मागून वाचला, सरळ करून वाचला, उलटा करून वाचला. वाचून मग्न होऊन गेला. मग त्यांची बहीण शेजारी बसली होती. तीही एक मोठी संतत्व प्राप्त झालेली स्त्री होती. त्यांनी बहिणीला सांगितलं की आता तू वाच. त्यांच्या बहिणीनंही वाचलं आणि बहीण म्हणाली, निवृत्तिनाथ पोचला. मिळालं त्याला. कारण ज्याला मिळालं तोच कोरेपण देऊ शकतो.

गुरु तुम्हाला कोरेपण देईल. म्हणून गुरूकडे जाताना तुम्ही खूप वेळा घाबराल. कारण तुमच्या आत जे भरलेलं आहे त्याला तुम्ही संपत्ती समजत आहात. तो कचरा आहे. ते सारं कचरापेटीत टाकण्यासारखं आहे– तुमचे सगळे विचार. पण त्यांना तुम्ही फार मोठी संपत्ती समजून जपून ठेवलं आहे. तुम्ही म्हणता मी हिंदू, मी मुसलमान, मी जैन! मी शास्त्र जाणणारा. गीता मला तोंडपाठ! मी चतुर्वेदी–चारही वेद जाणणारा. मी त्रिवेदी–तीन वेद जाणणारा! माहिती तुम्हाला संपत्तीसारखी वाटते.

गुरूजवळ जाताना तुम्ही घाबराल. पंडित कापतो गुरूजवळ जाताना. म्हणून मी सतत म्हणत असतो, कधी कधी पापी माणसंही पोचून जातात गुरूजवळ, पंडित नाही पोचू शकत. पाण्याला फारशी भीतीही नसते. गुरू हिरावूनच घेईल ना– पापच तर आहे माझ्याजवळ, आणखी दुसरं काही नाही. पंडित फार घाबरतो, त्याच्याजवळ संपत्ती आहे. ती घेऊन टाकली जाऊ नये.

आणि लक्षात ठेवा, जोपर्यंत तुमचं भरलेलं मन रिकामं केलं जात नाही, जोपर्यंत तुमचं भांडं रिकामं करून घासलं जात नाही, तोपर्यंत त्यात तुम्ही परमात्म्याचं अमृत घेऊ शकणार नाही, तुमचं भांडं रिकामं केलं जाणं जरुरीचं आहे, आगीतून काढणं जरुरीचं आहे– म्हणजे ते शुद्ध होईल.

'राह बारीक गुरुदेव तें पाइये ।'

शिक्षक नाही देऊ शकणार ती बारीकशी वाट. ते तुम्हाला ज्ञान देऊ शकतील, ध्यान नाही देऊ शकणार.

जो ध्यान देऊ शकतो तो गुरू आहे.

ज्ञान तर विश्वविद्यालयांमध्ये मिळू शकतं. त्यासाठी आश्रमांची जरुरी नाही. त्यासाठी गुरुकुलांची जरुरी नाही. ज्ञान तर स्वस्त असतं, मिळू शकतं कुठेही. दुकानादुकानात उपलब्ध आहे.

ध्यान कठीण आहे. आणि अडचण ही आहे की ज्ञान तर तुम्ही जसे आहात तसेच असतानाही मिळू शकतं. ध्यान प्राप्त होतं जेव्हा तुम्ही संपून जाण्यासाठी परिपूर्ण रूपाने तयार होता. ध्यान प्रथम तुम्हाला मारतं. म्हणून प्राचीन शास्त्रांमध्ये

एक अद्भुत वचन आहे. ते वचन असं आहे, 'आचार्यो मृत्यु:' आचार्य मृत्यू आहे. गुरू मृत्यू आहे. त्याच्याकडे जाऊन तुम्ही मराल. मरावंच लागेल. त्याच्याकडे जाऊन तुम्ही नष्ट व्हाल, नष्ट व्हावंच लागेल. कारण नष्ट होऊनच तुम्ही जगणार आहात. जेव्हा तुमचं कल्पनेचं स्वरूप नष्ट होईल, गळून जाईल, तेव्हाच तुमचं खरं स्वरूप प्रकट होईल.

'जनम अनेक की अटक खोलै ।'
'राह बारीक गुरुदेव तें पाइये ।
जनम अनेक की अटक खोलै ।।'

किती जन्मांपासून तुम्ही अडकलेले आहात!

तुमची 'अटक' हा शब्द फार गोड आहे. हे अडकणं असं आहे– जशी ग्रामोफोनची सुई अडकते. मग तेच तेच बोलत राहते. जणू जप करते आहे. जिथे अडकली तिथला जप चालू राहतो. 'अटक' शब्द फार गोड आहे.

तुम्ही एकाच जागी अडकला आहात. पुन्हा पुन्हा तिथेच अडकता, तिथेच येऊन पोचता. पुन्हा मरून जाता, पुन्हा जन्माला येता, पुन्हा त्याच ठिकाणी येऊन पोचता. सुई अडकली आहे ग्रामोफोनची. आणि इतक्या वेळा अडकली आहे की आता तिथे एक खड्डा पडला आहे. आता तेथून सुई पुढे नाही जाऊ शकत– आता कोणीतरी सुई उचलून पुढे ठेवायला हवी आहे.

'जनम अनेक की अटक खोलै ।'

कोणीतरी पाहिजे जो तुम्हाला अडकलेल्या ठिकाणाहून बाहेर नेईल. तुम्ही आपल्या आपण नाही जाऊ शकणार. थोडा विचार करा, ग्रामोफोनची सुई आपल्या आपण अडकलेल्या ठिकाणातून बाहेर कशी जाऊ शकेल. हो- जर एखादा भूकंप झाला किंवा काही उलथापालथ झाली आणि सगळं हललं, डुललं आणि कदाचित सुई झटक्याने बाहेर निघाली. कधी कधी योगायोगाने असंही झालं आहे की करोडो लोकांमध्ये एखादा माणूस या अडकण्यातून बाहेर निघाला आहे. पण योगायोग हा नियम नाही होऊ शकत. योगायोग हा अपवाद आहे. त्याच्या आधाराने कोणी जीवनात क्रांती आणू शकत नाही. जीवनात क्रांती तर नियमाच्या आधाराने होते.

'कहै कबीर गुरुदेव पूरन मिलै
जीव और सीव तब एक तोलै ।।'

गुरूचा हा निकष आहे, गुरु पूर्ण आहे की नाही. पूर्ण गुरूचे हे लक्षण आहे, निकष आहे. हा निकष, ही परीक्षा आहे की तो तुम्ही आणि परमात्मा यांच्यामध्ये थोडासाही फरक करणार नाही. तो तुम्हाला आणि परमात्म्याला एकाच मापाने तोलेल.

शिक्षक तुमची निंदा करेल आणि परमात्म्याची प्रशंसा. तुम्ही आणि परमात्मा यांच्यामध्ये किती अंतर आहे ते सांगेल– किती दूर आहे ते सांगेल. तुम्ही पापी, तुम्ही नरकामध्ये जाण्याच्या योग्यतेचे. तो तुमची निंदा करेल आणि परमात्म्याची स्तुती करेल. तो शिक्षक आहे.

जो तुमच्या साऱ्या निंदेचं जाळं तोडून टाकेल, जो तुमच्या सगळ्या आत्मग्लानीला दूर करेल, जो तुमच्या आतल्या सखोल अशा अपराधी भावनेला नष्ट करेल, जो तुम्हाला तुमच्या पापाच्या कल्पनेतून बाहेर काढेल आणि तुम्हाला म्हणेल 'तत्त्वमसि श्वेतकेतु' तोच पूर्ण गुरु आहे. तुम्ही तोच आहात. तो परमात्मा तुम्हीच आहात. कणभरही फरक नाही. जो तुम्हाला तुम्ही परमात्मा असल्याच्या मार्गावर नेईल.

म्हणून गुरूजवळ तुम्हाला निंदा मिळणार नाही, स्वीकार मिळेल. म्हणून गुरूच्या नजरेत तुम्ही अपराधी आहात अशी कोणतीही भावना तुम्हाला दिसणार नाही. गुरूच्या नजरेमध्ये तुम्हाला तुमच्या आतमध्ये लपलेल्या परमात्म्याची स्तुतीच आढळेल.

परंतु तुम्हीही स्वत:ची निंदाच मागता. ही फारच मजेची गोष्ट आहे. सर्वसाधारणपणे आपण असा विचार करतो की लोकांना निंदा का आवडते? कोणालाही निंदा आवडत नाही. पण तुम्हाला निंदा आवडते. याची कारणं आहेत. कारण तुम्हीच असं मानता की तुम्ही परमात्मा होऊ शकत नाही. तुम्हाला स्वत:लाच स्वत:ची खात्री नाही आहे. तुम्ही स्वत:ला चोर समजता, बेईमान समजता, विश्वासघातकी समजता– मग तुम्ही परमात्मा कसे होऊ शकता? म्हणून जेव्हा कोणी तुमची निंदा करतो तेव्हा तुम्ही डोकं हलवता. तुम्हीही त्याच्याशी सहमत होता. तुम्हीही म्हणता, बरोबर आहे.

तुमच्या या अनुभवामुळे तुमची निंदा करणाऱ्यांचं एक जाळं तयार होतं. ते तुमची जेवढी निंदा करतात तेवढे ते तुम्हाला आवडू लागतात. तुम्हाला वाटतं हा माणूस अगदी खरं बोलतो आहे. कारण हाच तुमचा अनुभव आहे.

म्हणून तुम्हाला दिसेल की संन्यासी लोकांना समजावत असतात. चोरीला, खोटं बोलण्याला, क्रोधाला, लोभाला शिव्या देत राहतात आणि सगळे चोर, लोभी, क्रोधी समोर बसलेले फार खुष होत राहतात. टाळ्याही वाजवतात. डोकंही हलवतात.

याचं कारण काय असेल? तुमच्या अनुभवाशी हे जुळत असतं. गुरूचं सांगणं तुमच्या अनुभवाशी जुळणार नाही. त्याचं सांगणं त्याच्या अनुभवाशी जुळणारं असतं, तुमच्या अनुभवाशी नाही. गुरु सांगतो, 'तुम्ही परमात्मा आहात.' तुम्ही ऐकून घेता, विचार करता, असेल कदाचित, ठाऊक नाही. पण भरवसा

नाही वाटत. कारण तुम्ही स्वत:ला चांगलंच ओळखता. आणि तुम्ही स्वत:ला जसं जाणलं आहे झोपेमध्ये, ते तुमचं खरं स्वरूप नाही आहे.

तुमची स्थिती अशी आहे, जणू एखाद्याने स्वप्नामध्ये ठरवलं आहे की तो खुनी आहे. आणि आपण त्याला जागं करून सांगतो की तू खुनी नाही आहेस. यावर तो म्हणतो मी हे कसं मान्य करू? आत्ता आत्ता तर हत्या केली आहे. हात आत्ता आत्ता लाल जर्द रक्ताने भरलेले होते. आत्ताच तर कोणाचा तरी गळा दाबला आहे. मी हे कसं मान्य करू?

पण मी तुम्हाला सांगतो आहे की सर्व गुरु हेच सांगत असतात की तुम्ही जे काही केलं आहे वाईट आणि चांगलं ते सर्व स्वप्न आहे. तुम्ही त्याच्याबाहेर आहात. जाग येताच तुम्ही त्यातून मुक्त होऊन जाल.

'कहै कबीर गुरुदेव पूरन मिलै ।
जीव और सीव तब एक तोलै ।।
करो सतसंग गुरुदेवसे चरण गहि ।
जासु के दरस तें भर्म भागै ।।
करो सतसंग गुरुदेवसे चरण गहि–'

सत्संग शब्द समजून घेण्यासारखा आहे. हाही भारताचा स्वत:चा शब्द आहे. सत्संग या शब्दाचा अर्थ आहे. गुरूबरोबर असणं. फक्त बरोबर असणं, गुरूजवळ असणं. एक समीपता, एक आत्मीयता! बस् एवढं पुरेसं आहे.

शास्त्रज्ञ म्हणतात, कॅटलिटिक एजंट असतो, ज्याच्या हजेरीमध्ये, त्याच्या सहभागाखेरीज घटना घडून जातात. गुरु काही करत नाही. तुम्ही त्याच्या असण्यामध्ये पोचाल, तुम्ही त्याच्या प्रकाशवलयामध्ये स्नान करून याल, तुम्ही त्याच्या जवळ याल आणि त्याच्या तरंगामध्ये मिसळून जाल, तो ज्या जगामध्ये वाहतो आहे त्यामध्ये एक क्षणभर जरी तुम्ही स्वत:ची नावं सोडून दिलीत आणि त्याच्याबरोबर वाहून गेलात. तुम्ही थोडा वेळ त्याच्या तीर्थामध्ये स्नान कराल तर सगळं होऊन जाईल.

परंतु गुरूजवळ असणं ही एक मोठी कला आहे. मोठं धैर्य पाहिजे, मोठा संतोष पाहिजे. घाईचा काही उपयोग होणार नाही. काही मागाल तर गुरूपासून तुम्ही दूर जाल. काही न मागता त्याच्याजवळ राहा. असंही म्हणू नका की ही घटना केव्हा घडेल? तुम्ही फक्त प्रतीक्षा करा, प्रेम करा आणि प्रार्थना करा.

सत्संगाचा अर्थ आहे– मागू नका, फक्त हजर राहा.

जेव्हा कधी तुम्ही पूर्ण व्हाल, जेव्हा कधी योग्य वेळ येईल, जेव्हा कधी मौसम येईल– आणि प्रत्येक वस्तूचा मोसम आहे, आणि प्रत्येक गोष्टीची वेळ आहे. आणि प्रत्येक वस्तू पिकण्याचा काळ आहे– जेव्हा कधी पिकाल, गुरूची

नजर तुमच्यावर पडेल.

तो सतत आहेच, तुम्हीही असा. जेव्हा तुम्हां दोघांचं असणं एकत्र मिसळून जाईल, जणू एखादा विझलेला दिवा पेटत्या दिव्याच्या जवळ– आणखी जवळ आणखी जवळ येत जावा आणि एका क्षणात ज्योत झडपावी– पेटत्या दिव्यानं झेप घ्यावी आणि विझलेल्या दिव्यात ज्योत पेटावी.

गंमत अशी आहे की पेटत्या दिव्याचं काही जात नाही, त्याची ज्योत कमी होत नाही. त्याच्यापासून हजार दिवे पेटवले तरीही त्याची ज्योत 'त्याची ज्योत'च राहते. काही फरक पडत नाही. विझलेल्या दिव्यांना खूप काही मिळतं आणि पेटलेल्या दिव्याचं काहीच कमी होत नाही.

सत्संगाची कला पेटत्या दिव्याजवळ जाण्याची कला आहे.

मागू नका. कारण मागण्याचा काही प्रश्नच येत नाही. जवळ असण्याचा एक क्षण आहे, एक विशेष अंतर आहे, एक विशेष समीपता आहे तेव्हा ही झेप आपोआपच घेतली जाते.

तुम्ही जेव्हा विझलेल्या दिव्याला पेटवता पेटत्या दिव्याजवळ आणून, तेव्हा काय करता? दोघांना जवळ आणता. फूटभर अंतरावर ठेवाल तर कितीही आरडाओरडा केलात तरी ज्वाला झेप घेणार नाही. जवळ आणा– जवळ आणा– एक खास क्षण आहे, तेव्हा तुम्ही न सांगताही झेप घेतली जाते.

'करो सतसंग गुरुदेवसे चरण गहि ।'

आणि सत्संगाचा एकच उपाय आहे– तुम्ही समर्पित होऊन जा. तुम्ही सोडून द्या. तुम्ही त्याच्यावरच सोडून द्या तुमचं भविष्यही, तुमच्या असण्याची शक्यताही. तुम्ही स्वतःला पकडून ठेवू नका कारण तुमच्या पकडीमुळे गुरूला तुमच्या आत जाण्याची संधी मिळणार नाही. तुम्ही बंदच राहाल.

'वारो सतसंग गुरुदेवसे चरण गहि
जासु के दरस तें भर्म भागै ।।'

त्याच्या दर्शनानेही भ्रम पळून जातो, फक्त तुम्ही जवळ यायला हवं. गुरूला नीट पाहायला हवं.

दर्शनानं काय होतं?

गुरूला नीट पाहिल्यानंच हे कळतं की तुम्ही स्वतःलाही पाहून घेतलंत. गुरु एक आरसा बनतो. त्याच्यामध्ये तुम्ही, स्वतःचंच प्रतिबिंब पाहात असता.

गुरु तर स्वतः हरवून गेला आहे म्हणूनच तर तो गुरु आहे. जर 'आहे' तर तुम्ही कितीही त्याच्याजवळ या. तुम्ही स्वतःला पाहू शकणार नाही. तुम्ही गुरूलाच पाहाल, गुरु तोच, जो हरवून गेला तो, जो शून्य होऊन गेला तो, तो

असा एक तलाव आहे, ज्याच्या साऱ्या लाटा संपून गेल्या आहेत. आता तो आरसा आहे. तुम्ही जसजसे जवळजवळ याल, तुम्हाला गुरु नाही सापडणार, तुम्हीच भेटाल. तुम्हाला स्वत:चंच रूप दिसेल. एक दिवस तुम्हाला कळेल की गुरू दर्पण झाला आहे. त्यानं तुम्हाला तुमचंच रूप दाखवलं आहे.

'जासु के दरस तें भर्म भागै ।
सील और सांच संतोष आवै दया ।
काल की चोट फिर नाहिं लागै ।'

ज्याला गुरूच्या जवळ जाऊन आत्मबोध होतो, त्याच्याकडे मग शील, आचरण, सत्य, संतोष, दया सर्व काही आपलं आपणच येतं.

जोपर्यंत आत्मज्ञान झालेलं नाही तोपर्यंत शील आणण्याचा प्रयत्न तुम्हाला करावा लागतो. आचरण संभाळा, अहिंसा साध्य करा, करुणा, दया, दान प्रयत्न करावे लागतात. आणि या प्रयत्नांच्या मुळेच हे फार सखोल होत नाहीत, वरवरचे राहतात.

आपलं स्वत:चं प्रतिबिंब ज्या दिवशी तुम्हाला दिसतं गुरूच्या आरशात, त्या दिवशी...

'सील और सांच संतोष आवै दया ।
काल की चोट फिर नाहिं लागै ।'

आणि मृत्यू त्या दिवशीच संपून जातो. ज्या दिवशी तुम्ही गुरूच्या आरशात स्वत:ला पाहिलंत, त्याच दिवशी गुरूची गरजही उरत नाही. तो तर एक बहाणा होता स्वत:ला पाहण्याचा. आता बघितलंत स्वत:ला. आता आरशाची काही जरूर राहिली नाही.

ज्यानं स्वत:ला पाहिलं, त्याच्या आचरणामध्ये रूपांतर होतं. सूर्य उगवल्यावर दवबिंदू जसे नष्ट होतात तसं असत्य त्याच्यामधून नाहीसं होतं. दिवा पेटल्यावर अंधार जसा हरवून जातो तशी हिंसा त्याच्यामधून गळून जाते.

दोन मार्ग आहेत. एक आहे आचरणाचा मार्ग. मी त्याला नीती म्हणतो. सत्य, अहिंसा, दया, करुणा साध्य करा आणि एक आहे धर्माचा मार्ग. फक्त समाधी साध्य करा आणि बाकी सर्व आपोआपच येईल.

येशूचं एक सुप्रसिद्ध वचन आहे. 'प्रथम तुम्ही परमात्म्याला शोधा, बाकी सर्व आपलं आपण येईल.'

नीती आणि धर्म यांच्यामध्ये मोठाच फरक आहे. आंधळा काठी घेऊन चाचपडत चालतो तशी नीती आहे. आणि डोळस माणसानं काठी फेकून देऊन मजेत चालावं तसा धर्म आहे. तुम्ही नाचत नाचत दरवाजातून बाहेर पडलात तरी काही हरकत नाही.

'काल की चोट फिर नाहिं लागै ।'

आणि ज्यानं स्वत:ला पाहिलं, त्याला हेही दिसतं की मृत्यू नाही आहे. ज्यानं स्वत:ला पाहिलं नाही त्यालाच वाटतं की मृत्यू आहे. तुमचं जे आतलं स्वरूप आहे ते अमृत आहे.

'काल की चोट फिर नाहिं लागै ।
काल के जालमें सकल जीव बांधिया ।
बिन ज्ञान गुरुदेव जन जनम आवै नहीं ।।
पारस परस पद होय न्यारा ।।'

ज्या क्षणी कळतं, मी कोण आहे, त्या क्षणापासून परमात्मा आणि आत्मा यांच्यामध्ये काही फरक राहिला नाही. मृत्यू नष्ट झाला. अमृत प्राप्त झालं. तेव्हा तुमचा प्राण गाऊ लागतो, 'पायो री, राम रतन धन पायो ।'

कबीर म्हणतात, 'चहु दिशी दमके दामिनी ।'

आता चारही दिशांना प्रकाशच प्रकाश आहे.

दयाबाई, सहजोबाई, किंवा दादू- सर्वांच्या पदांमध्ये एक वाक्य तुम्हाला पुन्हापुन्हा सापडेल. ते वाक्य आहे, सगळीकडे उजेड आहे, आकाशात ढग जमून आले आहेत, अमृतवर्षाव होतो आहे, अमीरस बरसे. सहजोबाईंनी म्हटलं आहे 'बिन घन परत फुहार' ढग तर कुठे दिसत नाही आहेत आणि अमृताच्या धारा वाहात आहेत.

तुम्ही आहात तोपर्यंत अहंकार, मृत्यू आहेत. तुम्ही ज्या दिवशी होऊन जाल स्वरूप, त्याच दिवशी मृत्यू नष्ट होऊन जातो. मृत्यू तुमचा होत नाही, तुमच्या संभ्रमांचा होतो, तुमच्या भ्रमांचा होतो.

'कहै कबीर बिन जन जनम आवै नहीं ।'

आणि मग काहीच परत येत नाही. या जगात परतून कोणीच येत नाही. तो अमृतलोकाचा रहिवासी बनतो.

'पारस परस पद होय न्यारा ।'

ज्यानं स्पर्श केला त्या अमृतज्ञानाच्या परिसाला, त्याचं स्थानच वेगळं होऊन जातं. मग तो या जगाच्या गर्दीमध्ये परत येत नाही. मग या जगात शिकण्यासारखं त्याला काही उरत नाही. शिकून झालं. जे जाणण्यासारखं होतं ते जाणून घेतलं. जे प्राप्त करून घेण्यासारखं होतं ते प्राप्त करून घेतलं आहे.

ज्याचा अनुभव अर्धा राहिला, कच्चा राहिला त्यालाच या जगात परत येणं भाग पडतं. इथे जे विद्यार्थी अनुत्तीर्ण होतात तेच परत येतात. जे उत्तीर्ण होतात ते मुक्त होऊन जातात. त्या उत्तीर्ण पुरुषांनाच आपण बुद्ध, सिद्ध, जिन म्हटलं आहे.

पण तुम्ही स्वतःच्याच आधारानं स्वतःच्या अंधारातून बाहेर येऊ शकणार नाही. असा हात शोधा जो तुम्हाला या अंधारातून बाहेर खेचून काढेल. शोधा एखादी व्यक्ती, जी तुमची निंदा करणार नाही. शोधा एखादा माणूस, जो तुमच्या परमात्म्याचा बोध तुम्हाला करून देईल. तुमच्या आतली जी परम सत्ता आहे– जी सदा अकलुषित आहे, सदा कुमारी आहे, जी सदा ताजी आणि पवित्र आहे, जी कधीही अपवित्र होणं शक्य नाही. त्या सत्तेची तुम्हाला आठवण करून देईल. जो तुम्हाला तुमच्याच स्मरणाने भरून टाकेल.

गुरु शोधा. आणि गुरूजवळ खूप काही करायचं नसतंच. गुरूजवळ तुम्ही फक्त जाऊन पोचा. मुक्त, उन्मुक्त! द्वार-दरवाजे बंद ठेवू नका. त्याचा प्रकाश तुमच्या आतल्या विझलेल्या दिव्याला पेटवू शकतो.

'गुरुदेव बिन जीव की कल्पना ना मिटै ।
गुरुदेव बिन जीव का भला नाहिं ।
गुरुदेव बिन जीवका तिमिर नासै नाहिं ।
समझि विचार लै मन माहि ।
राह बारीक गुरुदेव तें पाइये ।
जनम अनेक की अटक खोलै ।
कहै कबीर गुरुदेव पूरन मिलै ।
जीव और सीव तब एक तोलै ।
करो सतसंग गुरुदेव से चरन गहि ।
जासु के दरस तें भर्म भागै ।
सील औ सांच संतोष आवै दया ।
काल की चोट फिर नाहिं लागै ।
काल के जाल में सकल जीव बांधिया ।
बिन ज्ञान गुरुदेव घट अंधियारा ।
कहै कबीर बिन जन जनम आवै नहीं ।
पारस परस पद होय न्यारा ।।'

आज एवढंच!

प्रश्नसार

- ☐ सूत्रों की अपेक्षा हमारे प्रश्नों के उत्तर में आपके प्रवचन अधिक अच्छे लगते है। ऐसा क्यों?
- ☐ झटका क्यों, हलाल क्यों नहीं?
- ☐ शिक्षक देता है ज्ञान और गुरु देता है ध्यान । ध्यान देने का क्या अर्थ है?
- ☐ आपके सतत बोलने में मिटाने की कौन सी प्रक्रिया छिपी है?
- ☐ आपने कहा, शिष्य की जरूरत और स्थिति के अनुसार सदगुरु
- ☐ मार्गदर्शन करता है । आपके कथन में आस्था के बावजूद मार्गनिर्देशन के अभाव की प्रतीति ।
- ☐ आशा से आकाश टंगा है । क्या आशा छोड़ने से आकाश गिर न जाएगा?
- ☐ क्या ब्राह्मणों ने जातिगत पूर्वाग्रह के कारण कबीर को अस्वीकार कर दिया?

प्रवचन दुसरे

गुरु मृत्यु है

पहिला प्रश्न : तुम्ही काही सूत्रांवर बोलता त्यापेक्षा तुम्ही आमच्या प्रश्नांना उत्तरं देता ते अधिक चांगलं वाटतं. असं का?

साहजिकच आहे. अर्जुनाचा प्रश्न असो, कृष्णाचं उत्तर असो, तुमचं त्याच्याशी काय देणंघेणं? फार अंतर आहे. जिज्ञासा असू शकते, आत्मीयता असू शकत नाही. ते प्रश्नोत्तर पढीक झालं, जिवंत नाही राहिलं. जेव्हा तुम्ही प्रश्न विचारता तेव्हा तुमच्या प्रश्नामध्ये तुमचं हृदय धडधडत असतं. तुम्ही त्यामध्ये हजर असता. ती तुमची गरज असते. तुमची भूक, तुमची तहान त्यामध्ये दडलेली असते.

साहजिकच तुमच्या प्रश्नाचं उत्तर मिळालं की तुम्हाला तृप्त वाटतं. अशीच तृप्ती अर्जुनालाही मिळाली असेल कृष्णाच्या उत्तरामुळे. तुमचा प्रश्न असता आणि कृष्णानं उत्तर दिलं असतं तर अर्जुनाला ही तृप्ती मिळाली नसती.

आपला स्वत:चा प्रश्न शोधून काढणं फार आवश्यक आहे. मला काही फरक नाही पडत. कारण मला दिसतं आहे की अर्जुनाचा जो प्रश्न आहे तो कधी ना कधी तरी तुमचा प्रश्न होणार आहे. म्हणूनच सूत्रांवरही बोलतो, नाही तर बोलायचं कारणच नाही. आज तुम्हालाही माहीत नसतं की उद्या तुमचा प्रश्न कोणता होणार आहे. पण शास्त्रांची निर्मितीच यासाठी करण्यात आली आहे. अतिशय सखोल अशा संशोधनानंतर त्यांची निर्मिती झाली आहे. ते संशोधन असं आहे की जी कोणी व्यक्ती सत्य शोधण्यासाठी निघाली आहे तिच्या मनात आज नाही तर उद्या अर्जुनाला पडलेले प्रश्न उभे राहणारच आहेत.

त्याच सारभूत प्रश्नांची उत्तरं गीतेमध्ये दिलेली आहेत. प्रत्येक शोधकाला पडणारच असलेल्या या मूलभूत प्रश्नांची उत्तरेच बायबलमध्ये आहेत, कुराणात आहेत.

परंतु तरीही जेव्हा तुमचा प्रश्न तुमच्या वाक्यामध्ये, तुमच्या शब्दांमध्ये येतो तेव्हा संवादाची शक्यता वाढते. नाही तर सगळं उसनं वाटू लागतं, तुमच्या डोक्यावरून निघून जातं, जणू तुमच्याशी काही देणं घेणंच नाही.

मी ऐकलं आहे, एक माणूस खूप काळजीत होता. त्याचा मुलगा लग्न करायला तयारच होत नव्हता. खूप समजावलं, सांगितलं, वयही होऊ लागलं. खूप आग्रह केल्यावर मोठ्या मुश्किलीनं तयार झाला. पण त्यानं शेजारची एक अशी मुलगी निवडली जी बापाला पसंत नव्हती. मुलगा हट्टाला पेटला, लग्न करीन तर हिच्याशीच, नाही तर करणारच नाही. तुम्हीच मागे लागला होतात लग्न कर, लग्न कर, आता मी मुलगी निवडली तर तुम्हाला पसंत नाही. का पसंत नाही ते तरी सांगा.

मुलगी सुंदर होती, शिकलेली होती, सुसंस्कृत होती. मुलानं सांगितलं, कारण सांगणार नसाल तर लग्नाची गोष्ट विसरूनच जा. नाही तर कारण सांगा.

नाईलाजानं बापाला कारण सांगावं लागलं. बापानं सांगितलं, तू ऐकतच नाही आहेस म्हणून सांगतो, ती मुलगी तुझी बहीण आहे. माझ्यापासूनच तिचा जन्म झाला आहे म्हणून तिच्याशी तू लग्न करणं योग्य नाही.

मुलाला मोठा धक्का बसला. बापावरील सारी श्रद्धा नष्ट झाली. खूप मोठा आघात होता, हृदयाला खोल जखम झाली. इतर कोणाशीही काही बोलू शकला नाही पण आपल्या आईला मात्र त्यानं हे सांगितलं. आई खूप आनंदात होती की मुलानं मुलगी पसंत केली आहे, आता लौकरच लग्न होईल. आईला त्यानं सांगितलं की अशी अशी गोष्ट आहे. आता अशक्य आहे. आई म्हणाली, काही घाबरू नकोस, सरळ जा आणि लग्न कर. काळजी करण्यासारखं काही नाही कारण तो तुझा बाप नाहीच आहे.

ना मुलगी आपल्या बापाची होती, ना मुलगा आपल्या बापाचा.

ना प्रश्न तुमचा आहे, ना उत्तर तुमच्या हृदयाला भिडणार आहे. सगळंच उसनं राहणार आहे. या प्रश्नाचा आणि या उत्तराचा विवाह होऊ शकणार नाही, संवाद होऊ शकणार नाही. साथसंगत होऊ शकणार नाही.

म्हणूनच प्रश्न मौल्यवान आहे की नाही याचा प्रश्नच नाही आहे. खोलात जाऊन विचार करायला हवा की प्रश्न तुमचा आहे की नाही. दुसऱ्या कोणीतरी फार महत्त्वाचा प्रश्न विचारला असेल तरी तो तुमच्या दृष्टीने उथळ आहे. कारण सखोलता तर तुमच्या प्राणांमधून येते, कोणाच्या विचारण्यातून येत नाही. आणि तुम्ही एक लहानसा प्रश्न विचारला असेल, जगाच्या दृष्टीने तो अडाणीपणाचा असेल पण तो तुमच्या प्राणांमधून आलेला आहे, तुम्ही किती दिवस त्याला आपल्या हृदयामध्ये सांभाळलं असेल, त्यावर विचार केला असेल, हर तऱ्हांनी त्याला रंगवलं असेल, तुमच्या स्वप्नामध्ये तो घुमत राहिला असेल म्हणजे तुम्ही त्याचं पालनपोषण केलं आहे. तो तुमच्या गर्भामध्ये निर्माण झाला आहे. तो तुमचं मूल आहे. त्याच्याशी तुमचा एक संबंध आहे, जवळचा संबंध आहे. त्या प्रश्नाद्वारे तुम्हीच प्रकट झाला आहात.

म्हणून मी जेव्हा उत्तर देतो तेव्हा तुमच्या कंठामध्ये एक संतोष जाणवतो आणि प्राणांमध्ये एक तृप्ती. काहीतरी उलगडतं, कोणती तरी गाठ सुटते, म्हणून!

दुसरा प्रश्न : जेव्हा गुरु हा शिष्याचं मरणच असतो तेव्हा तो एका झटक्यात का नाही मारून टाकत? हलालानं हळूहळू का मारतो?

त्याचं कारण आहे. एक छोटीशी गोष्ट सांगतो. एक माणूस दाताच्या डॉक्टरकडे गेला. त्याचा दात काढून टाकण्यात आला. पण त्यानं इतकी गडबड केली, इतका आरडाओरडा केला की तिथे आलेले इतर सगळे रोगी पळून गेले. जेव्हा डॉक्टरांनी बिल दिलं ते नेहमीपेक्षा आठ पट जास्त होतं. त्या माणसानं विचारलं, काय चेष्टा करताहात का माझी? एक दात काढायचे इतके पैसे, कधी ऐकलं आहे असं? हे तर आठ-दहा पट जास्त दिसताहेत.

डॉक्टरांनी सांगितलं, नाही, ते आठ रोगी जे पळून गेले त्यांचे पैसे कोण देणार?

तुम्हाला मी एका झटक्यात मारून टाकू शकेन पण मग बाकीचे रोगी पळून जातील त्याचं काय? म्हणून असं हळूहळू हलाल करून मारावं लागतं. आणि जसजसे तुम्ही तयार व्हाल तसतसंच मारावं लागतं. कारण मृत्यू ही काही सामान्य घटना नाही आहे.

गुरूजवळ जो मृत्यू घडतो ती तर फार मोठी घटना आहे. ते तर परम जीवनाचं दार आहे. त्यासाठी तुमची तयारी तर व्हायला हवी. ती काय आत्महत्या आहे, ज्याला वाटलं त्यानं करून टाकायला? आत्महत्येसाठी कोणताच गुणधर्म लागत नाही. कोणीही डोंगरावरून उडी मारली तरी मरेल, पाण्यात बुडला तरी मरेल, विहिरीत पडून मरेल, विष खाऊन मरेल.

गुरूजवळ जी घटना घडते, ती आत्महत्या नाही आहे, तो तर परम-मृत्यू आहे. त्यालाच तर आपण समाधी म्हटलं आहे.

हा आपला 'समाधी' हा शब्द फार मोलाचा आहे. जेव्हा संन्यासी मरतो तेव्हा त्याच्या कबरीला आपण 'समाधी' म्हणतो. आणि जेव्हा एखाद्या माणसाला ध्यान प्राप्त होतं तेव्हाही आपण त्याला 'समाधी' म्हणतो. तीही एक कबर बनून जाते.

जुनं तर गेलं, नाही वाचू शकलं, नव्याचा जन्म झाला. रात्र संपली, सकाळ झाली. आता सकाळीला रात्रीशी काय देणंघेणं? सकाळचा सूर्य, सकाळची पक्ष्यांची गाणी आणि आकाशात पसरलेलं किरणांचं जाळं या साऱ्यांशी त्या अंधाऱ्या रात्रीचा काय संबंध– जी आत्ता होती? रात्र तर मरून गेली. रात्र आणि दिवस यांच्यामध्ये काही संबंध आहे का? रात्र आणि दिवस एकाच गोष्टीचा विस्तार वाटतात का? दोहोंच्या मध्ये खूप अंतर आहे. रात्र रात्र आहे, दिवस दिवस आहे.

जेव्हा ध्यान सखोल होईल तेव्हा तुम्हाला अचानक जाणवेल की कालपर्यंत जो तुमचा भूतकाळ होता तो आपोआप नाहीसा झाला आहे– सकाळ झाली की रात्र नाहीशी होते तसा. आणि एका नव्या व्यक्तित्वाचा जन्म झाला आहे, एक

नवा आत्मा अगदी कोरा आणि ताजा असा निर्माण झाला आहे– या आत्म्याशी तुमची ओळख नव्हती, तुम्हाला हा माहीतच नव्हता. हेही दार तुमच्या आतच होतं– जे तुम्ही कधी उघडलंच नव्हतं.

आणि या दारामागे परमात्मा स्थानापन्न आहे सिंहासनावर. याची तुम्हाला थोडीशीही कल्पना कधी आली नाही. तुम्ही तर आपल्या घराच्या बाहेर बाहेरच जगत होतात. तुम्ही तर कधी आत आलाच नव्हतात. जो आत आला आहे तो अगदी नवा आहे. मृत्यूचा हाच अर्थ आहे.

गुरु मृत्यू आहे. याचा अर्थ असा की गुरूजवळ तुमचा भूतकाळ, तुमचं जरा– जीर्ण, तुमचं जुनंपुराणं सारं मरेल. नव्याचा, अलौकिकाचा, अज्ञाताचा जन्म होईल.

ही आत्महत्या असती तर एका क्षणातही होऊन गेली असती. तयार व्हावं लागेल. हा मृत्यू तुमच्या तयारीनंतरच येईल. तुम्हाला अहंकार त्यागण्याची क्षमता येईल तेव्हाच हे होऊ शकतं. हे गुरूच्या हातात नाही आहे की त्यानं तुम्हाला हळूहळू मारावं की एकदम मारून टाकावं. हळूहळू मारावं की एकदम मारावं हे तर तुमच्या हातात आहे. तुम्ही तयार असाल तर गुरु एका क्षणातही मारून टाकू शकतो. गुरूला काय अडचण आहे? तुम्हीच उशीर लावता म्हणून उशीर होतो. पण तुम्ही तयार नाही आहात म्हणून गुरु तुम्हाला मोहात पाडतो, समजावतो, चुचकारतो, तयार करतो. हजार गोष्टी समजावून सांगतो– ज्या सांगितल्या नसत्या तरी चाललं असतं. पण मग तुम्ही पळून गेला असतात. घाबरून गेला असता, भयभीत झाला असता.

कारण तुम्हाला तर मृत्यूचा एकच अर्थ माहीत आहे– मरून जाणं, संपून जाणं. तो जो दुसरा अर्थ आहे– मृत्यूनंतर एक पुन्हा जिवंत होणं आहे- ते तुम्हाला माहीतच नाही. हे गुरूला माहीत पण त्याला माहीत असण्याचा तुम्हाला काही उपयोग नाही. तुम्ही तर त्याच्या हातातली सुरी पाहून घाबरून जाल.

म्हणून तो सुरी लपवून ठेवतो. फुलांनी झाकून ठेवतो. शब्द आणि सिद्धांतांमध्ये लपवून ठेवतो. शास्त्रांमध्ये दडवून ठेवतो, तो तुम्हाला पाहू देत नाही. मेल्याशिवाय महाजीवन मिळत नाही या सत्याची तुम्हाला थोडीशी जाण झाल्यानंतरच तो तुम्हाला दाखवेल. संपून गेल्याशिवाय परमात्मा होण्याचा दुसरा कोणताही उपाय नाही. हरवणं हेच मिळवणं आहे.

ज्या दिवशी तुम्ही तयार व्हाल– नदी सागरामध्ये हरवून जायला, उडी घ्यायला तयार होते. तेव्हा ती हरवून थोडीच जाते? सारा सागरच तिचा स्वत:चा होऊन जातो.

पण त्यासाठी नदीला खूप मोठा प्रवास करावा लागतो. गंगोत्रीपासून समुद्रापर्यंत

येईतो गंगेला केवढा प्रवास करावा लागतो. गंगोत्रीजवळच जर सागर गंगेला म्हणाला असता 'ये माझ्यामध्ये उडी घे' तर गंगा तयार झाली नसती.

गंगाही असंच म्हणाली असती, आत्ता तर निर्माण झाले आहे. हे तर गर्भपातासारखं होईल. या सागराला गंगा घाबरली असती. पण सागर खूप दूर आहे, त्याची काही माहितीही नाही आहे. गंगा त्याला शोधत खूप मोठा प्रवास करते. त्याच गंगेच्या तीरावर तीर्थस्थळं बनत जातात.

आपण नद्यांच्या किनाऱ्यावर तीर्थक्षेत्रं का बनवली आहेत? कारण आहे. कारण नद्या समुद्राकडे निघाल्या आहेत, हरवून जायला निघाल्या आहेत, संपून जायला निघाल्या आहेत. जेथे तुम्हाला हरवून जाण्याचं ज्ञान मिळेल, जेथे शून्य होण्याचं सामर्थ्य मिळेल तेच तीर्थक्षेत्र असतं. म्हणून गंगेवर आपण तीर्थक्षेत्रं बनवली आहेत.

ती गंगा चालली आहे समुद्राच्या दिशेने. कदाचित तिला नक्की ठाऊकही नसेल. तुम्ही माझ्याकडे आला आहात, कदाचित तुम्हालाही नक्की ठाऊक नसेल की तुम्ही कशासाठी आला आहात. अनंत कारणं घेऊन येतात, योगायोग घेऊन येतात, जन्मजन्मांचा प्रवास घेऊन येतो. तुम्हाला ठाऊकही होणं शक्य नसतं.

काल रात्री एका तरुणानं संन्यास घेतला. तो मला ओळखतही नव्हता. एक आठवड्यापूर्वी तो आफ्रिकेहून भारतात आला. भारतामध्ये फिरायला आला होता. माझ्याबद्दल तर त्याला स्वप्नातही विचार आला नव्हता. पण भारतात आल्यानंतर त्याला कळलं की त्याची एक जुनी मैत्रीण एक तरुणी इथे माझी संन्यासिनी आहे तेव्हा एक दिवस तिला भेटावं म्हणून तो आला. आठ वर्षांत तो तिला भेटला नव्हता. म्हणून भेटायला आला. त्या तरुणीमध्ये बराच फरक पडलेला दिसला. त्याला माहीत होती तशी ती आता राहिली नव्हती. आणि त्याला कधी कल्पनाही नव्हती अशी एखादी गोष्ट आपल्या आयुष्यात घडू शकेल, त्या गोष्टीची त्याला एक चुणूक मिळाली. तो तीन दिवस राहिला. ध्यान करू लागला. मग सात दिवस राहिला. आता काल संन्यास घेतला, म्हणजे आता इथे राहिल्यासारखाच आहे.

तो काल मला सांगू लागला– मी आलो होतो भारत पाहण्यासाठी आणि काय घडून गेलं? मी तर याची कल्पनाही केली नव्हती. मी त्याला सांगितलं की हाच भारताचा प्रवास आहे. तुला सापडला भारत.

त्याला तर आपल्या मागच्या जन्मांचाही हिशोब ठाऊक नाही आहे. कोणती आकांक्षा त्याला भारतामध्ये घेऊन आली? कोणत्या अनोळखी सूत्रानं त्याला भारतामध्ये आणलं? का आला आहे? कसे योगायोग जुळत गेले? आता तर आयुष्य पूर्वीसारखं राहणारच नाही.

आता तो काल म्हणू लागला, माझ्या पत्नीचं काय होईल? माझ्या मुलांचं काय होईल? आपण संन्यास घेऊ याची तर त्यानं कधी कल्पनाही केली नव्हती. मला असं स्वप्नातही कधी वाटलं नव्हतं. मी कधी ध्यान करीन असं मला कधीच वाटलं नव्हतं. आणि आता जे घडलं आहे त्यातून मागे फिरण्याचा काही उपायच नाही आहे.

तुम्हाला असं वाटत असतं की जीवनाचा प्रवास तुम्हाला माहीत असलेल्या रस्त्यानंच चालतो– तसं नसतं. तुमच्या जाणिवेप्रमाणे तर फार लहानसा हिस्सा चालतो. तिथे अगदी अंधुक प्रकाश असतो. जास्त मोठा हिस्सा तर अचेतनाच्या अंधारात बुडलेला असतो.

तुम्ही आला आहात. आता तुम्हाला कल्पनाही नाही आहे की तुम्ही इथे मरण्यासठी आला आहात, नष्ट होऊन जाण्यासाठी आला आहात. तुम्ही कदाचित काहीतरी घेण्यासाठी आला आहात. शिष्याचं आणि गुरूचं गणित वेगवेगळं असतं. शिष्य काहीतरी घेण्यासाठी आला आहे. आणि गुरु त्याला समजावून सांगतो, देतो, बस जरा– आणि मग हिरावून घेतो.

शिष्य येतो सुखी होण्यासाठी, आणि गुरूला माहीत असतं– जो कोणी सुखी होण्यासाठी आला आहे तो दुःखापासून वाचू शकणार नाही. म्हणून गुरु म्हणतो, देईन सुख– सांगतो, सुख देतो- आणि देतो शांती. शांती ही सुखापेक्षा फार वेगळी गोष्ट आहे. शांतीचा अर्थ आहे जिथे ना दुःख आहे, ना सुख. पण तेच महासुख आहे.

मी मनात आणलं तर तुम्हाला आत्ता मारून टाकेन– हे निश्चित, पण त्यामुळे तुमचा पुनर्जन्म नाही होणार. मी तेवढा न्यायालयाच्या लफड्यात गुंतून पडीन. तुम्ही मला अडकवाल फुकट आणि तुम्हीही सुटणार नाही.

नाही, हळूहळू, क्रमशः सावकाश तुम्हाला तयार करावे लागेल. ज्या दिवशी तुम्ही तयार व्हाल त्या दिवशी घटना घडून येईल. कारण हा मृत्यू काही शरीराचा मृत्यू थोडाच आहे– हा मृत्यू तर तुमच्या अहंकाराचा मृत्यू आहे.

आणि या जगात अहंकाराला मारण्यासाठी फार मोठं कौशल्य लागतं. कारण अहंकार फार हुशार आहे. तो सर्व तऱ्हांनी स्वतःला वाचवत असतो. तुम्ही त्याला एका ठिकाणी माराल तर तो दुसऱ्या जागी उभा होईल. तुम्ही त्याचं एक डोकं कापाल, नवं डोकं निर्माण होईल.

आपण रावणाची कथा लिहिली आहे की त्याला दहा डोकी होती. एक कापलं, दर क्षणी दुसरं निर्माण होत राहतं. त्याला मारणं कठीण आहे. रावणाची कथा ही अहंकाराची कथा आहे. अहंकाराला मारणं फार कठीण आहे. तुम्ही इथे कापता, तो तिथून उभा राहतो. इथे मारता, तिथे निर्माण होतो. पण तो स्वतःला

वाचवतच राहतो. त्याचं काम करणं फार सूक्ष्मपणे चालतं. त्याला मारण्यासाठी फार मोठी समज हवी. इतकी मोठी समज की तुमच्या आतल्या घरामध्ये कोठेही कसलाही अंधारा कोपरा शिल्लक राहणार नाही. जिथे जाऊन तो लपून उभा राहील आणि स्वत:ला वाचवेल.

ज्या दिवशी तुमच्या आतला दिवा पूर्ण पेटतो त्या वेळी तुम्ही उजळून जाता, कुठेही कसलाही अंधार बाकी राहात नाही, त्याच दिवशी अहंकार मरू शकतो. ज्या दिवशी गुरूला दिसतं की आता घटना घडली, त्या दिवशी तो सांगतो– सोडून दे, फेकून दे आता हे कचऱ्याचं ओझं वाहात राहू नको. आणि तेव्हा रक्ताचा एक थेंबही गळत नाही आणि तुम्ही मरून जाता.

जर एक थेंब जरी गळला, तरी तो गुरु गुरु नव्हताच, शिकाऊ असणार. गुरूचं गुरुत्व यातच आहे की रक्ताचा एक थेंबही सांडत नाही आणि तुम्ही मरून जाता. थोडीशीसुद्धा जखम होत नाही आणि सर्व विसर्जित होऊन जातं. गंगा समुद्रात मिसळून जाईल पण कुठेही आवाज गडबड होणार नाही.

तुम्ही कधी पक्ष्यांना पंखांवर तोलून आकाशात उडताना पाहिलं आहे? कसलाच पत्ता लागत नाही. थोडेसे पंख उघडले जातात आणि पक्षी आकाशात उडत जातो.

तुम्ही कधी घारींना आकाशात तरंगताना पाहिलं आहे? तिचे पंखही हलत नाहीत.

अगदी अशीच ही जीवनदशा आहे– इथे थोडाशीही गडबड होत नाही, एक थेंबही रक्ताचा सांडत नाही, लहानशीही जखम होत नाही आणि सगळं उलगडूनच जातं– सगळं! सगळ्या गाठी सुटून जातात. तुमचे ग्रंथ तुम्ही टाकून देता.

गुरूजवळ जो मृत्यू घडून येतो तो महाजीवन आहे. त्यासाठी तयार होणं जरुरीचं आहे. 'मी मरायला तयार आहे' एवढं तुम्ही म्हणणं पुरेसं नाही. तुम्हाला जगण्यासाठी तयार होण्याची जरुरी आहे.

आणि या संबंधात मी तुम्हाला जी एक शेवटची गोष्ट सांगणार आहे ती अशी की जगात खूप लोक मरायला तयार आहेत. जगात जगायला तयार असलेले लोक फार थोडे आहेत. तुम्हाला मरण्यासाठी लोक हवे असतील तर खूप मिळतील. हुतात्मा होण्यासाठी खूप वेडे तयार असतात.

हिंदुधर्म संकटात आहे, खूप अडाणी लोक तयार होतील मरायला. इस्लामला धोका आहे, खूप अडाणी उड्या घेऊन मरून जातील. भारतावर हल्ला झाला, पाकिस्तानशी भांडण झालं, चीनशी झालं, मरायला लोक तयार आहेत.

मरणं तर फारच सोपं दिसतं आहे. का?

कारण तुमचं जीवन दु:खाने भरलेलं आहे. या दु:खात तुम्ही जगू शकत नाही आहात. म्हणून तुम्ही कोणतंही कारण शोधून मरायला तयार होत आहात. लहानशी गोष्ट होते– दिवाळं निघालं, काय झालं दिवाळं निघालं तर? तुमच्या नावावर बँकेमध्ये जे आकडे लिहिले होते पैशाचे, ते आता नाही लिहिलेले. जे कागदाचे तुकडे तुमच्या तिजोरीमध्ये होते, ते आता नाही आहेत. दिवाळं निघालं, प्राण द्यायला तयार आहात. उंच इमारतीवरून उडी माराल. पेटवून घ्याल.

पत्नी मेली, मरायला तयार. जिच्या जगण्यामधून कधीही कसलाही आनंद मिळाला नाही तिच्यासाठी मरायला तयार होता. मूल मरून गेलं. ज्या मुलाचा चेहरा बघायचीही फुरसत तुम्हाला कधी मिळाली नाही, त्याच्यासाठी मरायची तयारी.

असं वाटतं की तुम्ही कारणच शोधत आहात– एखादं कारण मिळेल आणि आपण मरून जाऊ. जगणं एक ओझं वाटू लागलं आहे.

नाही, माझ्या मते खरे हुतात्मे ते लोक आहेत ज्यांच्यात जगण्याची हिंमत आहे. भित्रे लोकच मरतात. त्यांनी भले हुतात्म्याचे कपडे चढवले असोत, हौतात्म्याचा वेष चढवला असो, त्याने काही फरक पडणार नाही. राष्ट्र, धर्म, हजार प्रकारचा वेडेपणा आहे, ज्यांच्यासाठी माणूस मरू शकतो.

जगणं हा खरा प्रश्न आहे. जगणं कठीण आहे. आणि जो माणूस जगू शकतो तोच परमात्म्यापर्यंत पोचू शकतो.

म्हणून आपण गुरूला जे मृत्यू म्हणतो ते फक्त याच अर्थाने म्हणतो की तुम्ही जसे असाल तसे मराल. तुम्ही मरणार नाही खरे तर तुम्ही आणखीच पुनरुज्जीवित व्हाल. तुम्ही क्षुद्रासारखे मराल आणि विराट होऊन जाल.

म्हणजे गुरु मृत्यूही आहे आणि जन्मही. अंधाराचा मृत्यू आणि प्रकाशाचा जन्म. पण प्रकाश निर्माण होण्याचा क्षण जवळ येतो तेव्हाच अंधार नष्ट होऊ शकतो. आणि अंधार नष्ट करण्याचा तर काही उपाय नाही.

तर तुम्ही घाई करू नका. तुमचं मन फार अस्वस्थ आहे म्हणून घाई करतं आहे. सर्व गोष्टी भराभर घडायला हव्या आहेत. पण काही गोष्टी अशा असतात की ज्यांना वेळ लागतो. आणि गोष्ट जेवढी मोठी तेवढा जास्त वेळ लागतो.

तुम्हाला जर ऋतूप्रमाणे फुलं हवी असतील तर आज पेरा, तीन-चार आठवड्यांमध्ये फुलं येणं सुरू होईल. पण जर तुम्हाला हजारो वर्षं जगणारे वृक्ष हवे असतील, ज्यांच्या छायेमध्ये लाखो लोक विश्राम करू शकतील, तर ते तीन आठवड्यांमध्ये येणार नाही आहेत, त्यांना वेळ लागेल. म्हणजे असे वृक्ष निर्माण करण्यासाठी कदाचित तुम्हाला सारं आयुष्य खर्ची घालावं लागेल.

अमेरिकेच्या जंगलांमध्ये असे काही वृक्ष आहेत ज्यांचं वय पाच हजार वर्षं आहे. पाच हजार वर्षं जो वृक्ष जगतो त्याला एक माणूस आपल्या आयुष्यात,

एका आयुष्यात नाही लावू शकत. तो लावण्यासाठी अनेक लोकांची अनेक आयुष्यं लागतात.

तुम्ही ज्या वृक्षाला शोधत आहात- आत्म्याच्या, परमात्म्याच्या, मोक्षाच्या, तो काही तुम्ही घाईमध्ये लावू शकणार नाही. इथे तुमच्या मनात आलं आणि तिथे लागला, असं होणार नाही. तो काही काल्पनिक वृक्ष नाही आहे. तो काही कल्पवृक्ष नाही आहे की तुम्ही इच्छा केली आणि होऊन गेलं.

तुम्हाला मोठ्या साधनेतून पार पडावं लागेल, स्वच्छ व्हावं लागेल, शुद्ध व्हावं लागेल. ज्या क्षणी तुम्ही परम रूप होऊन जाल त्याच क्षणी ती घटना घडेल. त्याच क्षणी मीलन होईल. त्याच क्षणी परमात्म्याचं बीज तुमच्या अंतरात पडतं. तुम्ही मरून जाता आणि परमात्मा होऊन जातो.

तिसरा प्रश्न : आपण सांगितलंत की शिक्षक ज्ञान देतो आणि गुरु ध्यान! ध्यान देतो याचा काय अर्थ आहे?

ज्ञान आणि ध्यान खूपच संयुक्त आहेत. ज्ञानाचा अर्थ आहे माहिती आणि माहितीनं भरलेलं मन. आणि ध्यानाचा अर्थ आहे माहिती विरहित मन.

उदाहरणार्थ : एका खोलीत खूप फर्निचर ठेवलं आहे ही ज्ञानाची अवस्था. मग फर्निचर खोलीबाहेर काढून टाकलं, खोली अगदी रिकामी– ही ध्यानाची अवस्था!

ज्ञान हा ज्याचा अर्थ आहे त्याचा अभाव म्हणजेच ध्यान! ज्ञान मिळवताना तुम्ही जो केरकचरा गोळा करता, शब्द, सिद्धांत, शास्त्रं– ध्यानामध्ये ते सर्व टाकून द्यावं लागतं.

शिक्षक देतो ज्ञान, आणि गुरु देतो ध्यान. याचा अर्थ असा होतो की शिक्षक जे देतो ते गुरु हिरावून घेतो. म्हणजे तुम्ही जे काही शिकला आहात आयुष्याच्या शाळेमध्ये, जे काही अनुभव, जे काही ज्ञान तुम्ही मिळवलं आहेत विश्वविद्यालयामध्ये अध्यापकांकडून, शिक्षकांकडून, शास्त्रांमधून, सिद्धांतांमधून तुम्ही जे जे काही जमा केलं आहे, गुरु ते सगळं काढून घेणार आहे. त्या साऱ्याला काडी लावणार आहे. ते सगळं जाळून टाकणार आहे.

तो तुमच्या मनातलं सगळं फर्निचर काढून टाकून तुम्हाला रिकामं करणार आहे. त्या रिकाम्या जागेतच तुम्हाला पहिल्या प्रथम स्वतःच्या विस्ताराची जाण येते. त्या रिकाम्या अवस्थेतच तुम्हाला पहिल्या प्रथम शांतीचा किरण उगवताना जाणवतो. त्या रिकाम्या अवस्थेतच तुम्हाला कळतं की अहंकार नाही आहे, परमात्मा आहे. तुम्ही नाही आहात, तो आहे. 'ओम् सत् सत्' याचा बोध त्याच क्षणामध्ये होतो.

म्हणजे ध्यान आणि ज्ञान यांच्या प्रक्रिया अगदी वेगवेगळ्या आहेत. ध्यान म्हणजे विसरणं, रिकामं होणं.

जणू एखाद्या मुलानं पाटीवर काहीतरी लिहावं आणि मग ते पुसून टाकावं तसं जगानं जे जे तुमच्या मनावर लिहिलं आहे ते पुसून टाकणं म्हणजे ध्यान.

ज्ञानामुळे जे फार त्रासले असतील, फक्त त्यांनाच ध्यानाची प्राप्ती होऊ शकते. तुम्हाला अजून ज्ञानाचा त्रास होऊ लागला नसेल तर तुम्हाला ध्यानप्राप्ती होऊ शकणार नाही. आणि जेथे ध्यानाचा वर्षाव होत असेल तेथूनही तुम्ही काहीतरी शिकूनच परतू शकाल.

असं झालं, एकोणीसशे पन्नासमध्ये माझ्या हातात एक पुस्तक आलं. एका जैन साध्वीने योगशास्त्रावर एक पुस्तक लिहिलं होतं. जैन धर्मामध्ये एक अद्‌भुत योगी होऊन गेला, हेमचंद्राचार्य! हेमचंद्राच्या सूत्रांवर हे पुस्तक आधारित होतं. हेमचंद्राची सूत्रं फार विलक्षण आहेत. पतंजलीची सूत्रं जशी विलक्षण आहेत तशीच हेमचंद्राचीही विलक्षण आहेत. पतंजलीच्या तोडीचा आहे हेमचंद्र.

तर हेमचंद्राच्या सूत्रांचा आधार घेऊन त्या बाईंनी पुस्तक लिहिलं. पुस्तक फारच छान लिहिलं आहे. पण मी फारच गोंधळून गेलो. कारण बाकी सगळं ठीक होतं पण मध्ये मध्ये थोडं थोडं चुकीचंही होतं– तसं असूच शकणार नाही असं होतं. जर त्यांनी अनुभव घेऊन मग लिहिलं असेल, ध्यानाचा अनुभव त्यांना आलेला असेल तर त्यांनी ज्या चुका केल्या होत्या त्या होणं शक्य नव्हतं. माझा गोंधळ हा होता की जे काही त्यांनी लिहिलं होतं ते अगदी स्वच्छ लिहिलं होतं, हा अनुभव घेऊन मग लिहिल्यासारखं होतं. पण काही चुका अशाही होत्या ज्या हा अनुभव घेतलेल्या व्यक्तीकडून होणंच शक्य नसतं.

असो! गोष्ट संपली. मी ते पुस्तक विसरून गेलो. मग जवळ जवळ पंधरा वर्षांनी, एकोणीसशे पासष्टमध्ये मी राजस्थानच्या दौऱ्यावर गेलो होतो. तेथे एका गावात त्या साध्वी मला भेटायला आल्या. त्यांचं नाव मला थोडं ऐकल्यासारखं वाटलं म्हणून मी त्यांना विचारलं, हेमचंद्राच्या योगशास्त्रावर तुम्हीच लिहिलं आहे का?

त्यांनी सांगितलं, 'हो, मीच लिहिलं आहे.'

मी त्यांना विचारलं, 'तुम्ही माझ्याकडे कशासाठी आला आहात?'

त्या उत्तरल्या, 'ध्यान शिकायला आले आहे.'

'तुम्ही तर ध्यान आणि योगावर इतकं सुंदर पुस्तक लिहिलं आहे.'

त्यांनी उत्तर दिलं, 'ते तर फक्त शास्त्राचा अभ्यास करून लिहिलं, माहिती तर मला अजिबात नाही आहे. स्वतःची माहिती नाही आहे. स्वतः जाणून घेतलेलं नाही आहे. आणि आता ते पुस्तक लिहिल्यानंतर मी मोठ्या अडचणीत

सापडले आहे. लोक माझ्याकडे विचारायला येतात आणि मी त्यांना सांगते- ध्यान कसं करायचं ते. आता मी हे तुम्हाला एकट्याला एकांतात सांगते आहे की मला ध्यानातलं अ, ब,क- सुद्धा येत नाही. तुम्ही मला शिकवा.'

हे चाललं आहे. खूप जोरात चाललं आहे. एका अर्थानं हे कायमच चालत आलं आहे.

ध्यानासंबंधीच्या मिळालेल्या माहितीनं तृप्ती झाली नसेल तर जिथे ध्यानाचा वर्षाव होतो आहे तिथूनही तुम्ही ध्यानासंबंधी काहीतरी शिकूनच परत याल, ध्यान नाही शिकू शकणार. कारण ध्यानासंबंधी माहिती मिळवणं म्हणजे ध्यान करणं नव्हे. ध्यान करता येणं ही एक फार मोठी क्रांती आहे. ध्यान करणं याचा अर्थ आहे, तुमच्यामध्ये आमूलाग्र रूपांतर होणं. तो तर एक अनुभव आहे. त्या अनुभवामध्ये तर माहिती संपूर्ण जळून जाते. तुम्हीच फक्त शिल्लक राहता. शुद्ध होऊन सोनंच शिल्लक राहतं. केरकचरा जळून जातो.

गुरु ध्यान देतो याचा अर्थ गुरु ज्ञान काढून घेतो. आणि जिथे तुम्हाला असा गुरु भेटेल, जो ज्ञान हिरावून घेतो आहे, तिथे हिंमत करून थांबून राहा. कारण तिथून पळून जावं असं वाटेल, वाटेल की इथे काहीतरी मिळवण्यासाठी आलो होतो पण इथे तर काढूनच घेतलं जातं आहे.

माणूस घेण्यासाठी फिरतो आहे. कुठूनही थोडं काही मिळालं तर आपली संपत्ती आणखी थोडी वाढेल. आपल्या तिजोरीमध्ये आणखी थोडी माहिती ठेवू, आणखी थोडे पंडित होऊ.

एक जर्मन शोधक रमणकडे आला आणि म्हणाला, मी आपल्या चरणाशी आलो आहे काही शिकण्यासाठी. आपण मला शिकवा. रमणनी सांगितलं, तू चुकीच्या जागी आला आहेस. शिकायचं असेल तर दुसरीकडे कुठेतरी जा. विसरायचं असेल तर मी तयार आहे.

रमण यांचं वचन आहे, इफ यू हॅव कम टू लर्न, देन यू हॅव कम टू द रॉंग पर्सन. इफ यू आर रेडी टू अनलर्न देन आय ॲम रेडी टू हेल्प यू.

अनलर्न! जर शिकलेलं विसरून जायला तयार असाल, जर शिकायला आला असाल- दुसरीकडे कुठेतरी शोधा एखादा शिक्षक. जर शिकलेले विसरून जायला आला असाल- पुष्कळ शिकलात, दमलात, आता हा कचरा फेकून द्यावासा वाटतो आहे, तर गुरु तयार आहे.

ध्यान, जे आजपर्यंत तुम्ही शिकला आहात, ते विसरून जाणं याचं नाव ध्यान आहे. आता बघा, मोठी गमतीची गोष्ट आहे. जे जे काही शिकला आहात ते सगळं तुम्ही ज्या दिवशी साफ विसरून जाल, त्या दिवशी तुम्हाला आत्मस्मरण होईल. कारण ते जे तुम्ही शिकला आहात त्याच्याच मुळे तुम्हाला स्वतःचा शोध

लागत नाही आहे. तुम्ही आणि तुमचं जाणून घेणं याच्या मध्ये तुमच्या शिकण्याची भिंत उभी आहे.

तुम्हाला स्वत:ला जाणून घ्यायचं असेल तर बाकी सर्व माहितीची वस्त्रं उतरवून ठेवा. दुसरं काहीतरी जाणण्याचा त्रास आतमध्ये शिल्लक राहात नाही तेव्हाच स्वत:ला जाणून घेण्याची घटना घडू शकते. सगळं शिकलेलं शून्य होऊन जातं. तेव्हाच आत्मस्मृती येते. कबीर त्याला सुरति म्हणतात. तेव्हाच होतं आत्मस्मरण. तेव्हा माणूस स्व-विवेकानं भरून जातो, आत्मज्ञानानं.

आत्मज्ञान ही काही माहिती नाही आहे. कारण ते तर तुम्ही आहातच. तुमच्या माहितीचे पडदे थोडे बाजूला होतील, तुम्ही थोडा घुंघट बाजूला कराल तर आतमध्ये नवरी मुलगी लपलेली आहे– तुम्हीच आहात ती. पण हे घुंघट आता फारच गडद झाले आहेत. तोंडावर जाड बुरखा घेऊन तुम्ही आरशासमोर उभे आहात, काही दिसत नाही आहे. बुरखा थोडासा दूर सारा, तुम्हाला स्वत:चं प्रतिबिंब दिसू लागेल.

हे सारं अस्तित्व एक आरसा आहे. ज्या दिवशी तुमच्या डोळ्यांवरचा पडदा नाहीसा होतो त्या दिवसांपासून तुम्हाला तुमचं स्वत:चं रूप सगळीकडे दिसू लागतं. चंद्र-तारे तुमच्यासाठीच गुंजारव करत असतात, पक्षी तुमचंच गीत गात असतात. झरे तुमचेच कल-कल सूर छेडत असतात. फुलं तुम्हालाच उमलवत असतात. तुम्हीच या अस्तित्वामध्ये भरभरून राहिलेले असता.

पण एक अट मात्र अनिवार्य आहे– सगळी माहिती दूर केली गेली पाहिजे. सत्यापर्यंत जायचं असेल तर वस्त्रहीन होऊन जायला हवं. सत्यापर्यंत जायचं असेल तर जाणण्याची सगळी वस्त्रं उतरवून ठेवावी लागतील. नग्न होऊन, शून्य होऊनच सत्यापर्यंत पोचता येतं. शून्यता म्हणजे ध्यान!

चौथा प्रश्न : आपण म्हणालात गुरु शिकवत नाही, मारून टाकतो. पण आपण तर दररोज बोल बोल बोलून आम्हांला शिकवतच राहिला आहात. आपल्या सतत बोलण्यामध्ये मारण्याची कोणती प्रक्रिया दडलेली आहे?

माझ्या बोलण्याने दोन गोष्टी होऊ शकतात. तुम्ही काही शिकण्यासाठी आला असाल तर शिकून परत जाल. तुम्ही काही विसरण्यासाठी आला असाल तर विसरून जाऊन इथे राहाल. माझ्या बोलण्यापेक्षा, तुम्ही काय कराल हे तुमच्यावरच अवलंबून आहे.

पंडित प्रकारचे काही लोकही इथे हजर आहेत. ते माझं बोलणं तोंडपाठ करतील. ते पोपट होतील. पोपट होतील आणि परत जातील. जाऊन जे शिकून आले आहेत ते दुसऱ्यांना शिकवू लागतील. ते रस्ता चुकले. ते माझ्याकडे

आलेच नाहीत. जे काही ते इथून घेऊन गेले ते तर त्यांना इतर कुठेही मिळालं असतं. ते पाणी या विहिरीचं पाणी नव्हतंच. ते तहानेलेच परत गेले किंवा विहिरीचं चित्र घेऊन परत गेले. किंवा पाणी पिण्यासाठी विहिरीजवळ जी गर्दी जमली होती त्या गर्दीच्या गप्पा ऐकूनच परत गेले. किंवा विहिरीचं पाणी पिऊन जे तृप्त झाले होते त्यांच्या तृप्तीबद्दल माहिती ऐकून गोळा करून परत गेले. पण त्यांनी स्वत: विहिरीचं पाणी नाही प्यायलं. पाण्यासंबंधी माहिती गोळा करून परत गेले- पंडित झाले.

पण जे विसरण्यासाठी आले आहेत, माझं रोजचं बोलणं, त्यांचं ज्ञान हिरावून घेऊ लागलेलं आहे. मी बोलतो तुम्हाला शिकवण्यासाठी नाही, तुम्हाला विस्मरण घडवण्यासाठीच बोलतो. आणि तुम्ही जर माझं बोलणं लक्षपूर्वक ऐकलंत तर लौकरच तुमच्या लक्षात येईल की तुमचं सगळं ज्ञान मी काढून टाकलं आहे.

म्हणूनच तर तुम्हाला माझ्यामध्ये इतके विरोधाभास दिसतात. कारण मी आज एक सांगेन, काल दुसरं काही सांगितलं होतं आणि परवा आणखीनच वेगळं काहीतरी सांगेन, तुम्ही माझं बोलणं ऐकतच राहिलात तर मी इतका परस्परविरोधी आहे, इतका काँट्राडिक्टरी आहे की तुम्ही मला पकडूच शकणार नाही. तुमच्या हातून सगळं सुटून जाईल. मला पकडायचं असेल तर तुमच्या हातून सगळं सुटून जाईल.

मला जर तुम्हाला काही शिकवायचं असतं तर मी असा परस्परविरोधी बोलणारा होऊ शकलो नसतो. मग मला सुसंगत राहावं लागलं असतं. म्हणजे मी रोज रोज तुम्हाला शिकवत जायचं आणि रोज रोज ज्ञानाचं एक घर तुमच्या आत तयार व्हायचं. माझं काम हे आहे– आज मी एक वीट ठेवतो, उद्या ती काढून घेतो. मी घर बनूच देणार नाही कधी.

तुम्ही माझं बोलणं ऐकतच राहाल तर कोणीतरी एखाद्या दिवशी विचारलं तुम्हाला की मी काय शिकवलं तर तुम्ही मूक उभे राहाल. तुम्ही म्हणाल, सांगणं कठीण आहे कारण मी जे काही शिकवलं आहे, ते लगेच पुसूनही टाकलं आहे. मी रेष काढली आणि पुसूनही टाकली. तुम्ही ती पकडण्याच्या आधीच मी पुसून टाकतो.

शेवटी तर तुम्ही फक्त माझ्याजवळ अगदी रिकामे असे राहाल. हे तुमच्यावर अवलंबून आहे. आणि हे असं काही माझ्याजवळ घडतं असं नाही आहे. हे नेहमीच होत आलं आहे. महावीर, बुद्ध जे बोलले ते ऐकणाऱ्यांमध्ये काही जणांना तरी ध्यानाची प्राप्ती झाली, काहींना पांडित्य प्राप्त झालं. त्यांनीच जैन धर्म तयार केला. कारण ज्यांना ध्यानाची प्राप्ती झाली त्यांना कसली फिकीर

आहे? ज्याने रस चाखला, मग्न होऊन गेला त्याला काय जरूर आहे संप्रदाय उभा करण्याची, धर्म स्थापन करण्याची? गोष्ट संपलीच. कबीरांनी म्हटलं आहे, मन मग्न झालं, आता काय बोलायचं? त्यांनी फिकीरच सोडून दिली सगळी.

पण जे पंडित होते त्यांनी शब्द-न्-शब्द संग्रह करून ठेवला. मजेची गोष्ट अशी– महावीराचे जे अकरा गणधर आहेत ते अकराही जण ब्राह्मण पंडित आहेत. स्वत: महावीर क्षत्रिय आहेत. स्वत: महावीरांचं सगळं चिंतन आणि सगळा उपदेश वेदांच्या उलट आहे. पण महावीरांचे जे अकरा, ज्यांनी महावीराच्या धर्माची स्थापना केली, जैन धर्माची निर्मिती केली ते अकराही जण ब्राह्मण पंडित होते. मोठी आश्चर्याची गोष्ट आहे.

बुद्ध क्षत्रिय होते, पण ज्यांनी बुद्ध धर्म निर्माण केला ते सगळे ब्राह्मण पंडित आहेत. तुम्ही थोडा विचार करा, कृष्ण क्षत्रिय आहे, राम क्षत्रिय आहे पण राम आणि कृष्णाचा धर्म ज्यांनी स्थापन केला ते सगळे ब्राह्मण पंडित आहेत.

पंडित शब्दांचा संग्रह करतो. त्यांच्यावर एक घर बांधतो. ज्ञानी माणूस धर्माला जन्म देतो. पंडित संप्रदाय बनवतो.

तुमच्यापैकीही काही जण माझं बोलणं ऐकून काही संग्रह करतील. मी सर्व प्रकारच्या अडचणी आणतो आहे तरीही. तुम्ही ते करू शकणार नाही. आणि केलंत तर लोक तुम्हाला अडचणीत आणतील. कारण मी इतक्या परस्परविरोधी गोष्टी सांगतो आहे की त्या समजावून सांगायला कोणी पंडित समर्थ नाही. या परस्परविरोधी गोष्टींचा एकमेकींशी संबंध काय आहे हे समजावून सांगायला–

महावीरांच्या सांगण्यामध्ये विरोध नाही आहे. महावीरांची वाणी एका संगतीने भरलेली आहे. पंडित त्याचं बोलणं समजावून सांगू शकतो. बुद्धाच्या सांगण्यामध्ये विरोध नाही आहे. त्यात एक संगती आहे. माझ्या बोलण्यामध्ये मी जाणूनबुजून संगती राखलेली नाही कारण त्यातूनच संप्रदाय निर्माण होतो.

म्हणजे जो पंडित आहे तो माझ्याकडून आणखी चांगला पंडित होऊन जावा– नुकसान फक्त त्याचं स्वत:चंच होईल, दुसऱ्या कुणाचं नुकसान तो करू शकणार नाही.

तुमच्यावर अवलंबून आहे. मी रोज एवढ्यासाठीच बोलतो की त्यामुळे तुमचं मन रिकामं होऊन जाईल. माझं बोलणं तुम्हाला काही देण्यासाठी नाही आहे, माझं बोलणं– आपण रोज सकाळी घरात झाडू मारतो स्वच्छतेसाठी– तसं आहे. तुम्ही चोवीस तासांत जमा करत असता, रोज सकाळी मी झाडू फिरवतो- थोडी साफसफाई करण्यासाठी.

पाचवा प्रश्न : आपण सांगितलं, आहे की शिष्याला केव्हा काय सांगावं हे

सद्‌गुरूला माहीत असतं. शिष्याची गरज आणि स्थिती यांच्या अनुसार ते शिष्याला मार्गदर्शन करतात. शिष्याला काही सांगावं, मागावं लागत नाही.

मला खूप वेळा आपल्या मार्गदर्शनाचा अभाव जाणवतो आणि आपल्या दर्शनासाठी येण्याचीही इच्छा होते. पण वर सांगितलेल्या वचनावरही श्रद्धा असल्यामुळे मी धैर्य आणि प्रतीक्षा यांचा स्वीकार करतो.

ही श्रद्धा पक्की नाही आहे. नाही तर हा प्रश्न आलाच नसता.

जर मनामध्ये पक्की खात्री असेल की जेव्हा जरूर असेल तेव्हा गुरु बोलावून घेईल, जेव्हा जरूर असेल तेव्हा सांगेल, जी जरूर असेल तिचा निर्देश देईल तर अभाव का भासतो? आणि मग श्रद्धेचा अर्थ काय होतो?

ही श्रद्धा अगदी नपुंसक आहे. खोटी आहे. न येण्याचं आणखी काहीतरी कारण असणार. अहंकार हे कारण असेल- कसं जायचं विचारायला? मी आणि मार्गदर्शन मागायला जाऊ?

कठीण असतं. विचारल्यावर कळतं की तुम्हाला ठाऊकच नाही आहे. म्हणून माणूस विचारायलाच घाबरतो. त्या कारणाने अडखळला असाल.

पण जर श्रद्धा पक्की आहे– आणि श्रद्धा कच्ची नसतेच कधी. श्रद्धेचा अर्थच पक्की श्रद्धा असा आहे. कच्ची श्रद्धा याला काय अर्थ आहे? डळमळीत श्रद्धा याला काही अर्थ नाही. श्रद्धा म्हणजे श्रद्धा. मग हा प्रश्न येतोच कसा? मग प्रतीक्षा करण्यात आणि धीर धरण्यात अडचण काय येणार? मग एक जन्मभर जरी गुरूनं बोलावलं नाही तरी फरक पडतं नाही. कदाचित न बोलावणं हेच त्याचं मार्गदर्शन असेल, असंही होऊ शकतं. कदाचित धीर धरा, अमाप धीर धरा हेच त्यानं तुमच्यासाठी योजलं असेल.

पण आपलं मन कायम शंका घेत असतं. श्रद्धा पूर्ण राहात नाही आणि संशयही पूर्ण राहात नाही. अरत्र ना परत्र. मनाची अवस्था अगदी धोब्याच्या गाढवासारखी असते. घरचंही नाही आणि घाटाचंही नाही.

संशयही असतो...

तोही पूर्ण नसतो– नाही तर विचारायला या, थांबू नका.

श्रद्धा आहे...

तीही अर्धवट, लंगडी आहे.

थांबणार असाल तर पूर्णपणे थांबा, विचारणार असाल तर पूर्ण विचारूनच घ्या. नाही तर मग धीर धरा– पूर्ण धीर. नाही तर मग धीर धरणं सोडून द्या– संपूर्णपणे सोडून द्या.

लक्षात ठेवा, पूर्णत्वामुळेच मुक्ती मिळते. पूर्ण संशयही अर्धवट श्रद्धेपेक्षा

चांगला. पूर्ण नास्तिकता अर्धवट आस्तिकतेपेक्षा चांगली. पूर्ण तणाव, पूर्ण अशांती, अर्धवट शांती आणि विश्रामापेक्षा खूप चांगली. कारण पूर्णत्वामुळे क्रांती घडून येते. जेथे पूर्णत्व येतं तिथून त्याला ओलांडून जावंच लागेल. तेथून आणखी वर जावंच लागेल. पूर्णत्वाचा अर्थच हा होतो की आता यामध्ये दुसऱ्या कोणत्याही अवस्थेची शक्यता राहिली नाही. आता काहीतरी करावंच लागेल. शेवटचा मुक्काम आला आहे.

अर्धे अर्धे लोक मरतात. व्यर्थच मरतात आणि व्यर्थच जगतात. एक काहीतरी निश्चित ठरवा. आपलं मन नीट तपासून घ्या.

जर असं वाटत असेल की धीर धरणं कठीण आहे तर विचारायला या आणि जर असं वाटत असेल की श्रद्धा पूर्ण आहे, धीर धरणं शक्य आहे तर हा प्रश्नही विचारू नका.

म्हणूनच मी सूचना दिली आहे की प्रत्येक व्यक्तीनं आपल्या प्रश्नावर स्वत:चं नावही लिहावं. काही लोक प्रश्नावर नाव लिहीत नाहीत. त्यातही अहंकार शाबूत ठेवण्याचा प्रयत्न करतात की हा प्रश्न कोणी विचारला आहे हे मला कळू नये. असा आपला अहंकार वाचवत वाचवत तुम्ही कुठे पोचू शकणार आहात?

प्रश्न आहे, तर आहे. तो विचारायचा आहे. उत्तर शोधायचं आहे आणि त्याच्या पलीकडे जायचं आहे. नाही तर डॉक्टरपासून आपलं आजारपण लपवून ठेवण्यासारखंच होईल हे. डॉक्टरला आपला रोग तर सांगावाच लागेल. नाही तर निदानच होऊ शकणार नाही आणि निदान न करताच दिलं गेलेलं औषध नुकसानच करेल. त्यापेक्षा औषध न घेतलेलं बरं. चुकीचं औषध मिळालं तर भयंकर नुकसान होतं कारण सगळी औषधं विष अस्तात. रोगाला योग्य ते औषध दिलं तरच हे विष योग्य काम करतं. नेमक्या रोगाला नेमकं औषध मिळालं नाही तर ते विष नुकसान करतं.

म्हणजे गुरूजवळ असणं म्हणजे अग्नीजवळ असणं. तेथे थोडा विचार करून, स्वच्छ होऊन राहा. राहायचं असेल तरच राहा नाही तर पळा इथून.

प्रश्न विचारायचा असेल तर प्रामाणिकपणे विचारा. श्रद्धा ठेवायची असेल तर प्रामाणिकपणे श्रद्धा ठेवा- आणि स्वच्छ, निर्मळ होणं फार आवश्यक आहे. तुकड्या-तुकड्यामध्ये वाटले गेलात तर तुम्ही कुठेच पोचू शकणार नाही. तुम्ही असेच त्रिशंकूसारखे लटकत राहाल.

सहावा प्रश्न : आशेवर आकाश लटकलेलं आहे. आशा सोडून दिली तर आकाश कोसळून पडणार नाही का?

आकाश नाही पडणार, आशाच कोसळून पडेल आणि आकाश बिलकुल आशेवर टांगेललं नाही.

पण माणूस असाच विचार करतो– तुम्ही त्या पालीबद्दल ऐकलं असेल– पालींच्या समाजात कोणाचं तरी लग्न होतं. एका महालात राहणाऱ्या एका पालीलाही लग्नाचं निमंत्रण होतं. अर्थातच इतरांच्या आधीच मिळालं कारण ती महालात राहणारी होती. तिनं सांगितलं, मी नाही येऊ शकणार. कारण मी आले तर महालाचं छत कोसळेल. मीच तर सांभाळून धरलं आहे.

पालीला वाटतं की तिनंच महालाचं छप्पर तोलून धरलं आहे. ती जर कुठे गेली तर महाल कोसळून पडेल.

तुम्ही त्या म्हातारीची गोष्टही ऐकली असेल. तिला वाटायचं तिचा कोंबडा आरवतो म्हणून सूर्य उगवतो. पण गावातले लोक तिला हसत असत. तिला असं वाटणंही साहजिकच होतं कारण नेहमी असंच होत आलं होतं. कोंबडा आरवल्यानंतरच सूर्य उगवत होता. गावातले लोक हसत आणि तिला म्हणत, म्हातारे, तुला वेड लागलं आहे.

एक दिवस ती रागावून आपल्या कोंबड्याला घेऊन दुसऱ्या गावाला गेली. म्हणाली– आता रडा, आता भटका. आता मला शोधाल आणि तडफडाल, पश्चात्ताप कराल की आपण हे काय केलं. आता कधीच सूर्य उगवणार नाही. मी कोंबडा घेऊन चालले आहे. दुसऱ्या गावातही कोंबडा आरवला आणि सूर्य उगवला. म्हातारी म्हणाली, आता मूर्ख लोक रडत असतील. सूर्य इथे उगवला आहे. जिथे कोंबडा आहे तिथे सूर्य आहे.

आशेवर काहीही टांगलेलं नाही. आशाच तुम्हाला चुकीच्या वाटेने नेते आहे. आशेमुळेच फाशी लागली आहे तुम्हाला. हे थोडं समजून घ्या.

आशेमुळेच तुम्ही जीवनात काहीही शिकू शकत नाही. एक माणूस दहा हजार रुपये कमावतो. प्रथम त्याच्या मनात विचार असतो की दहा हजार झाले की सगळं ठीक होईल. दहा हजार झाले, काहीसुद्धा ठीक झालं नाही. आशा म्हणते, दहा लाख झाले की सगळं ठीक होईल. तो साफ विसरूनच जातो की हीच आशा आधी सांगत होती– दहा हजार झाले की सगळं ठीक होईल.

हिचं पहिलं सांगणं मान्य करून वागलं– काही ठीक झालं नाही. आताही हीच आशा सांगते आहे, दहा लाख झाले की सगळं ठीक होईल. मग दहा लाखसुद्धा होतात, तरीही काही ठीक होत नाही. उलट आधी जे काही नीटनेटकं होतं तेही बिघडून जातं. आशा आताही म्हणते आहे, दहा लाखांनी काय होणार? याला काय संपत्ती म्हणायचं? दहा कोटी! अशा आशेवर आकाश टांगलेलं आहे. हे काय आकाश आहे?

भ्रांती, भ्रम, मृगजळ स्वप्नं हे टांगलेलं आहे.

माणूस धावतोच आहे. आशा अनुभवाला पराजित करते आणि तुम्हाला काही शिकू देत नाही.

एका स्त्रीवर तुमचं प्रेम बसतं किंवा एका पुरुषावर तुमचं प्रेम बसतं– मोठ्या आशेनं मोठ्या अपेक्षेनं बँडबाजे लावून सुरुवात करता. खूप फुलंबिलं अंथरून, सुगंधाचा शिडकावा करून प्रवास सुरू होतो. लौकरच सगळा दुर्गंध होऊन जातो. लौकरच भांडणं सुरू होतात, विषाद वाटू लागतो, दुःख होऊ लागतं.

आशा तरीही पाठ सोडत नाही. ती म्हणते, ही स्त्री चुकीची आहे, हा पुरुष चुकीचा आहे. दुसरी स्त्री, शेजारची स्त्री मिळाली असती तर सर्व ठीक झालं असतं. माझी निवड चुकली.

पश्चिमेकडे त्यांनी निवडीची सोय करून घेतली आहे. आयुष्यात दहा दहा वेळा घटस्फोट घेतलेले लोक आहेत. आणि तरीही त्यांना आशा आहे की अकरावी पत्नी आली की सगळं ठीक होईल, किंवा अकराव्या पतीमुळे सगळं ठीक होईल.

आशा अनुभवावर जय मिळवते. आशेमुळेच तुम्ही अनुभवाचं सार काढून घेऊ शकत नाही. तुमचं जीवन बदलू शकत नाही. पुन्हा तुम्ही तीच चूक करता, पुन्हा तीच चूक करता. आणि आशा सांगतच असते की या वेळी चुकलं, काही हरकत नाही. पुढच्या वेळी सगळं ठीक होईल आशा भलत्या वाटेने नेते, सांभाळत नाही.

जर तुमच्या आयुष्यातून आशा नष्ट झाली– मी असं नाही म्हणत आहे की तुम्ही निराश होऊन जा, हे थोडं समजून घ्या. कारण निराशा हेदेखील आशेचं निषेधात्मक रूप आहे. तीही आशाच आहे, पराजित झालेली. तेही आशेचंच रूप आहे हरलेलं, पण आहे आशाच.

तुम्ही एखादा माणूस बघता– अगदी निराश होऊन बसला आहे– म्हणजे काय झालं आहे? त्याला काही ज्ञानप्राप्ती नाही झालेली. आशा अजूनही आहे, पण हरला आहे, आता धावण्याची हिंमत राहिली नाही. आशा तर अजूनही आहे की अंगात ताकद असती, जवळ पैसा असता, संधी मिळाली असती, योग आला असता, भाग्य, भगवान यांची साथ मिळाली असती तर काहीतरी करून दाखवलं असतं. अजूनही आशा आहेच जिवंत आत.

पण बाहेर थकून गेला आहे, मोडून गेला आहे म्हणून निराश आहे. निराशेच्या आत आशेचा दिवा जळतोच आहे. फक्त चारही बाजूंनी अंधार घेरून आला आहे.

आशेपासून मुक्त याचा अर्थ आहे आशा आणि निराशा या दोन्हींपासून

मुक्त. असा माणूस जो अनुभवाकडे उघड्या डोळ्यांनी पाहतो, आशेच्या माध्यमातून नाही आणि जो जीवनाच्या वास्तवाकडे त्याच्या रुक्षतेसकट पाहतो, आशेच्या ओलाव्यामधून नाही. जो वासना, तृष्णा, कामना यांच्या स्वप्नामधून जीवनाच्या सत्याकडे पाहात नाही, नग्न सत्यांकडे सरळ पाहतो, त्याला ना आशा आहे, ना निराशा आहे. आशा-निराशा एकाच नाण्याच्या दोन बाजू आहेत. त्यानं ते नाणंच फेकून दिलं आहे. आता तो वास्तवात जगतो आहे. आणि जो वास्तवात जगतो तो रोज रोज खरा होत जातो. रोज त्याचं जीवन सत्याच्या जवळ जवळ जात असतं.

सत्यामध्ये जगण्याची क्षमता हे मोठं धाडस आहे. आशा तर कोणीही ठेवू शकतं. कमजोरांतील कमजोर माणूसही पहिलवान होण्याची आशा ठेवू शकतो. गरिबांतील गरीब माणूस सम्राट होण्याची आशा ठेवू शकतो. भोगी माणसांमधील सर्वात भोगी माणूस त्यागी होण्याची आशा ठेवू शकतो. आशा ठेवण्यात काहीच अडचण नाही आहे. आशा कोणीही करू शकतो. आशा तर फुकटच मिळते. म्हणून मी म्हणतो की आशेखेरीज या जगात काहीही फुकट मिळत नाही. सत्य तर मिळत नाहीच– फक्त आशा मिळते– फक्त आशा!

मी ऐकलेली एक गोष्ट आहे– खूप जुनी आहे. एका माणसाने परमात्म्याची खूप पूजा, प्रार्थना केली. परमात्मा प्रसन्न झाला. जो शंख वाजवून तो माणूस पूजा करत असे त्या शंखाकडे बोट दाखवून परमात्मा म्हणाला, आता हा शंख तुझं वरदान आहे. तू हा नीट सांभाळून ठेव. तुला जे काही हवं असेल ते याच्याकडे माग. तुला ते मिळेल.

तो माणूस घरी आला. तो खूप आनंदात होता. घरी येताच त्यानं दारं खिडक्या बंद करून घेतल्या आणि शंखाला सांगितलं एक महाल हवा आहे. महाल मिळाला. घरात हिऱ्यांचा वर्षाव व्हावा. हिरे बरसले. एक सुंदर स्त्री यावी. सुंदर स्त्री आली. मग हळूहळू जेव्हा सगळंच मिळू लागलं तसा तो फारच निराश झाला. करण्यासारखं काही राहिलंच नाही. आशा करण्यासारखं काही राहिलंच नाही. ते जे आशेवर टांगलेलं आकाश होतं ते कोसळून गेल्यासारखंच वाटू लागलं. आता जे म्हणावं ते घडून येत आहे. मोठ्या संकटात सापडला. माणूस आशेवर जगत असतो. वास्तवात जगूच शकत नाही.

आता हा जो शंख होता तो प्रत्येक गोष्ट सत्यात उतरवत होता. स्वप्नांनाही खरं करत होता. तो मोठ्या अडचणीत सापडला. त्याला वीट येऊ लागला. सर्वात सुंदर स्त्रीचाही वीट येऊ लागला. हिरे-माणकं तशीच पडून राहात. कोण सांभाळणार? काय करायचं? महाल प्रशस्त होता, सगळं काही होतं, जे हवंसं वाटे ते त्याच क्षणी घडून येईल.

एके दिवशी एक संन्यासी त्याच्याकडे पाहुणा आला. रात्री संन्यासी म्हणाला, 'माझ्याजवळ एक शंख आहे. मोठा अद्भुत शंख आहे. तू त्याच्याकडे दहा हजार माग, तो लगेच म्हणतो, दहा हजारानं काय होणार? वीस हजार घे' मोठा अद्भुत शंख आहे.

त्या माणसाला खूप उत्सुकता वाटू लागली. कारण त्याची आशा तर मरूनच गेली होती. त्याच्याजवळ जो शंख होता तो खरा होता. प्रत्येक गोष्टीला सत्य करत होता. त्याची आशा मरून गेली होती. तो म्हणाला, 'माझ्याजवळही एक शंख आहे मी अगदी विटून गेलो आहे त्याला. आपण असं करू, शंखांची अदलाबदल करू.'

शंख बदलले गेले. तो संन्यासी आलाच होता मुळी शंख बदलण्यासाठी. संन्यासी गृहस्थाच्या घरी येतात ते याचसाठी– शंख बदलण्यासाठी. नाही तर कशासाठी येणार? संन्यासी तर हिमालयावर राहणारा असतो. त्याला गृहस्थाच्या घरी येण्याची काय जरूर? शंख बदलण्यासाठी येतो. गृहस्थाजवळ काहीतरी आहे– जे त्याच्याजवळ नाही आहे.

संन्यासी तर शंख घेऊन चालता झाला. यानं आपला नवा शंख ठेवला आणि मोठ्या उत्साहाने म्हटलं, 'दहा कोटी रुपये दे.' त्यानं म्हटलं, 'दहा कोटींनी काय होणार? वीस कोटी घे!' माणूस खुष झाला. शंख असावा तर असा. म्हणाला, 'ठीक आहे, वीस कोटी दे.' शंख म्हणाला, 'वीस कोटींनी काय होणार? चाळीस कोटी घे.'

तो महाशंख होता. तो फक्त बोलणं जाणत होता. तुम्ही जे म्हणाल त्याच्या दुप्पट करून बोलत असे. थोड्याच वेळात माणूस समजून चुकला. छाती पिटत म्हणाला, साफ बुडलो मी. हा शंख देत तर काहीच नाही.

तो म्हणे, 'पन्नास मजल्यांची इमारत' शंख म्हणे, 'एवढ्याने काय होणार? शंभर मजल्यांची इमारत घे.' तुम्ही म्हणा शंभर, शंख म्हणणार दोनशे.

तो शंख आशेचा शंख होता, कामनेचा, तृष्णेचा. तृष्णा कधी भागत नाही. कधी भरून जात नाही. तुम्ही जे मागाल, त्याच्या दुप्पट स्वप्न दाखवते. तो म्हणतो, एक स्वर्ग? दोन स्वर्ग घे. एक परमात्मा हवा? आम्ही दोन देऊन टाकतो. पण देणं- घेणं काही नाही, फक्त फुकाचं बोलणं. छाती पिटून घेतली पण आता उशीर झाला होता.

तुम्हीसुद्धा– सर्वांनीच आयुष्याचं सत्य सोडून देऊन आशेचा शंख पकडून ठेवला आहे. जीवनाचं वास्तव तुम्हाला सर्व काही द्यायला तयार आहे, ज्यामुळे तुमची तृप्ती होऊ शकते. पण तुमची आशा हे मानण्यास तयार नाही– आणखी थोडं– आणखी थोडं. आशेचा अर्थ आहे आणखी-आणखी-आणखी. जितकं आहे

त्याहून अधिक. जे आहे त्याहून अधिक. काहीही मिळालं तरी आशा तृप्त होत नाही. आशा अतृप्तीचं सूत्र आहे. म्हणून मी जेव्हा म्हणतो की आशा सोडून दिलीत तरच तुम्ही जीवनाच्या सत्याशी एकरूप होऊ शकाल तेव्हा मी खूप गोष्टी सांगत असतो. मी सांगतो आहे, भविष्याची चिंता सोडा, वर्तमान पुरेसा आहे. जे तुमच्याजवळ नाही आहे, त्याची चिंता करू नका. जे तुमच्याजवळ आहे ते जरुरीपेक्षा जास्त आहे, थोडा त्याचा उपभोग घ्या. स्वप्नं पसरू नका. सत्य पुरेसं आहे, पुरेसंपेक्षा जास्त आहे.

स्वप्नं पसरून पसरूनच तर तुम्ही सत्यापासून वंचित राहिला आहात. तुम्ही मागू नका. जे मिळालं आहे, त्यासाठी स्वत:ला भाग्यवान समजा.

आणि तुमची आशा संपली की निराशाही संपून जाईल. कारण त्या दोघी एकमेकींच्या सोबतिणी आहेत. ती एक जोडी आहे. आशा पती असेल तर निराशा पत्नी आहे. त्या दोघी एकमेकींबरोबरच असतात. त्यांना कधी वेगवेगळं करता येत नाही. त्यांच्यात कधी घटस्फोट झालेला नाही.

म्हणजे- जर एखादा माणूस निराश होऊन बसलेला दिसला तर तुम्ही असं समजू नका की याला त्यागाची प्राप्ती झाली आहे. याने खूप आशा केली आणि ती पुरी झाली नाही म्हणून तो वैतागून बसला आहे, दु:खी होऊन बसला आहे. तो पुन्हा आशेनं भरून जाईल. लौकरच तो आपल्या या निराशेला विसरून जाईल. पुन्हा एकदा नव्या आशेची उभारी घेईल.

ज्या व्यक्तीला वैराग्याची प्राप्ती होते, त्याची आशा आणि निराशा दोन्ही नष्ट झालेल्या आहेत. त्याने एक निर्णय करून घेतला आहे. जीवनाचा अर्क पिळून घेतला आहे की आज आणि आत्ताच आहे सर्व काही, उद्या-उद्या व्यर्थ आहे. उद्या कधीच उजाडत नाही.

हा क्षण तुम्ही पूर्णपणे जगून घ्या, या क्षणातून बाहेर जाण्याची काहीही आवश्यकता नाही. या क्षणात सर्व काही हजर आहे. पुरं अस्तित्व या क्षणातच आहे. या क्षणातच सारं विराट हजर आहे, सारं ब्रह्म हजर आहे. या क्षणामध्येच संपूर्ण अस्तित्वाच्या नद्या मिळत आहेत. हा क्षणच सागर आहे. तुम्ही हा क्षण पूर्णपणे जगा. या जगण्यातूनच तुमचा दुसरा क्षणही निघेल. या जगण्यावरच उमलेल. या जगण्यानंच विराट होईल, सखोल होईल, मोठा होईल.

पण आशेमुळे नाही. जगून तिला काढून लावा.

जगाचे दोन प्रकार आहेत, एक तर तुम्ही जगा, नाही तर स्वप्नं पाहा. जास्त लोक स्वप्नं पाहतात. आणि त्यांना जर सांगितलं की स्वप्नं सोडून द्या तर ते म्हणतात, आशेवर आकाश टांगलेलं आहे. ते जर पडून गेलं तर त्यांना काही उरणारच नाही. ते विचार करून करूनच जगत असतात.

त्यांची अवस्था अशी असते की एखाद्या माणसाला भूक लागलेली असते पण तो जेवत नाही, तो राजमहालामध्ये चाललेल्या भोजनाची स्वप्नं पाहतो. तो मरणार. कारण अगदी राजमहालातील भोजनाचं स्वप्न पाहिलं, कितीही स्वादिष्ट भोजनाचं स्वप्न पाहिलं तरी त्यापासून रक्त नाही तयार होणार, त्यापासून हाडं नाही तयार होणार. त्यापासून फार फार तर एवढं होईल की तोंडात लाळ जोरात तयार होऊ लागेल. याहून जास्त काही होणार नाही. लाळ खूप सुटली म्हणून काही पोट नाही भरत, भूक आणखी वाढते.

कोरडी भाकरी जवळ असेल तर ती स्वप्नांच्या महोत्सवाहून आणि स्वप्नातल्या मेजवान्यांहून चांगली आहे. कोरडी भाकरीसुद्धा नीट पचवा. तिच्यापासून रक्त बनेल, हाडं बनतील.

अस्तित्व वासनेच्या माध्यमातून जगू नका– यालाच मी संन्यास म्हणतो.

मी जग सोडून पळून जायला नाही सांगत आहे. संसार पूर्णपणे जगा. ध्यानाच्या माध्यमातून जगा, वासनेच्या माध्यमातून जगू नका. वासनेचं माध्यम आशेमधून चालतं आणि ध्यानाचं माध्यम आहे. 'जे आहे', बस् त्यालाच पुरेसं माना.

ध्यान संतोष आहे, संतुष्टी आहे.

आशा असंतोष आहे, अधैर्य आहे.

सातवा प्रश्न : आपण म्हणता की कबीर परम ज्ञानी होते. पण त्यांचा प्रभाव फक्त तथाकथित खालच्या वर्गातील लोकांवरच दिसतो. ब्राह्मणांनी जातिगत पूर्वग्रहांमुळे त्यांना झिडकारलं होतं का?

खूप कारणं होती.

एक म्हणजे कबीराच्या जातीपातीचा काही पत्ताच नाही. कदाचित मुसलमानाच्या घरात जन्मले असतील आणि हिंदूच्या घरात वाढले असतील, म्हणून मुसलमानांनाही पूर्ण खात्री नाही आणि हिंदूंनाही नाही. दोघंही साशंकच होते. आणि तसं हे मोठं प्रतीकात्मक आहे. कोणीही संत हिंदूही नसतो, मुसलमानही नसतो. असूच शकत नाही. संत आणि हिंदू किंवा मुसलमान? गोष्टच पोरकट वाटते. पण कबीराच्या जीवनाचं हे खरंखुरं वास्तव होतं.

नको असलेलं मूल होतं. कदाचित अविवाहित व्यक्तीचं मूल होतं, अनौरस होतं. आईवडील पहाटेच्या अंधारात तलावाच्या किनाऱ्यावर सोडून गेले होते. एक हिंदू संन्यासी रामानंद सकाळी स्नान करण्यासाठी सरोवरावर गेले होते. त्यांच्या पावलाचा धक्का बाळाला लागला. बाळ रडू लागलं. त्यांनी त्याला उचलून घेतलं. आणि घरी आणलं. रामानन्दांनीच त्याला वाढवलं. म्हणजे

वाढलं तरी हिंदूच्या घरात, कदाचित मुसलमान घरात जन्मलं असेल. निदान दंतकथा अशी आहे.

तर हिंदू, मुसलमान समजत होते आणि मुसलमान, हिंदू समजत होते. सहजपणे स्वीकार करायला कोणताच समाज तयार नव्हता.

दुसरी गोष्ट : अतिशय दरिद्री होते. बुद्ध भिकाऱ्याच्या घरी जन्माला आले असते तरीही हीच अवस्था झाली असती. महावीर भिकाऱ्याच्या घरी जन्माला आले असते तरी त्यांची हीच गत झाली असती.

जैनांचे चोवीसही तीर्थंकर राजपुत्र आहेत. हिंदूंचे सगळे अवतार राजे होते. बुद्ध राजपुत्र होते. भारतात जेवढे धर्म निर्माण झाले, त्या सर्व धर्मांमधले अवतारी पुरुष राजवंशातले आहेत. यापाठी काहीतरी कारण असलं पाहिजे.

तुमची संपत्तीची पूजाभावना इतकी सखोल आहे की त्यागी माणसाची पूजा करण्याआधी तुम्ही पक्की खात्री करून घेता की त्याग केवढ्याचा केला आहे? त्यागाचं मोजमाप करण्याची एकच पद्धत तुम्हाला माहीत आहे- की त्याग कितीचा केला? तुम्ही भोगीला मोजता- त्याच्याजवळ दहा कोटी रुपये आहेत असं. तुम्ही त्यागीला मोजता- त्याने दहा कोटी रुपये सोडून दिले आहेत असं. तुमचा तराजू एकच आहे.

त्यागीने काहीच सोडलं नसेल तर तुम्ही म्हणणार, काय सोडलं? कबीर तर गरीब आहेत. सोडायला काहीच नाही आहे. म्हणून जे लोक संपत्तीच्या त्यागालाच त्याग समजतात त्यांना कबीरामध्ये काहीच त्याग दिसला नसावा. त्याग करायला काही नव्हतंच.

म्हणून हा परम संन्यासी आपल्या नजरेआड झाला.

मी तुम्हाला सांगतो की आणखीही खूप लोक बुद्धांच्या दर्जाचे झाले आहेत, आणखीही खूप लोक महावीरांच्या दर्जाचे झाले आहेत. त्यांना कोणी स्वीकारू शकलं नाही कारण लोक म्हणाले, होतंच काय? नंगा माणूस- धुवेल काय आणि नेसेल काय? तुझ्याकडे होतंच काय, तर त्याचा त्याग केलास? त्यागामध्ये अर्थच काय होता? त्याग आहे महावीराचा- बघा- किती घोडे, किती हत्ती, किती रत्नं!

जैनांची पुस्तकं वाचा. ते इतका विस्तार करून सांगतात या हत्ती, घोडे, रत्नांचा की खोटं वाटू लागतं. कारण महावीर काही फार मोठ्या सम्राटाचा मुलगा नव्हते. लहानशी जहागीर होती. जास्तीत जास्त ज्याला आपण आज जिल्हा म्हणतो, बस् तेवढीच असणार. डेप्युटी कलेक्टर एवढीच पत होती बापाची, त्याहून जास्त नव्हती. एक लहानशी मालमत्ता होती. पण जैनांच्या शास्त्रांमध्ये इतके हत्ती घोडे आहेत की इतके खरोखर असते तर सारी जमीन

त्यांनीच व्यापली असती. दुसऱ्या कोणालाही जागाच राहिली नसती.

शिवाय भक्त वाढवत जातात. कारण त्यांना असं वाटतं की आणखी थोडं दान केलं असतं तर महावीर आणखी मोठे झाले असते. वाढवा आणखी थोडं दान. आता तर काही अडचण नाही. पुस्तकात लिहायचं आहे. संख्या वाढवत चला, शून्यावर शून्य देत चला.

आता कोणी संशयही घेऊ शकत नाही, काही तंटा-बखेडाही उभा करू शकत नाही. आणि कोणी केलाच, कोणी असं लिहिलंच की हे खरं नाही आहे तर तुम्ही त्याला ताबडतोब न्यायालयात खेचू शकता- आमच्या धर्माला धक्का लागला म्हणून, आमच्या धर्मावर संशय घेतला म्हणून. म्हणजे कोणी कोणाच्या धर्माच्या संबंधात काहीही म्हणूच शकत नाही. खरं-खोटं जे काही चालतं ते चालतं.

महावीरांच्या योग्यतेचे अनेक लोक होऊन गेले परंतु त्यांचा तीर्थंकर म्हणून स्वीकार होऊ शकला नाही. ज्याच्याजवळ धन होतं त्यालाच तुम्ही तीर्थंकर मानणार-आता त्या धनाचा त्याग केला असला तरी.

फार गोड कथा आहे– गोडही आणि कडूही. गोड अशासाठी की माणसाच्या बुद्धीसंबंधी काही सांगते. आणि कडू अशासाठी की माणसाची ही बुद्धी रोगी वाटते.

कथा अशी आहे. महावीर खरे तर एका ब्राह्मणीच्या पोटी जन्म घेणार होते. एका ब्राह्मणीच्या पोटात गर्भ राहिलाही होता. पण एखादा तीर्थंकर गरीब ब्राह्मणाच्या घरात जन्म घेऊ शकेल का? हे असं कधी घडलेलं नाही. जैन शास्त्र सांगतं की तीर्थंकर नेहमीच राजघराण्यात, क्षत्रियांच्या घरामध्ये जन्म घेतो.

आता काय करायचं? देव मोठ्या चिंतेत पडले की हे तर कधी न घडणारं घडतं आहे. महावीरांनी तर जन्मच घेतला, ते तर गर्भामध्ये प्रविष्टही झाले. मग जेव्हा तो गर्भ सहा महिन्यांचा होता तेव्हा देवांनी एक कट रचला. कट करणं आवश्यकच होतं. कारण शास्त्र खरं झालंच पाहिजे. शास्त्रांना खरं ठरवण्यासाठी देवही खोटेपणा करू लागले आहेत.

त्यांनी ब्राह्मणीच्या पोटातून महावीरांना बाहेर काढलं- ही पहिली शस्त्रक्रिया आहे. आणि त्रिशला- जी नंतर महावीरांची आई झाली- महाराणी त्रिशला-तिच्या पोटातूनही गर्भ बाहेर काढला. तिच्या गर्भाला ब्राह्मणीच्या पोटात ठेवलं आणि ब्राह्मणीच्या गर्भाला त्रिशलेच्या गर्भात ठेवलं. तेव्हा कुठे त्यांना शांती मिळाली. आता सगळं काही शास्त्राप्रमाणे होतं आहे.

कुठे जन्म घ्यावा याचंही स्वातंत्र्य नाही आहे माणसाला. जन्म घ्यायचा तोही शास्त्रांच्या अनुसार. जगायचं शास्त्रांप्रमाणे, मरायचं शास्त्रांप्रमाणे. शास्त्र हे तर

फाशीच वाटू लागलं आहे.

तर महावीर जन्मले क्षत्रियाच्या घरात. खरे होते ब्राह्मणच पण गरीब ब्राह्मण. आणि ब्राह्मण तर गरीबच असणार. ब्राह्मण श्रीमंत होऊ शकत नाही कारण धन गोळा करण्यासाठी जेवढी हिंसा आवश्यक आहे, जेवढी हिंसा, जेवढी फसवेगिरी, बेइमानी लागते ती ब्राह्मणाजवळ नाही. ते क्षत्रियाच्या घरी जन्मले.

कबीराची अडचण ही आहे की देवांनी त्यांच्यासाठी अशी काही व्यवस्था केली नाही. पहिली गोष्ट म्हणजे घराचा पत्ता नाही- बेवारशी. शास्त्राला मान्यच नाही हे. कबीर जन्मले तेव्हा देव झोपी तरी गेले असतील किंवा त्या काळापर्यंत शिल्लकच राहिले नसतील किंवा कलियुग असल्यामुळे विचार केला असेल त्यांनी, की जे होत आहे ते होऊ दे. जे चाललं आहे ते चालू दे.

गरिबाच्या घरात जन्मले एवढंच नव्हे तर अनौरसही आहेत. नाही तर आईवडील सरोवराच्या काठी का सोडून जातील? कोणा कुमारिकेचा मुलगा असणार.

तर काही पत्ता-नाव-गाव माहीत नाही. अगदी बेवारस आहेत. वर हीन दीन! कोण स्वीकार करणार? कोण देव मानून पूजा करणार? ते बुद्ध आहेत अशी घोषणा कोण करणार?

आणि कबीर बुद्धांपेक्षा कणभरही कमी नाहीत. कोणत्याही महावीरापेक्षा त्यांचं श्रेष्ठत्व थोडंही कमी नाही. परंतु परिस्थिती कबीराच्या विरोधी आहे. म्हणूनच तर मी तुम्हाला सांगतो आहे की कबीरांचं नाव शिल्लक आहे हे एक मोठं आश्चर्यच आहे. आपल्यासारख्या आंधळ्यांच्या समाजामध्ये जिथे श्रीमंतीची पूजा होते, पदाची पूजा होते, जेथे फक्त सिंहासनच दिसतं दुसरं काही दिसतच नाही, जेथे कुल-गोत्राची पूजा होते तिथे एक अनौरस मुलगा- ज्याच्या आईवडिलांचा पत्ता नाही, अनाथ अशाचं नाव तरी शिल्लक राहिलं आणि त्याच्यावर प्रेम करणारे थोडे तरी लोक शिल्लक राहिले हा एक चमत्कारच आहे.

बुद्धाच्या पाठीशी जर राज्याची शक्ती नसती- आणि लक्षात ठेवा, बुद्धाच्या पाठीशी राज्याची शक्ती आहे. बुद्धांनी संन्यास तर घेतला पण जीवनभर राज्याच्या शक्तीचा पूर्ण उपयोग करून घेत राहिले. महावीरांच्या पाठीशी राज्याची शक्ती आहे. महावीरांनी संन्यास तर घेतला पण ज्या राज्यात प्रवेश करत, त्या राज्याचा राजा त्यांचा सन्मान करत असे. कारण ते सगळे एकमेकांशी संबंधित आहेत. कोणी भाऊ आहेत, कोणी भाचा आहे, कोणी मामेभाऊ आहे, कोणी चुलतभाऊ आहे. सगळे राजांचे संबंध! कारण राजे लोक तर राजा नसलेल्या घराण्यांमध्ये विवाह करतच नाहीत. तर सगळे एकमेकांचे नातेवाईक आहेत. महावीर जिथे जातील तिथला राजा त्यांचा सन्मान करणार. राजा सन्मान करणार, म्हणजे

वजीरही सन्मान करणार, वजीराने सन्मान केला म्हणजे बाकीचे अडाणी लोक रांग लावून येणारच.

विचार करा- तुमच्या गुरूला भेटायला राष्ट्रपती आले तर सगळे नालायक लोक मागून येणारच. राष्ट्रपती आले म्हणजे सगळं योग्यच असणार.

कबीराला भेटायला तर कधीच कोणी राजा आला नाही. कधी कोणा प्रधानाने दार ठोठावलं नाही. म्हणजे गर्दी जमणार नाहीच. गर्दी तर राजाच्या मागून चालणार.

तर बुद्ध आणि महावीराला जी प्रतिष्ठा मिळाली त्यामध्ये बुद्ध आणि महावीरांचे स्वतःचे गुण, मोठेपणा नाही कारण ते गुण, तो मोठेपणा तर कबीरामध्येही आहे, दादूमध्येही आहे, फरीदमध्येही आहे.

गुणांचं, मोठेपणाचं तर काही महत्त्व नाही आहे. महत्त्व दुसऱ्याच गोष्टीचं आहे. नात्यागोत्याचं आहे, सम्राटांचं आहे. बुद्ध जेथे जातात तेथे सम्राट येऊन चरणांवर वाकतात. सम्राट समजावून सांगतो की परत जा घरी. आपले वडील दुःखी आहेत. अनेक सम्राटांनी सांगितलं, आपल्याला स्वतःच्या घरी जायचं नसेल तर आमच्या घरी या, हे राज्यही आपलंच आहे. मी माझ्या मुलीचा विवाह करून देतो. ही सगळी संपत्ती तुम्ही सांभाळा.

तर या सोयीमध्ये खूप फरक आहे. शिवाय बुद्धाचा जो एवढा सगळा प्रचार झाला साऱ्या जगामध्ये, त्याचं मूळ कारण आहे अशोक! बुद्धाच्या मोठेपणाने हे होऊ शकलं नसतं. हा जो प्रभाव आहे त्याच्यामागे अशोक आहे, त्याची राजसत्ता आहे. अशोकाने संन्यासी, भिक्षू चीन, जपान, लंका, ब्रह्मदेश, सयाम अशा अनेक देशांमध्ये पाठवले. संपूर्ण आशिया भरून टाकलं. आणि अशोकासारख्या सम्राटाने पाठवलं असं म्हटल्यावर इतर सम्राटांनी अहोभाग्य म्हणून स्वीकार केला. अशोकासारखा सम्राट छोट्या छोट्या राज्यांमध्ये भिक्षूंना पाठवतो आहे हे केवढं मोठं भाग्य. त्यानं आपल्या मुलाला, मुलीलाही भिक्षू बनवून पाठवलं.

अशोकानं प्रसार केला बुद्धधर्माचा.

कबीराला असा कोणताच सम्राट भेटला नाही. काशीमध्ये राजा होता पण तो कधी आला नाही. कोण जाणार अशा बेवारस माणसाला भेटायला?

शिवाय कबीरांच्या आयुष्याचा प्रकारच फार वेगळा आहे. त्यांनी सर्व तऱ्हांनी शास्त्र तोडून टाकलं आहे. ते परम संत आहेत. बुद्धांनीही शास्त्र तोडलं मोडलं आहे पण पूर्णपणे नाही. महावीरांनीही शास्त्र तोडलं आहे पण पूर्णपणे नाही. महावीरांनी एवढंच शास्त्र तोडलं, जेवढं तोडलं जाऊ शकत होतं. पण जे अपरिहार्य आहे तेवढं वाचवलंच आहे.

उदाहरणार्थ – शास्त्र म्हणतं- गृहस्थ वेगळा, संन्यासी वेगळा- हे शाबूत

ठेवलं. म्हणजे महावीर संन्यासी आहेत, त्यांचे गृहस्थ आहेत. त्यांनी चार तीर्थे बनवली. साधू, साध्वी, श्रावक, श्राविका हा भेद तर खूप जुना आहे. तो त्यांनी कायम ठेवला आहे. बुद्धानेही कायम ठेवला आहे.

कबीराने सर्व तोडून टाकलं. कबीर साधू आहे की गृहस्थ? कबीर गृहस्थ संन्यासी आहेत की संन्यासी गृहस्थ आहेत? पत्नी आहे, मुलं आहेत. कबीर काम करतात आणि संन्यस्त आहेत. ही मोठी अपूर्व घटना आहे.

मग यांची पूजा कोण करणार? संन्यासी याला भ्रष्ट समजतात आणि गृहस्थ वेडा समजतात. कारण गृहस्थांमध्ये नीट बसत नाही हा माणूस, संन्यासी आहे.

मी असेच संन्यासी बनवतो आहे. ते कुठेच नीट बसणार नाहीत. गृहस्थ म्हणतील, काहीतरी गडबड आहे, डोकं फिरलं आहे. हे काय भगवे कपडे घातले? हे काय भजन-कीर्तनात, ध्यान करण्यात गुंतला आहेस? घरदार सांभाळ. आणि संन्यासी म्हणतील हे भ्रष्ट आहेत. कारण संन्याशाला बायकोमुलं असून कसं चालेल? आणि तुम्ही दुकान चालवता? संन्यासी दुकान चालवतो असं कधी ऐकलं आहे?

मी ज्याला संन्यासी म्हणतो, कबीर असे संन्यासी होते. कबीर दुकानही चालवत होते, कापडही विणत होते. विणकर होते, विणकरच राहिले. खूप लोकांना सांगितलं नंतर, खूप शिष्यही झाले होते, की आता हे बंद करा. तर कबीर म्हणत, नाही, परमात्म्याची जी इच्छा आहे ते घडू दे. मी बंद करणारा कोण? आणि जोपर्यंत हात चालत आहेत तोपर्यंत करू तरी काय? विणत राहू दे. शिवाय बाजारात माझ्या कपड्यांची वाट पाहणारे खूप 'राम' आहेतच.

ते कपडा विणत, नाचत, बाजारात जात. कारण त्यांच्या दृष्टीनं सगळेच राम होते. आणि जेव्हा ग्राहक येई तेव्हा ते त्याला सांगत, रामा, थोडं जपून वापरा, खूप प्रेमानं विणलं आहे.

'झीनी झीनी बीनी रे चदरिया।
रामरस भीनी रे चदरिया ॥'

चादर विणत राहात आणि रामाचं गाणंही गात राहात. कबीरांनी जे कपडे विणले ते विलक्षण आहेत. त्या कापडामध्ये, रामनामाचा रस भरलेला आहे. आणि कबीरांनी म्हटलं आहे की ज्यों कि त्यों धर दीन्ही चदरिया... खूब जतनसे ओढी रे चदरिया । कबीर म्हणतात, पांघरली खरी पण खूप जपून पांघरली.

संन्यासी तो- जो पांघरतच नाही. कारण पांघरताना भीती वाटते- चादर खराब झाली तर! आणि गृहस्थ तो- जो खुशाल पांघरणारच- फाटो, मळो, काही होवो. आणि कबीरांनी पांघरली- खूब जतनसे ओढी रे चदरिया ।

पण 'जतनसे' पांघरली. हा जतन शब्द फार अद्भुत आहे. कृष्णमूर्ती

ज्याला 'अवेअरनेस' म्हणतात तो म्हणजेच हे 'जतन'. खूप लक्षपूर्वक, खूप प्रयत्नांनी, अतिशय जागरूकपणे पांघरली. आणि 'ज्यों की त्यों धर दीन्ही चदरिया।' आणि जेव्हा परमात्म्याकडे परत करण्याची वेळ आली तेव्हा त्यानं जशी दिली होती तशीच्या तशी त्याला परत केली, पांघरून, वापरून मग परत केली. न वापरता उघडं बसून परत केली असं नव्हे.

कबीर असं सांगत आहेत की गृहस्थही असा आणि संन्यस्तही असा. जगामध्ये राहा आणि अस्पर्श राहा, कमळासारखे.

खूप कठीण आहे. म्हणून कबीरांना उच्च जातीच्या लोकांकडून काही मान मिळू शकला नाही कारण त्यांना कबीराकडे जायला भीती वाटत होती. आपल्याहून खालच्या जातीच्या माणसाकडे कोण जाणार? ज्ञानी माणूस क्षत्रिय असेल तर ब्राह्मण त्याच्याकडे जायला बिचकतो. वैश्य ज्ञानी असेल तर क्षत्रिय त्याच्याकडे जायला घाबरतो. वैश्य घाबरतो ज्ञानी शूद्राकडे जायला.

चांभार जातीच्या रैदासाकडे कोणीही गेलं नाही. सेना न्हाव्याकडे कोणी गेलं नाही. विणकर कबीराकडे कोणीही गेलं नाही. ते सर्वात खालचे आहेत. उच्च जातीचे लोक त्यांच्याकडे जायला घाबरतात.

साहजिकच त्यांच्याच स्तरातले लोक त्यांच्याकडे गेले म्हणून कबीरांना मानणारे अधिक लोक खालच्या स्तरामध्येच सापडतील. खालच्या वर्गातील लोकांकडे ना पैसा आहे, ना पद आहे, ना प्रतिष्ठा आहे. त्यांनी कोणाला वर आकाशापर्यंत उचलायचं म्हटलं तरी ते शक्य नाही. खरी गोष्ट अशी आहे की त्यांच्यामुळेच जर कोणी वर आकाशात असेल तर तो उतरून जमिनीवर येईल.

त्यांच्याजवळ तर काहीसुद्धा नाही आहे. म्हणून कबीरांना मानणारे लोक त्यांना उच्चस्थानी नेऊन ठेवू शकले नाहीत. कसे नेणार? काही मार्गच नव्हता. कोणत्याही पायऱ्या त्यांच्याकडे नव्हत्या. उलट ते कबीरांना मानत आहेत या कारणाने-चांभार, भंगी, शुद्र आणि हरिजन कबीरांना मानू लागले, या कारणाने आणखीच अडचण झाली पंडिताची, ब्राह्मणाची, क्षत्रियाची, वैश्याची त्यांच्याकडे येण्यामध्ये.

एकदा असं झालं, मी एका गावात होतो. तेथे रैदासांची जयंती साजरी करण्यात येत होती. रैदास चांभार होते. गावातील चांभार माझ्याकडे आले आणि म्हणाले, तुम्ही या आणि रैदासांवर दोन शब्द बोला. मी कबूल झालो. मी ज्यांच्या घरी पाहुणा होतो ते मोठ्या संकटात सापडले. जैन कुटुंब होतं. खूप संपन्न गृहस्थ होते. ते अस्वस्थ दिसू लागले. संध्याकाळी मला म्हणाले, मला थोडं काम आहे. तुम्हाला एकट्याला पाठवणं चागलं वाटत नाही आहे. कारण चांभारांची सभा. आता त्या सभेमध्ये गावातले प्रतिष्ठित, श्रेष्ठ, व्यापारी हे सगळे

कसे जाणार त्या चांभारांच्या सभेत? आणि मी तर उद्या निघून जाईन इथून पण हे झंझट कायमचं मागे लागेल ना की चांभाराच्या सभेत हे गेले होते.

तेव्हा त्यांनी सांगितलं, 'मला काहीतरी जरुरीचं काम आहे. खरं तर तुमच्याबरोबर यायचं होतं.'

मी म्हटलं, 'तुम्ही बिलकुल काळजी करू नका. मला ठाऊक आहे, असं जरुरीचं वगैरे काही काम नाही आहे पण काळजीचं काही कारण नाही. मी एकटाच जाईन. तुम्ही येण्याची काही आवश्यकता नाही.'

'नाही' ते म्हणाले, 'तुम्ही वाईट वाटून घेऊ नका. तुम्ही बरोबर सांगता आहात, मला काही काम नाही आहे. तुमच्याशी काय खोटं बोलू? पण भीती वाटते-चांभारांची सभा- तुम्हीही नाही जाल तर बरं होईल.'

मी म्हटलं, 'मी तर जाणारच. दुसऱ्या कोणाची असती तर कदाचित गेलोही नसतो. चांभार आले, त्यांना नाही म्हणणं योग्य नाही. कोणी जायलाही तयार नाही.'

शेटजी तर गेले नाहीतच, ड्रायव्हरसुद्धा मला सोडल्यावर दूर गाडी उभी करून गाडीत बसून राहिला. घरून माझ्याबरोबर कोणीच आलं नाही. इतर सर्व ठिकाणी माझ्याबरोबर जाण्यामध्ये प्रतिष्ठा होती. जेथे जातील तेथे व्यासपीठावर बसत. चांभाराच्या सभेमध्ये व्यासपीठावर बसण्याचीही भीती. ड्रायव्हरसुद्धा माझ्याजवळ उभा राहिला नाही. तोसुद्धा गाडी दूर उभी करून थांबला. मी त्याला विचारलं, 'तू ऐकायला नाही आलास? तू तर नेहमी गाडी बंद करून सभेमध्ये येऊन बसतोस.' म्हणाला, 'चांभारांच्या सभेत येऊन बसणं ठीक नाही. शिवाय शेटजींनी जे केलं नाही- शेटजी का आले नाहीत, माहीत आहे तुम्हाला? माझंही तेच कारण आहे. मी ब्राह्मण आहे. शेटजी तर वैश्य आहेत. वैश्य येऊ शकत नाही, मी तर ब्राह्मण आहे. आणि तोही साधासुधा ब्राह्मण नाही, काण्यकुब्ज ब्राह्मण आहे.

वेड्यांचं जग आहे. तऱ्हातऱ्हांचे वेडे आहेत. काण्यकुब्ज, देशस्थ, कोकणस्थ- तऱ्हातऱ्हांचे वेडे आहेत. चांभारांच्या सभेत कोणी जावं? चांभार फार खुष झाले, त्यांना खूप आनंद झाला. म्हणाले, 'आम्ही नेहमीच बोलावतो, निमंत्रण देतो. पण कोणी येतच नाही.'

कबीराजवळ कोण जाणार?

जबलपूरमध्ये मी जेथे अनेक वर्षं राहात होतो तेथे न्हावी 'सेन उत्सव' साजरा करतात- सेना न्हाव्याचा! कोणी जायला तयार नाही. मी बोलत असे तेव्हा ऐकायला दहा हजार-पंधरा हजार माणसं येत असत. हे बघून सेनाच्या भक्तांनी विचार केला की मी जर सेना न्हाव्याबद्दल बोललो तर दहा-पंधरा हजार

लोक येतील ऐकायला. सेना न्हावी प्रसिद्ध होईल. मी त्यांना सांगितलं, 'तुम्ही चूक करता आहात. जे माझं बोलणं ऐकायला येतात दहा-पंधरा हजार लोक, ते मी तुमच्या सेना न्हाव्याबद्दल बोलेन तेव्हा येणार नाहीत.'

ते म्हणाले, 'असं बिलकुल नाही आहे. त्यांचं तुमच्यावर प्रेम आहे, सेना न्हाव्याशी काय देणंघेणं त्यांचं? तुम्ही कोणावरही बोला, ते ऐकायला येतात. गीतेवर बोलता तेव्हा ऐकायला येतात, महावीरावर बोलता तेव्हा ऐकायला येतात, बुद्धावर बोलता, तेव्हा ऐकायला येतात.'

मी म्हटलं, 'ते सगळं ठीक आहे. बुद्ध, महावीर, कृष्ण हे सगळं सवर्णांचं जग आहे. पण तुमचा आग्रहच असेल तर मी येतो.'

मी गेलो. कोणी आलं नाही. पंधरा हजार तर दूरच, पंधरा चेहरेही दिसले नाहीत मला ओळखीचे. फक्त न्हावी दिसले. आणि बिचारे कोणी तरी येईल म्हणून खूप वाट पाहात होते. फक्त पंधरा-वीस जण! त्यांनी मला एका न्हाव्याच्या दुकानासमोर बसवलं. त्यांना फार मोठी आशा होती, खूप व्यवस्था केली होती. मांडव घातला होता. बिछायती घातल्या होत्या. कोणी आलं नाही.

मी त्यांना सांगितलं, ते येणार नाहीत. सेना न्हाव्याबद्दल माझं बोलणं ऐकायला येऊ शकत नाहीत ते सेना न्हाव्याकडे कसे जातील? अशक्य!

आणि भारत हा तर फारच अहंकारी देश आहे. तुम्ही त्याला धार्मिक म्हणता, तो धार्मिक नाहीच आहे. याहून अधिक अहंकारी समाज सापडणं साऱ्या जगात कठीण आहे. मी तुम्हाला सांगतो- भारताच्या बाहेरच ही घटना घडली आहे, तुम्ही त्यांना धार्मिक म्हणत नाही.

येशू सुतार होते तरीही ते 'ईश्वराचा पुत्र' आहेत अशी घोषणा होऊ शकली. मुहम्मद काही फार उच्चवर्णीय नव्हता. शेळ्यामेंढ्या चारणे आणि त्यांची लोकर कापण्याचा धंदा करत होते. तरीही पैगंबर होऊ शकले. भारताच्या बाहेरच हे अघटित घडून आलं आहे. मुहम्मदासारखा अशिक्षित, गरीब, शूद्र वर्गातून आलेला, येशूसारखा अशिक्षित, गरीब, शूद्र वर्गातून आलेला जीवनाच्या अत्युच्च शिखरावर विराजमान होऊ शकला आहे.

भारत तर फारच अहंकारी आहे. इथे जर चुकून ख्रिस्त जन्माला आले असते तर त्यांचीही अवस्था कबीरासारखी झाली असती. इथे मुहम्मद जन्मले असते तर त्यांचीही अवस्था कबीरासारखीच झाली असती, काही वेगळं झालं नसतं.

भारत फार अहंकारी आहे. इथे धर्मही अहंकाराचा एक भाग झाला आहे. आणि धार्मिक अहंकार! पवित्र अहंकार आणखीच धोकादायक असतो. पवित्र विषासारखा धोकादायक. कारण विषामध्ये जर थोडंसं दुसरं काही मिसळलं तर

विष थोडं कमी विषारी होतं.

मुल्ला नसरुद्दीनला मरायचं होतं. बाजारात गेला, विष खरेदी केलं. रात्री विष खाऊन झोपी गेला. कितीतरी वेळा उठून उठून पाहिलं. अजून मेलो नाही? सकाळही झाली. डोळे मिटून थोडा वेळ पडून राहिला. न जाणो, कदाचित मेलेलोही असेन. दूधवाल्याचा आवाज ऐकू येऊ लागला, घरातल्या भांड्याचा आवाज येऊ लागला-काय गडबड आहे? डोळे उघडून पाहिलं- सगळं पूर्वीसारखंच होतं, मेलेला नाहीच. त्याला वाटत होतं स्वर्गात पोचलो आहोत की नरकात? काय झालं? पण मेलाच नाही.

धावतच विष जेथून घेतलं होतं त्या दुकानात गेला, म्हणाला, 'कमालच झाली. तुम्ही फसवलंत मला.' दुकानदार म्हणाला, 'भाऊ, मी तरी काय करू? सगळ्याच वस्तूंमध्ये भेसळ व्हायला लागली आहे.' विष तरी शुद्ध कुठे मिळतं आहे? फक्त दूधच भेसळीचं मिळतं आहे असं नाही, विषामध्येही भेसळ होते आहे. ते विष खाल्लं तरी खात्री नाही देता येणार की नक्की मरण येईल.

शुद्ध विष तर फारच धोकादायक असतं. धार्मिक व्यक्तीचा अहंकार म्हणजे शुद्ध विष आहे. त्यातून सर्व अशुद्ध, सर्व भेसळ काढून टाकली गेली आहे. श्रीमंत माणसाच्या अहंकारामध्ये थोडं अशुद्ध असतं. ते अशुद्ध असं की श्रीमंती गेली तर अहंकारालाही गळून जावं लागेल. पहिलवानाच्या अहंकारामध्येही थोडं अशुद्ध असतं. उद्या शरीर आजारी झालं- आणि पहिलवान खूप वेळा आजारी पडत असतात-भयंकर रोगांनी मरतात. कारण पहिलवानी शरीरावर फारच अत्याचार होत असतात. ते अनैसर्गिक आहे म्हणून गामा असो की आणखी कोणी असो, कॅन्सर, क्षयरोग अशा भयंकर रोगांनी मरतात-मरणारच. कारण शरीरावर जबरदस्ती करत असतात. पहिलवानी हे काही आरोग्य नाही आहे.

तर एक दिवस शरीर मरेल, तुटून पडेल, सडून जाईल तेव्हा सगळा गर्व उतरून जाईल. आज पदावर आहात, मंत्री आहात की मुख्यमंत्री आहात, उद्या नाही राहणार. मग मतांची भीक मागत फिरात. म्हणून तो गर्वही शुद्ध नाही.

पण धार्मिक माणसाचा गर्व अगदी शुद्ध असतो. तुम्ही तो हिरावून घेऊ शकत नाही. तो चारित्र्यवान आहे. चारित्र्य कसं हिरावून घ्याल? तो रामाची शाल पांघरतो, रामनामाचा जप करतो ते कसं हिरावून घ्याल? तो मंदिरात जातो, पूजाअर्चा करतो, यज्ञ, याग करतो ते कसं हिरावून घ्याल? त्याचा अहंकार हिरावून घेणं फार कठीण!

भारत महा-अहंकारी आहे. त्यानं आपल्या अहंकारावर अनेक आभूषणं चढवली आहेत. आणि म्हणून बऱ्याचशा परमज्ञानी लोकांचा फायदा हा देश घेऊ शकला नाही आहे. या देशामध्ये असे अनेक जण जन्मले आहेत ज्यांनी

सत्य जाणलं आहे.

म्हणून मी एका बाजूला उपनिषदांवर बोलतो आहे, कृष्णावर बोलतो आहे, पण कबीराला विसरत नाही. मधून मधून कबीरालाही घेऊन येतो. कोणत्या ना कोणत्या रीतीनं राजपुत्र आणि शूद्रांना एकत्र आणायचं आहे. कसं तरी सिंहासन आणि भिकारी यांना जवळ आणायचं आहे. म्हणजे आपल्याला हे समजेल की सत्य प्राप्त करून घेणं याचा संबंध ना जातीशी आहे, ना वर्णाशी आहे, ना धर्माशी आहे, ना कुळाशी आहे, ना गोत्राशी आहे. सत्याचं आकाश सर्वांसाठी खुलं आहे. ज्याला कुणाला यायचं असेल त्याचंच स्वागत आहे.

आज इतकंच!

आंखरिया झांई पडी, पंथ निहार निहार ।
जीभडिया छाला पडा, राम पुकारि पुकारि ।।
इस तन का दीवा करौं, बाती मैल्यूं जीव ।
लोही सीचौं तेल ज्यूं, कब मुख देख्यौं पीव ।।
सुखिया सब संसार है, खायै अरु सोवै ।
दुखिया दास कबीर है, जागै अरु रोवै ।।
नैन तो झरि लाइया, रहंट बहै निसुवार ।
पपिहा ज्यों पिउ पिउ रटै, पिया मिलन की आस ।।
कबिरा वैद बुलाइया, पकरि के देखी बांहि ।
वैद न वेदन जानई, करक कलेजे मांहि ।।

प्रवचन तिसरे

पिया मिलन की आस

देवाला शोधणं फार विलक्षण आहे. कारण ज्याला आपण शोधत असतो त्याचा पत्ता आपल्याला माहीत नसतो. तो आहे की नाही हेही नक्की नसतं.

एखादं ध्येय समोर असेल तर रस्त्यानं चालणं सोपं होऊन जातं. पण ध्येय दिसत तर नाहीच, आहे की नाही याचाही संदेह असेल, हातात कुठलाही नकाशा नाही, कोणत्याही दिशेकडे हात दाखवणं नाही, रस्त्यावर मैलाचे दगडही नाहीत.

हा शोध फार वेगळा आहे. म्हणूनच तर फार थोडे लोक शोध सुरू करतात. इतक्या विलक्षण मोहिमेमध्ये जाण्याचं धाडस फार थोड्या लोकांमध्ये असतं. आणि जे हा शोध सुरू करतात, त्यांच्यापैकीही फारच थोडे ध्येयाशी पोचतात.

चार प्रकारचे लोक आहेत. ते नीट समजून घ्या. पहिला वर्ग आहे सरळ स्वभावाच्या लोकांचा. यांच्या जीवनामध्ये असलेली श्रद्धा अगदी स्वाभाविक असते. त्यांना संदेह माहीतच नसतो. ज्यांनी त्या घाटाचं पाणी चाखलेलंच नसतं, काहीतरी करून ते त्यापासून दूर राहिले आहेत, ते लहान मुलासारखे असतात. विश्वास ठेवणं एवढंच त्यांना माहीत असतं. त्यांना विश्वास म्हणजे काय हेही माहीत नसतं. कारण ज्याला संशय आलेला आहे, त्यालाच विश्वास म्हणजे काय ते कळणार. या लोकांचा सरळपणा इतका अंगभूत असतो की त्यांना हे कळूच शकत नाही.

अशा लोकांना तर परमात्म्याची प्राप्ती झालेलीच असते. फक्त डोळे उघडण्याचा अवकाश असतो. दार ठोठावण्याचाच अवकाश असतो. कदाचित त्यांना एक पाऊलही टाकावं लागणार नाही आहे. ते जेथे आहेत तेथेच त्यांचा परमात्मा प्रकट होईल.

एके काळी पृथ्वीवर फक्त याच वर्गाचे लोक होते. पण हळूहळू ते कमी होत गेले. त्याचीही कारणं आहेत.

त्या काळी संदेहाचं, संशयाचं शिक्षणच नव्हतं. सारं जीवन एकच शिक्षण देत असे. श्रद्धेचं. सर्व बाजूंनी निसर्गाची एकच खूण पटत असे- श्रद्धेची. चंद्रतारेही श्रद्धेनंच फिरतात असं वाटत असे. रोज सकाळी सूर्य वेळेवर उगवत असे, कधी चालढकल करत नसे. ऋतू एका वर्तुळाकारामध्ये फिरत- शांतपणे! मूल मोठं होतं, तरुण होतं, म्हातारं होतं- सगळं व्यवस्थित आहे. सगळं काही एका सखोल अनुशासनाच्या बंधनामध्ये आहे.

त्या काळात, जेव्हा श्रद्धावान वर्गाचं प्राबल्य होतं, काही शिक्षण नव्हतं, कसलाही संदेह नव्हता. कुठूनही संशयाचं शिक्षण मिळत नव्हतं. लहानपणापासून- डोळे उघडल्याक्षणापासून, मृत्यूच्या क्षणापर्यंत- डोळे बंद होईपर्यंत- सारं जीवन

एकच गोष्ट शिकवत असे- विश्वास.

आता तो वर्ग जवळजवळ नाहीच. लाओत्सेचं एक फार प्रसिद्ध वचन आहे-जेव्हा धर्म नाहीसा झाला तेव्हा लोकांनी धर्माचं चिंतन करायला सुरुवात केली. तो धर्म या पहिल्या प्रकारच्या लोकांचा धर्म असणार. धर्म नव्हताच. हे थोडं समजून घ्या.

धर्माची गरज नास्तिक माणसालाच असते. धर्माची जरूर संशयी माणसालाच भासते. धर्माची आवश्यकता रोगी माणसालाच असते. कारण धर्म औषध आहे. तुम्हाला आजारच नसेल तर धर्माचं कामच काय?

लाओत्से म्हणतो, त्या प्राचीन दिवसांचं स्मरण करा, तेव्हा धर्माचा कोणालाही पत्ताच नव्हता. कारण लोक नैसर्गिकपणेच धार्मिक होते. लोक निरोगी होते, औषधाचा काही विचार केलेला नव्हता. लोक नैतिक होते, नीतीची काही चर्चा नव्हती. लोक अगदी सहजपणे, नैसर्गिकपणे धार्मिक होते. मंदिर नव्हतं. मशीद नव्हती, गुरुद्वाराही नव्हता. वेद नव्हते, कुराण नव्हतं, बायबलही नव्हतं. हे सगळे तर रोगी जगाचे भाग आहेत.

वैद्यकीय शास्त्र हे रोगी जगाचा एक भाग आहे हे ऐकून तुम्हाला गोंधळल्यासारखं होईल. एखाद्या दिवशी, समजा सर्व लोक रोगमुक्त होऊन गेले, रोग संपून गेले तर डॉक्टराला निरोपच द्यावा लागेल. वैद्यकशास्त्र लोक हळूहळू विसरूनच जातील.

कायद्याची गरज आहे कारण लोक चोर आहेत, बेइमान आहेत. लोक खरेपणाने वागू लागले तर कायद्याची गरजच उरणार नाही. न्यायालय हवं कारण माणसाचा माणसावर विश्वास नाही. माणसाचा माणसावर विश्वास असेल, तर न्यायालयाला निरोप देता येईल. म्हणून मी म्हणत असतो, कायदा चोरांवर जगत असतो. न्यायाधीशाच्या पायाखाली बेइमान्यांची जमात आहे. न्यायालयं अनीतीवर उभी आहेत, नाही तर ती कोसळून पडतील.

खलील जिब्रानची एक फार छान कथा आहे. एका रात्री एका दारूच्या दुकानामध्ये एक माणूस आपल्या मित्रांना घेऊन आला. खूप दारू प्याला, पाजली, लुटवली. गुत्त्यात अनोळखी लोक होते, त्यांनाही दिली. गुत्त्याचा मालक हा दानी माणूस बघून फार खुष झाला.

मध्यरात्रीपर्यंत गोंधळ चालू राहिला. दारू वाहात होती. सगळे लोक निघून गेल्यावर तो आपल्या पत्नीला म्हणाला, असे ग्राहक रोज आले तर आपलं नशीब उजळेल. ग्राहक पैसे देत होता, त्यानं हे बोलणं ऐकलं. म्हणाला, तुम्ही प्रार्थना करा की आमचा धंदा खूप जोरात चालेल. मग रोज येण्याची बात कशाला, आम्ही इथेच राहू, येण्याची गोष्टच नको.

मालकानं विचारलं, 'तुमचा धंदा कोणता आहे?'

त्यानं उत्तर दिलं, 'तेवढं विचारू नकोस. मी स्मशानात लाकडं विकण्याचं काम करतो. रोज प्रेतं येत राहोत, लाकडं विकली जावोत मग आम्ही इथेच बसून राहू. प्रेतं कधी येतात, कधी नाही. देवाची प्रार्थना करा की आमचा धंदा खूप चालो. आम्ही रोज येऊ.'

आता स्मशानात लाकडं विकण्याचा धंदा करणाऱ्या माणसाची सगळी प्रार्थना हीच आहे की कोणीतरी मरो! लौकर मरो! लौकर मरो! कोणीतरी मरो!

तुम्हाला जाणवत नाही, डॉक्टरांची प्रार्थना हीच असते की कोणीतरी आजारी पडावं. न्यायाधीशाची प्रार्थना हीच असते की कोणीतरी चोरी करावी, कोणीतरी हत्या करावी.

एक माणूस नव्यानंच न्यायाधीश झाला होता. दिवसभरात एकही खटला त्याच्यासमोर आला नाही. आपल्या कारकुनाला अगदी उदास होऊन म्हणाला- नवा न्यायाधीश- मोठ्या तयारीनं आला होता- नवा मुल्ला जसा मशिदीत जातो तसा- नव्यानं न्यायाधीश झालेला. सगळे कायदे वगैरे पाठ करून, नीट ठरवून आला होता की अशी अशी सुरुवात करू. पण एकही खटला आलाच नाही. त्यानं कारकुनाला सांगितलं, फार निराशा झाली माझी, खटलाच आला नाही.

कारकुनानं उत्तर दिलं, तुम्ही घाबरू नका. माझा माणसाच्या चारित्र्यावर पूर्ण विश्वास आहे. संध्याकाळपर्यंत धीर धरा. काही ना काही घडेलच. माझा माणसाच्या चारित्र्यावर पूर्ण विश्वास आहे. एखादी चोरी होईल, नाही तर एखादा खून होईल, कुठेतरी सुरामारी होईल, नाही तर आग लागेल. तुम्ही घाबरू नका. तुम्ही चिंता करू नका. माझं आयुष्य या न्यायालयात गेलं आहे. दिवस रिकामा जाईल असं कधीच होत नाही. माणसाच्या स्वभावावर माझा पूर्ण विश्वास आहे. येतच असेल कोणीतरी, रस्त्यात असेल.

कसा स्वभाव आहे हा माणसाचा, ज्याच्यावर न्यायालय उभं राहतं.

आणि लोक जर धार्मिक असतील तर पुरोहित वाचणार नाही. पुरोहितही जगतो अधार्मिक माणसाच्या आधारावर. आणि लोक जर साधूसारखे वागू लागले तर तुमच्या साधूंचं कसं होणार? ते नाहीसेच होतील. ते असाधूंच्या जिवावर जगत असतात. लोक वाईट आहेत म्हणून साधूला किंमत आहे. लोक चांगले असतील, सज्जन असतील तर साधूची काय किंमत?

म्हणून लाओत्से म्हणतो, धन्य ते दिवस! त्यांचं थोडं स्मरण करा, प्राचीन काळाची आठवण करा, तेव्हा लोक धर्माबद्दल काहीही बोलत नसत कारण लोक नैसर्गिक रीत्याच धार्मिक होते. तेव्हा नीतीचे काही नियमच नव्हते कारण नियम कधी कोणी मोडलेच नव्हते.

मोडणाऱ्यांमुळे नियम बनतात. बिघडवणारा कायदे कडक करतो. हिंसक अहिंसेच्या शास्त्राला जन्म देतो. हिंसकाच्या समाजामध्ये 'अहिंसा परमो धर्म:' हे सूत्र महत्त्वाचं ठरतं.

तो पहिल्या प्रकारचा माणूस कमी होत गेला. त्या प्रकारची व्यक्ती धर्माला कधीच जन्म देत नाही. तशी व्यक्ती धार्मिक असते आणि अशा व्यक्तीचा तुम्हाला कधी पत्ताही लागणार नाही. असलीच अशी व्यक्ती कुठे, तर तुम्हाला ते कळणारही नाही. कारण त्याच्या जीवनात काही त्रासच असणार नाही. त्याच्या जीवनात कसलीही क्रांती असणार नाही. शांती भरपूर असेल, क्रांती असणार नाही. आणि जोपर्यंत क्रांती होत नाही तोपर्यंत तुम्हाला ते कळणारच नाही. तो नसल्यासारखाच असेल.

अशा धार्मिक व्यक्तींचा उल्लेख कोणत्याही शास्त्रामध्ये नाही, असूच शकत नाही. तुम्हाला ऐकून आश्चर्य वाटेल पण बुद्ध, महावीर, कबीर किंवा मी– आम्ही या पहिल्या वर्गातले लोक नाही आहोत. पहिल्या वर्गातल्या माणसाचा तर ठावठिकाणा कळतच नाही. तुम्ही माझ्याजवळ येणारच कसे? पहिल्या वर्गाला तर स्वत:लाच माहीत नसतं की ते धार्मिक आहेत, मग दुसऱ्या कुणाला कसं कळणार?

तो अगदी सहजपणे गुपचुप जगतो. त्याच्या जीवनात सुगंध असतो. पण तो असा असतो की जणू एखाद्या निर्जन जागी एखादं फूल उमललेलं असावं. त्याच्या जीवनात थोरपणा असतो पण तो थोरपणा बघायला क्वचितच कुणी येतं. कुणाला ठाऊकच नसतं.

अशा व्यक्तीच्या जीवनात परमात्म्याचा शोध ही गोष्टच नसते. अशी व्यक्ती परमात्म्यामध्येच जगत असते. त्याच्यातच जन्मतो, त्याच्यातच जगतो, त्याच्यातच श्वास घेतो, त्याच्यातच बुडून जातो. अशा व्यक्तीचं स्वत:चं वेगळं असं अस्तित्व नसतंच. अशा व्यक्तीला ना एखाद्या साधनेची गरज भासते, ना साध्याची. अशा व्यक्तीचं साधन आणि साध्य वेगवेगळं नसतं. अशी व्यक्ती गुपचुप जगत असते. त्याच्या श्वासाश्वासामध्ये अहोभाव असतो, त्याच्या रोमारोमात प्रार्थना असते. पण हे त्याचं त्यालाही माहीत नसतं.

कारण प्रार्थना कळू लागली की व्यक्ती दुसऱ्या प्रकारची होते, पहिल्या प्रकारची राहात नाही. दुसऱ्या वर्गातील माणसं पहिल्या वर्गाच्या माणसांहून अगदी विरुद्ध प्रकारची असतात. पहिल्या वर्गातील माणसांकडे श्रद्धा स्वाभाविकपणे असते. त्याच्या मनात संदेह निर्माण होतच नाही. त्याला संशय येतच नाही. तेच त्याचं चिन्ह आहे- श्रद्धा. ती त्याच्या जगण्याची पद्धत आहे. श्वास घ्यावा इतक्या सहजपणे, नैसर्गिकपणे तो श्रद्धा स्वीकारत असतो.

दुसऱ्या प्रकारचा माणूस संशय घेण्यामध्ये निष्णात आहे. संशय हीच त्याची एकमात्र श्रद्धा आहे. त्याला संशय घेणं फक्त ठाऊक आहे. संशयातच जगतो. संदेहाच्या शेवटच्या टोकाला तो पोचू शकतो. बुद्ध, महावीर, कबीर हे सगळे या दुसऱ्या वर्गातले लोक आहेत. म्हणून ते विराट धर्माला जन्म देतात.

जेव्हा दुसऱ्या व्यक्तीचा संदेह पराकोटीला पोचतो तेव्हा तो आपल्याच संदेहानं दबून जाऊन, त्रासून जाऊन, व्यथित होऊन संदेह सोडून देतो आणि त्याला श्रद्धेची प्राप्ती होते. तो संदेहामध्ये जळत असतो. एखादा माणूस भर दुपारी उन्हामध्ये तळतळत असतो, उन्हात चालून चालून दमून जातो, घामानं भिजून जातो, अंग मोडून येतं, पाऊल उचलणं कठीण वाटू लागतं तेव्हा एका वृक्षाच्या छायेत विश्रांती घेतो.

असा माणूस संशयातच चालत असतो. पण संशयात चालून चालून मोडून जातो, थकून जातो. थकणारच, मोडणारच कारण संशय हे जीवन नाही. संदेह विषारी आहे. त्याचीही सवय लागते. तो संपवतो, आत्महत्या करायला लावतो.

संदेह संकुचित करतो, मारून टाकतो.

श्रद्धा विस्तृत करते, मोठा करते.

म्हणूनच तर अखेरीला श्रद्धा तुम्हाला परमात्मा बनवते आणि संदेह अखेरीला तुम्हाला एका क्षुद्र अहंकारामध्ये बांधून टाकतो. संदेहाच्या मार्गावर तुम्ही जाऊ लागला तर या जगातील सर्वात क्षुद्र अशी जी वस्तू-अहंकार- तेवढीच तुमची कमाई ठरेल. 'मी'खेरीज दुसरं काही शिल्लक राहणार नाही.

तुम्ही श्रद्धेनं जगू लागलात तर 'मैं' वाचणार नाही, बाकी सर्व वाचेल. विराट शिल्लक राहील, तुम्ही हरवून जाल. संदेहानं जगलात तर थेंब राहील, सागराचा काही पत्ता लागणार नाही. श्रद्धेनं जगलात तर सागरच राहील, थेंबाला शोधणं कठीण होऊन जाईल.

दुसरा वर्ग आहे संदेहानं वागणाऱ्या लोकांचा, विचारवंतांचा, तत्त्वज्ञान्यांचा, चिंतन करणाऱ्यांचा, ज्यांना आपण मनीषी म्हणतो त्यांचा. विचार करतात- विचार करणं म्हणजेच संदेह!

पहिला वर्ग विचार करतच नाही. तो तुम्हाला भोळाभाबडा वाटेल. कदाचित तुम्हाला थोडा वेडसरही वाटेल. त्याची श्रद्धा तुम्हाला थोडी मूर्खासारखी वाटेल. समज नाही आहे, हृदयच आहे फक्त. बुद्धी बिलकुल नाही आहे. कोणीही त्याला फसवू शकेल. पण तुम्ही त्याला फसवू शकता, त्याच्या मनात संशय निर्माण नाही करू शकत. तुम्ही त्याला फसवत राहा, त्याला काही फरक पडणार नाही. तो आपली श्रद्धा कायम ठेवण्याचा कोणता ना कोणता मार्ग शोधून काढेलच. तुम्ही त्याची श्रद्धा नष्ट नाही करू शकणार. तो तुम्हाला थोडा सरळ वाटेल,

भोळाभाबडाही वाटेल, थोडा मूर्खही वाटेल.

म्हणूनच तर या जगातून तो हळूहळू संपत गेला. कारण तुम्ही जिथे, ज्या जगामध्ये जगता आहात त्या संघर्षामध्ये उभं राहावं लागलं तर तो वाचण्याची शक्यताच नाही. तो इतका शुद्ध आहे की तो हरवून जाईल. सोन्याचा दागिना बनवायचा असेल तर त्यात थोडं अशुद्ध मिसळावं लागतं. सोनं अगदी शुद्ध असेल तर दागिना बनवता येत नाही. कारण थोडा कठीणपणा हवा.

म्हणून श्रद्धा जगातून हरवून गेली आहे. एखादा माणूस असलाच श्रद्धा असलेला तर त्याचा ठावठिकाणा ठाऊक नसतो. तो इतका शुद्ध सोन्याचा असतो की तुम्हाला त्याच्या जीवनात एकही आभूषण सापडणार नाही. बुद्धाच्या माहात्म्याने भारावून गेलेला दिसणार नाही तो तुम्हाला.

दुसरा वर्ग आहे संदेह करणाऱ्यांचा, जे प्रत्येक गोष्टीवर संशय घेतात. हे लोक संदेहाला त्याच्या परिसीमेवर नेऊन ठेवतात. 'अति'वर घेऊन जातात. संदेहाने भरून गेलेले असतात, त्यांच्या चारी बाजूंना संदेहाचा अंधारच शिल्लक राहतो. ते संदेहाचे कष्ट सोसतात, संताप भोगतात, संदेहाचा नरक पाहतात.

कोणीही माणूस, या दुसऱ्या वर्गातला कोणीही माणूस जोपर्यंत संशयानं पूर्ण भरून जात नाही तोपर्यंत त्याच्या जीवनात क्रांती घडून येत नाही. जेव्हा त्याचा संदेह इतका जास्त होतो की तो संदेहावरच संशय घेऊ लागतो तेव्हा तो शेवटच्या क्षणाशी पोचलेला असतो. आता संदेह नष्ट होण्याचा क्षण आलेला आहे– संदेहावर संशय येऊ लागला आहे.

या क्षणापर्यंत फार थोडे लोक पोचतात. जे पोचतात त्यांच्या जीवनात बुद्धत्वाचा जन्म होतो. संदेहावर संदेह केल्याबरोबर संदेह गळून पडतो. आणि तेव्हा श्रद्धा निर्माण होते.

ही श्रद्धा तुम्हाला दिसेल. पहिल्या वर्गाची श्रद्धा तुम्हाला दिसेल कारण त्यात विरुद्ध असं काही नाही. पांढऱ्या भिंतीवर काढलेली पांढरी रेषा आहे ती. बुद्ध ही काळ्या फळ्यावर काढलेली पांढरी रेषा आहे. ते तुम्हाला दिसतील, शतकानुशतकं दिसत राहतील. अनन्त काळपर्यंत दिसत राहतील. त्यांच्या महिम्याचं गुणगान चालत राहील.

दुसऱ्या वर्गाचा माणूस जर आपल्या संशयामध्ये पूर्णपणे शिरला- आणि तो शिरतोच तसा- तर तो नास्तिक असून आस्तिक बनतो. म्हणून त्याच्या आस्तिकतेमध्ये पहिल्या आस्तिकतेपेक्षा अधिक महिमा दिसू लागतो. कारण त्याच्या आयुष्यात एक क्रांती घडते, एक बदल घडून येतो. अचानकपणे अंधाराचा प्रकाश होतो. अचानकपणे संदेहाचं रूपांतर श्रद्धेमध्ये होतं. जी ऊर्जा संदेहामध्ये जात होती तीच श्रद्धा बनून जाते. जी ऊर्जा विचारामध्ये होती, ती ध्यान बनून जाते. जी

ऊर्जा, समस्यांमध्ये गुंतलेली होती ती समाधी बनून जाते.

त्याच्या जीवनात अशी एक क्रांती येते- जणू एखादा दगड उठून चालायला लागावा. सगळ्या जगाला दिसेल ती. त्याच्या मागून हजारो लोक चालू लागतील, लाखो लोक चालू लागतील. त्याच्या मागून धर्म निर्माण होतील.

दुसऱ्या प्रकारचा माणूसही सत्यापर्यंत पोचतो, पण शोधून पोचतो.

पहिल्या माणसाला सत्यामध्येच स्वत:चा शोध लागतो.

म्हणून आपण पहिल्या माणसाची चर्चा केली नाही तरीही चालेल. कारण त्याला काही जरूरही नाही आहे. त्याचं काही प्रयोजन नाही. हे तर, गणित तुम्हाला नीट समजावं म्हणून मी पहिल्याबद्दल बोललो, दुसरा तुम्हाला नीट समजावा म्हणून. नाही तर दुसऱ्याबद्दल समजावून सांगणं कठीण होईल.

कबीर आणि बुद्ध मोठे तर्कशास्त्री होते. महावीरांहून मोठा तर्कशास्त्री शोधून सापडणार नाही. पण त्यांचं तर्कज्ञान श्रद्धेला समर्पित आहे. एके काळी तो तर्क श्रद्धेच्या विरुद्ध लढला होता, खूप लढला होता, शेवटच्या श्वासापर्यंत लढला होता. जोपर्यंत जिंकण्याची थोडीही आशा होती तोपर्यंत लढला होता. जेव्हा सगळी आशा संपून गेली आणि जिंकण्याचे काही उपाय बाकी राहिले नाहीत तेव्हाच त्यानं शस्त्र खाली ठेवलं.

हा दुसरा माणूस– पहिला माणूस तर आस्तिकच आहे, त्याला माहीतच नाही की तो आस्तिक आहे. दुसरा माणूस आस्तिक आहे आणि त्याला माहीत आहे की तो आस्तिक आहे कारण तो नास्तिकतेमधून बाहेर आला आहे. पहिला माणूस असा आहे- जो कधीही आजारी पडला नाही, कधी त्याचं डोकं दुखलं नाही. त्याला आजारी पडणं माहीतच नाही. त्याला निरोगीपणा म्हणजे काय हेही माहीत नसतं. कारण आजारपण आल्याशिवाय निरोगीपण कसं कळणार?

दुसरा माणूस आजारी पडला, रुग्णालयात राहिला, हजार प्रकारची औषधं घेण्याचा त्रास घेतला, हजार तऱ्हांच्या तपासण्यांमधून गेला, मग बरा झाला.

पहिला माणूस जागा झाला तेव्हा सकाळच होती. दुसरा माणूस जागा झाला तेव्हा मध्यरात्र होती. रात्री वाट चुकला, अंधारात ठेचाळला, मग सकाळ झाली. पहिल्या माणसानं डोळे उघडले तेव्हा तो मंदिरातच होता. दुसऱ्यानं डोळे उघडले तेव्हा त्याला दिसलं की तो बाजारामध्ये आहे. मग प्रवास केला, मंदिरापर्यंत पोचला.

पहिला माणूस तीर्थामध्येच जन्म घेतो. दुसरा माणूस तीर्थयात्रा करून तीर्थाशी पोचतो.

साहजिकच दुसऱ्या माणसाची माहिती दूरवर पोचते. दिगंतापर्यंत त्याचं नाव दुमदुमू लागतं. त्याच्या शब्दांना किंमत येते. त्याच्या शब्दांचा विचार करावा लागतो.

मग तिसरा प्रकार. या प्रकारातील लोक नेहमी डळमळीत असतात. त्यांची श्रद्धा ही पूर्ण नसते आणि त्यांचा संशयही पूर्ण नसतो. पहिल्या माणसासारखे ते आस्तिकही नसतात आणि दुसऱ्या माणसासारखी नास्तिकताही त्यांना ठाऊक नसते. ते अर्धवट असतात, फिफ्टी-फिफ्टी असतात.

एक क्षण आस्तिक, एक क्षण नास्तिक. त्यांचं मन फार डळमळतं असतं. दोन बोटींवर ते एकाच वेळी चढू पाहात असतात. त्यांची द्विधा स्थिती तुम्हाला कळू शकेल. त्यांचे कष्ट फार असतात. कुठे जायचं आहे ते हे लोक नक्की ठरवूच शकत नाहीत. ते चौरस्त्यावरच उभे राहतात. एका रस्त्यावर दोन पावलं टाकतात, मग दुसऱ्या रस्त्यावर दोन पावलं चालतात आणि पुन्हा चौरस्त्यावर येतात.

हा जगातील सर्वात मोठा वर्ग आहे. पहिल्या वर्गाला तर वर्ग म्हणणं कठीण आहे. एखादा दुसरा माणूस असतो. या प्रकारचे लोक सापडतच नाहीत. कोणाला इतिहासामध्ये त्यांची एकही आठवण नसते. त्यांना आपण सोडू शकतो. त्यांचा विचार करण्यात अर्थ नाही. त्यांच्या पाऊलखुणा मागे राहात नाहीत. ते कोठेही प्रवासच करत नाहीत तर त्यांच्या पाऊलखुणा उमटणार कशा? त्यांना मंदिरामध्येच स्वत:चा शोध लागतो. त्यांना आपण सोडून देऊ. ते आपल्या कामाचे नाहीत.

कारण तुम्हाला कळलं असतं की तुम्ही मंदिरात आहात, तर इथे आलाच नसतात. तुम्ही मंदिरात नाही आहात हे तुम्हाला कळलं, आता तुम्हाला दुसरा माणूस उपयोगी पडू शकेल. तुमच्या आतला संदेह प्रगाढ असेल तर. परंतु संदेह तेवढा प्रगाढ करण्यासाठीही फार मोठं धैर्य लागतं. संदेह करण्यातही खूप भीती वाटत असते– परमात्मा नसलाच तर! मग काय होईल? भीती वाटते, घाबरायला होतं. म्हणजे तुम्ही अर्धी श्रद्धा आणि अर्धा संदेह...

आणि ही सर्वात मोठी दुर्दशा आहे. कारण या दोन गोष्टी मिसळतच नाहीत. पाणी आणि दूध मिसळता येतं पण संदेह आणि श्रद्धा नाही मिसळत. या गोष्टी पाणी आणि तेलासारख्या आहेत. त्या एकत्र होऊच शकत नाहीत. पाणीही फुकट जातं आणि तेलही फुकट जातं.

पण हाच वर्ग जगात सर्वात मोठा आहे. आणि या वर्गाची तक्रार अशी आहे की हा कायम कोमट राहतो, उकळत नाही. संदेह तरी पूर्णपणे करा किंवा श्रद्धा तरी पूर्णपणे करा. तुम्ही श्रद्धा पूर्णपणे करू शकणार नाही हे तर मला ठाऊकच आहे कारण ते तर पहिल्या वर्गाचं लक्षण आहे.

तिसऱ्या वर्गातून तुम्ही दुसऱ्या वर्गात जाऊ शकता. तुम्ही संदेहच पूर्णपणे करा. खूप विचार करा. विचार कराच. निर्णय घेण्याची काही घाई नाही. संदेह

पूर्ण करा म्हणजे संदेहाचा नाग आपली फणा झुकवेल. तुम्ही करून या तो प्रवास-नकाराचा प्रवास, नाही म्हणण्याचा प्रवास. करून या. कारण थोडा जरी 'नाही' आत शिल्लक राहिला तर 'हो' म्हणण्याची पंचाईत होईल. तुम्ही परिपूर्ण हृदयाने 'हो' म्हणू शकणार नाही तोपर्यंत तुम्हाला परमात्म्याची झलक मिळणार नाही.

जा! द्विधा राहू नका! संदेहाची निवड करा. म्हणजे तुम्ही कमीत कमी दुसऱ्या प्रकारचा माणूस तरी होऊ शकाल. दुसऱ्या वर्गातूनच पहिल्या वर्गाचा मार्ग उघडतो. आणि तिसऱ्या वर्गातून सरळ पहिल्या वर्गात जाण्याचा कोणताच सोपा उपाय नाही. संदेह करताना तुम्ही पूर्ण श्रद्धा कशी करू शकाल? हे थोडं समजावून घ्या.

थोडाही संदेह मनात राहिला, तर श्रद्धा अर्धी राहील. आणि अर्धी श्रद्धा, अश्रद्धेहून वाईट आहे. त्याची काही किंमतच नाही आहे. ती जेव्हा पूर्ण असेल तेव्हाच असते. जेव्हा ती पूर्ण असते तेव्हाच तिचं मोठेपण असतं. ती जेव्हा पूर्ण असते तेव्हाच तुम्हाला बदलते, रूपांतरित करते.

शंभर अंशांवर पाण्याची वाफ होते तसेच शंभर अंशांवर संदेह तुमच्या जीवन ऊर्जेला श्रद्धा बनवतो, त्याहून कमी अंशांवर नाही. मग तुम्ही दुसऱ्या वर्गात जाल. आणि तेव्हा पहिल्या वर्गाचा दरवाजा उघडेल.

एक आणखी चौथा वर्ग आहे. तो सर्वात मोठा वर्ग आहे. त्याला श्रद्धाही नाही आणि संदेहही नाही. त्याच्या आयुष्यात प्रश्नच येत नाहीत. त्याला प्रश्न पडतच नाहीत. कबीर त्याच्याबद्दल म्हणतात, 'सुखिया सब संसार है, खायै अरु सोवै।'

हा चौथा वर्ग आहे. ते खातात, झोपतात, सुखात असतात. कारण प्रवास करायचा तर थोडे कष्ट पडतातच, चालावं लागतं, कुठे जावं लागतं. खायचं, झोपायचं, मरायचं, तिथेच सडायचं. जेथे आले होते तेथेच संपून जायचं आहे. त्यांच्या आयुष्यात काही नवीन काम नसतं. काही उद्देश नसतो. कसलाही शोध नसतो, कसलीही यात्रा नसते. हा सर्वात मोठा वर्ग आहे. एक प्रकारची उपेक्षा आहे, इनडिफरन्स आहे.

या वर्गाला नेहमी प्रश्न पडतो की काय करता आहात मंदिरात? कशासाठी जाता? उपनिषदात काय वाचता? कशाला वेळ फुकट घालवता? एवढा वेळ खाणं, पिणं, झोपणं यात घालवा.

हा वर्ग एका सपाट पातळीवर जगत असतो. त्याला संदेह नसतो आणि श्रद्धाही नसते. हा वर्ग फार अवघड असतो. असा वर्ग धर्माच्या प्रवासाला कसा जाऊ शकणार? स्वत: बुद्ध निघाले, स्वत: कबीर ओरडत निघाले तरी या वर्गाच्या कानामध्ये हा आवाज पोचत नाही. त्याला वाटतं, कोणीतरी वेडा

असेल. कोणाचं तरी डोकं फिरलं असावं. नाही तर गुपचुप खावं आणि झोपावं. जगात आला आहात, भोगून घ्या. जे आहे त्याच्या पलीकडे पाहण्याचं सामर्थ्य त्याच्यामध्ये नाही. तो आंधळ्याहून आंधळा वर्ग आहे.

या चौथ्या वर्गातूनच धनाढ्य लोक निर्माण होतात, पैशासाठी धावणारे लोक पैदा होतात, राजकारणी लोक पैदा होतात, पदासाठी धावणारे लोक पैदा होतात. या चौथ्या वर्गामध्येच मनुष्यसमाजाचा फार मोठा हिस्सा असतो. दगडासारखा पडलेला असतो.

यांना कबीरांचं बोलणं समजणारच नाही. शिवाय असा माणूस समजून घ्यायला येणारच नाही. या वर्गातला एकही माणूस इथे नाही आहे. तो इतक्या दूर येणारच नाही. तो इथेच शेजारी राहात असेल हे अगदी शक्य आहे. त्याला फक्त एवढंच आश्चर्य वाटत असेल की एवढे लोक सकाळी सकाळी इथे का येतात? या वेळाचा चांगला उपयोग करा. काय फुकट आयुष्य घालवता आहात?

तो जे आयुष्य जगतो आहे तेच त्याला अर्थपूर्ण वाटतं. त्याला कल्पनाच नाही आहे की यापलीकडेही आयुष्य असू शकतं. याहून वेगळं काही असू शकतं, याहून श्रेष्ठ काही असू शकतं, याहून सुंदर काही असू शकतं याची त्याला थोडीशीही कल्पना नाही आहे. त्याला वाटतं जे आहे, बस्, इथेच सारं संपतं. जे दिसतं तिथेच सर्व संपतं. त्याच्या मागे काहीही लपलेलं नाही.

अशा माणसाच्या आयुष्यात रहस्याचा काही संभवच नसतो. रहस्याची काही हाक येत नाही. असा माणूस जगतो कमी, मरतो जास्त. अशा माणसाचे दिवस झोपेमध्ये जातात. तो बेशुद्ध आहे.

अशा लोकांबद्दल मोहम्मदानं म्हटलं आहे की जर पर्वत मोहम्मदाकडे आला नाही तर मोहम्मद पर्वताकडे जाईल. पर्वत येतच नाही मोहम्मदाकडे. चौथ्या वर्गातील लोकांसाठी मोहम्मदानं हे म्हटलं आहे की तुम्ही येऊ शकला नाहीत तर मी तुमच्याकडे येईन.

पण यामुळे काही फरक पडत नाही. मोहम्मद स्वत: गेले तरी असा माणूस दार बंद करून घेईल आणि म्हणेल, पुढे जा, दुसरीकडे जा, उगाच आमची झोपमोड करू नकोस. आम्ही शांतपणे झोपलो आहोत आणि स्वप्नही फार छान पडतं आहे. मोहम्मदाच्या जाण्यानं काही फरक पडत नाही. पर्वत पर्वतच आहे. त्याच्या आत कसलीही चेतना जागृत झालेली नाही.

या चौथ्या प्रकारच्या व्यक्तीच्या जीवनात अशी एखादी घटना घडली जिच्यामुळे तो अगदी तडफडून उठेल. अशी एखादी घटना जिच्यामुळे तो जखमी होईल आणि स्वप्नाला गदागदा हलवून सोडेल. अशी एखादी घटना जिच्यामुळे त्याला विचार करणं भागच पडेल. एखाद्या स्त्रीवर त्याचं प्रेम असेल आणि ती स्त्री मरून

गेली तर कदाचित क्षणभर त्याच्या मनात येईल की काय अर्थ आहे या जीवनात? ज्या मुलाला त्यानं फार प्रेमानं काळजीनं वाढवलं असेल, मोठं केलं असेल, त्याच्याबद्दल मोठमोठ्या महत्त्वाकांक्षा बाळगल्या असतील, ज्याच्या आसपास इंद्रधनुष्यं बघितली असतील, तो अचानक संपून जाईल किंवा फसवेल किंवा घर सोडून निघून जाईल तर त्याला धक्का बसेल किंवा दिवाळखोर होईल, पद जाईल, प्रतिष्ठा नष्ट होईल तरी कदाचित!

अशा व्यक्तीच्या आयुष्यात जोपर्यंत अशी एखादी दुःखद घटना घडून येत नाही, जिच्यामुळे भूतकाळातले सारे विचार हादरून जातील, तोपर्यंत त्याच्या जीवनात धर्माचा किरण उगवत नाही, विचारच येत नाही. अशा व्यक्तीला दुःखद घटना घडणे हा एकच उपाय असतो.

म्हणून ज्ञानी लोकांनी म्हटलं आहे, दुःखाला सतत दुःख म्हणू नका, कधी तेही आशीर्वाद ठरतं. चौथ्या वर्गासाठी निश्चितच तोच एक आशीर्वाद आहे, तेच एकमात्र वरदान आहे कारण त्यामुळेच त्याची यात्रा सुरू होऊ शकते. नाही तर तो आपल्या अंधारातच दडून राहील.

हा चौथा वर्गच बाजारात बसलेला असतो, दुकानात बसलेला असतो. सगळीकडे पसरलेला आहे. हा चौथा वर्गच जगाला कायदेनियम देत असतो कारण त्याची संख्या फार मोठी आहे. मत त्याचं आहे. त्यानं स्वतःला हिंदू म्हणावं, मुसलमान म्हणावं, ख्रिश्चन म्हणावं- या सर्व गोष्टींना काही अर्थ नाही. त्याला या गोष्टींमध्ये काही रस नाही. तो फक्त सांगण्यापुरता या गोष्टी बोलत असतो. ही पद्धत आहे, व्यवस्थेचा एक भाग आहे. तो सांगतो, मी हिंदू आहे, मुसलमान आहे, ख्रिश्चन आहे. यामध्ये काही फरक आहे हे त्याला कळतच नाही. काही फरक नाही. त्याला रस यांपैकी कशातच नाही. घरात बायबल ठेवायचं म्हणून ठेवतो, त्याच्यावर धूळ जमत राहते.

मी ऐकलं आहे, एका व्यक्तीनं एक दार ठोठावलं. स्त्रीनं दार उघडलं. त्या माणसानं सांगितलं मी शब्दकोश विकतो, डिक्शनरी विकतो आणि एक नवा शब्दकोश आला आहे. तुम्हाला घ्यायला आवडेल का?

त्याला टाळण्यासाठी त्या स्त्रीनं सांगितलं, 'आमच्याकडे शब्दकोश आहे.' आणि तिनं दुरून त्याला टेबलावर ठेवलेलं एक पुस्तक दाखवलं. तो माणूस म्हणाला 'तो शब्दकोश असूच शकत नाही, ते बायबल आहे.'

स्त्रीला आश्चर्य वाटलं. ते बायबल होतं. त्या माणसाला घालवण्यासाठी तिनं सांगितलं होतं की तो शब्दकोश आहे. तिनं विचारलं, 'नवल आहे. तुम्हाला कसं कळलं ते बायबल आहे ते?'

माणूस म्हणाला, 'त्याच्यावर जमलेली धूळच सांगते आहे. शब्दकोश

अधूनमधून तरी उघडला जातो. त्याच्यावर एवढी धूळ जमू शकत नाही. फक्त बायबलवर, वेदांवर असे धुळीचे थर जमतात. कोणी कधी उचलून बघतं का ती पुस्तकं?

आता हिंदू म्हणतच असतात, वेद भगवान आहे. पण त्यांच्यापैकी एकही माणूस पुस्तक उघडून बघत नाही की हा भगवान कसा आहे?

आणि तुम्ही बघाल तर आश्चर्यचकित व्हाल. वेदांमधील शंभर वचनांमध्ये एखादंच वचन असं सापडतं की जे वेदासारखं आहे. बाकी अगदी सामान्य आहेत. तुम्ही स्वत:च गोंधळून जाल. पण तुम्ही पाहिलेलंच नाही म्हणून वेद भगवान आहे. वेद भगवान आहे असं मानणं चालतच राहतं. तुम्ही आपली शास्त्रं बघितलीत तर नव्व्याण्णव टक्के वाक्यांबद्दल तुम्हालाही वाटेल की ही वाक्यं इथे का आहेत?

वेदांमध्ये एक शेतकरी देवाची प्रार्थना करतो आहे की माझ्या शेतावर अधिक पाऊस पडू दे आणि माझ्या शत्रूच्या शेतावर कमी! आता वेद जर भगवान आहे, तर त्यात या वाक्याची काय जरूर आहे? आणि हे काय मागणं झालं? हे काय धार्मिक माणसाचं वागणं झालं?- की माझ्या शत्रूच्या गाई भाकड होऊ देत. ही संहिताही वेदांमध्ये आहे. पण तुम्ही कधी ते वाचलेलंच नाही. चांगलंच आहे, नाही तर तुमच्या मनात संशय निर्माण होता!

ही जी चौथ्या प्रकारची व्यक्ती आहे, ती मंदिरातही जाते. पण समाजातील पद्धतींचा एक भाग म्हणून. त्याच्या मनाला ही आस आहे, तहान आहे म्हणून नव्हे. त्याच्या कंठाला कसलीच तहान नाही. तो पाण्याबद्दलचं प्रवचन ऐकून घेतो पण पाणी पिण्याची उत्कंठा त्याला नाही. तो मंदिरात जातो, तो सरोवराच्या शोधात जात नाही. सगळी गर्दी चालली आहे. आपणही गेलेले बरं, कारण गर्दीबरोबर राहणं सोयीचं असतं. गर्दीच्या विरुद्ध जाणं गैरसोयीचं असतं. गर्दीहून वेगळं कोणी चाललेलं गर्दीला आवडत नाही. कारण त्यामुळे गर्दीच्या अहंकाराला धक्का बसतो.

तो सगळं करून टाकतो–करून टाकतो. त्याच्या अंत:प्राणांमध्ये वीणा नाही वाजत. मंदिराच्या घंटा वाजत राहतात, त्याच्या आत कोणताच ध्वनी प्रवेश करत नाही. मंदिरात पूजा होत असते, दीप उजळलेले असतात, त्याच्या आत कोणताच किरण पोचत नाही. धूप जळतो, सुगंध पसरतो पण याच्या आत काही नाही. तिथे कुठलाच सुगंध प्रवेश करत नाही. तेथे त्याच्या स्वत:च्या जीवनातला जो दुर्गंध आहे तोच मुक्काम करून राहतो.

हे चार प्रकारचे लोक आहेत. पहिल्या प्रकारच्या लोकांमध्ये इतका सरळपणा असतो की त्यांच्या सरळपणामुळेच त्यांची कोणतीही खूण जीवनावर उमटत

नाही. त्यांचा ठावठिकाणा लागतच नाही. वाऱ्याच्या झुळुकेसारखे ते येतील आणि जातील. त्यांच्यामध्ये खूप चांगले लोक असतील. ते आपल्या पत्नीवर प्रेम करतील, आपल्या मुलांवर प्रेम करतील. जो कोणी त्यांच्याजवळ येईल त्याला ते प्रेम देतील, श्रद्धा देतील. पण ते मानवतेवर प्रेम करण्याची गोष्ट बोलणार नाहीत. राष्ट्रासाठी प्राणार्पण करा असंही ते सांगणार नाहीत. धर्म संकटात आहे असंही ते सांगणार नाहीत. ते जगतीलच धर्मामध्ये. धर्म त्यांचं जीवन असेल, श्वास असेल, त्यांचं वक्तव्य असेल. म्हणून तुम्हाला ते सापडणार नाहीत.

लाओत्सेचं एक प्राचीन वचन आहे, परम संत सापडणार नाहीत. कसे सापडणार? तुमच्या शेजारीच एखादा संत राहात असू शकेल- अगदी शक्य आहे. अगदी तुमच्या घरातच राहात असेल हेही शक्य आहे. तुमचा पती, तुमची पत्नी, तुमचा मुलगा त्या परम अवस्थेमध्ये असू शकेल कदाचित पण तुम्हाला ते कळणार नाही. ही गोष्ट इतकी शांत आहे, ही गोष्ट इतकी मूक आहे, ही घटना इतकी अदृश्य आहे...

दुसरा वर्ग सर्वात महत्त्वाचा ठरतो कारण तो नास्तिकता झेलून, कष्ट सोसून, नरकाचा प्रवास करून आलेला असतो. मग होते सकाळ. अंधारानंतर सूर्य उगवतो. खूप त्रासानंतर स्वर्ग जाणवतो. तो आनंदित होतो. संदेह करून करून शेवटी हा दुसरा वर्ग एक दिवस अशा स्थितीला पोचतो जेथे कंठामध्ये तहान लागते, जेथे तो हाक देतो, जेथे परमात्मा आणि तो यांच्यामध्ये अनंत अंतर आहे असं वाटू लागतं आणि परमात्म्याशी एकरूप होऊन जाण्याचा भाव आणि इच्छा निर्माण होते.

ही कबीरांची वचनं त्या दुसऱ्या माणसाचीच वचनं आहेत. दुसऱ्या प्रकारची वचनं आहेत. दुसऱ्या वर्गातूनच मोठे तत्त्वचिंतक निर्माण होतात- जर ते संदेहातच राहिले तर! मोठे विचारवंत, प्लेटो, अरिस्टॉटल, कांट, हेगेल, रसेल. ते संदेहातच राहिले तर मोठे तत्त्वज्ञ होतात. ते जर संदेहाच्या पलीकडे जाऊ शकले तर रहस्यवादी संत बनतात- लाओत्से, कृष्ण, बुद्ध, कबीर.

याच दुसऱ्या वर्गामध्ये महान कवी निर्माण होतात. ते जर संदेहामध्येच गुंतून राहिले तर त्यांची कविता जगाशी संबंधित राहते, कामवासनेनं प्रेरित असते. त्यांची कविता तृष्णेलाच रूप देते, वासनेचीच मूर्ती बनवत राहते.

आणि ते जर संदेहाच्या पलीकडे जाऊ शकले तर उपनिषदाचे ऋषी निर्माण होतात, कवी निर्माण होतात, व्यास पैदा होतात, रवींद्रनाथ पैदा होतात, खलील जिब्रान पैदा होतात. तेव्हा तेव्हा त्यांच्या कवितामध्ये त्यांची श्रद्धा प्रतिबिंबित होते. तेव्हा त्यांच्या कवितामधून त्यांची श्रद्धा वाहते.

हा दुसरा वर्ग सर्वात अधिक शक्यतांनी भरलेला असा वर्ग असतो. तुम्ही स्वत: जर या दुसऱ्या वर्गामध्ये आहात असं तुम्हाला वाटत असेल तर जेवढ्या लौकर शक्य असेल तेवढ्या लौकर संदेहाची यात्रा पूर्ण करा. आणि संदेहाला अर्धवट सोडू नका नाही तर तो सतत तुमचा पाठलाग करेल.

हे सूत्र नीट लक्षात ठेवा की जो अनुभव तुम्ही अर्धा सोडाल तो कायमच तुमच्या डोक्याभोवती घुमत राहील. तो तुमचं तेजोवलय बनून राहील. तो तुमचा पाठलाग करत राहील. तो तुमच्या स्वप्नात भरून राहील, तुमच्या वासनांमध्ये उतरेल तुमच्या कामनांना आकार देईल. तो तुम्हाला डळमळीत करेल, पाठीमागे खेचेल, तुम्हाला पुढे जाऊ देणार नाही. तो तुमच्या पायांतील बेडी बनेल.

पूर्ण करून घ्या. पूर्ण केल्याशिवाय कोणतीच गोष्ट पुढे जाऊ शकत नाही. संदेहाला पूर्ण पिकून जाऊ दे. संदेहाचे पिकलेलं फळ जमिनीवर पडतं आणि लगेच तो वृक्ष श्रद्धेनं भरून जातो.

आपण दुसऱ्या वर्गात नाही आहोत, तिसऱ्या वर्गात आहोत असं तुम्हाला जाणवलं तर- या वर्गामध्ये खूप घडण्याची शक्यता असते– तुम्हाला जाणवलं की तुम्ही डळमळीत आहात, तुम्ही श्रद्धा ठेवू शकत नाही आणि संदेहही करू शकत नाही, तर दोन पर्याय आहेत.

तुम्ही पंडितांचं, पुजाऱ्यांचं सांगणं ऐकलंत तर ते सांगतील, संदेह सोडा आणि श्रद्धा करा. मी तुम्हाला असं सांगणार नाही कारण मग तुमची श्रद्धा अगदी खोटी असेल आणि त्या तुमच्या श्रद्धेच्या आतही संदेहाची आग भडकतच राहील. तुम्ही वरवर वस्त्र वेढून घेतल्यासारखी श्रद्धा पांघरून घ्याल. पण तुमच्या आत्म्यामध्ये संदेह राहीलच. आणि अखेरीस तुमच्या आतमध्ये जे काही असेल तेच शेवटचं, निर्णायक असं असतं. तुमचं बाह्य रूप निर्णायक नाही. वस्त्रांवरून कधी निर्णय होतो का? सुंदर वस्त्र नेसून तुम्ही सुंदर नाही बनत, सुंदर हृदय असावं लागतं. सुंदर दागिने घालून तुम्ही सुंदर नाही बनत, सुंदर आत्मा असावा लागतो.

नाही, वरून पांघरून घेतलेली श्रद्धा काही उपयोगाची नाही. रामाची शाल पांघरू नका. त्यानं काही होणार नाही. राम जोपर्यंत हृदयामध्ये उतरून येत नाही तोपर्यंत काही अर्थ नाही.

तर तुम्ही जर तिसऱ्या वर्गात असाल तर तुम्ही संदेह वाढवा. म्हणजे तुम्ही अगदी लौकर दुसऱ्या वर्गात प्रवेश करू शकाल. मग संदेह पूर्णपणे जगून घ्या म्हणजे तुम्हाला पहिल्या वर्गामध्ये प्रवेश मिळेल.

मला नाही वाटत चौथ्या वर्गाचा माणूस इथे कोणी असेल असं. तो एवढे श्रमही करत नाही. पण जर तो तुम्हाला भेटलाच कुठे तर त्याच्याबरोबर व्यर्थ

माथेफोड करू नका. तो पर्वत आहे. त्याच्यावर शक्ती खर्च करू नका. त्याच्यासाठी तुम्ही फक्त प्रार्थना करू शकता की परमात्मा त्याच्या जीवनात असा क्षण देवो ज्यामुळे त्याची झोप उडून जाईल.

बुद्धांनी म्हटलं आहे, जेव्हा कधी तुम्ही प्रार्थना कराल तेव्हा ती प्रार्थना झोपी गेलेल्या प्रचंड बहुजन समाजासाठी करा. प्रत्येक प्रार्थनेनंतर तुम्ही त्याचं स्मरण करा की त्याची झोपमोड होवो. तुमची प्रार्थनाच त्याला मदत करू शकते, तुमचा वाद- विवाद नाही, तुमचं प्रवचन नाही, तुमचं बोलणं नाही.

तुम्ही चौथ्याला समजावू शकणार नाही. त्याचा काही संबंधच नाही आहे. एखाद्या लहान मुलाला कामवासनेबद्दल समजावून सांगावं, त्याला त्यात काही रस वाटू नये कारण त्याची कामवासना अजून जागृतच झालेली नाही तसा याचाही प्रकार असतो. तुम्ही वात्स्यायनाचं कामसूत्र शिकवा की फ्रॉईडचं मनोविश्लेषण समजून द्या, ते लहान मूल म्हणणार, बडबड बंद करा. हे काय बोलता आहात? अजून कामवासना जागृत झाली नाही, त्याला थोडं मोठं होऊ द्या.

म्हणजे चौथ्या वर्गासाठी खूप वाट पाहायला हवी. खूप वेळा लोक या वर्गासाठी डोकं शिणवतात- व्यर्थ! त्याला काही अर्थ नाही. तुम्ही वाट पाहा, त्याला थोडं पिकू द्या. आपलं आपणच त्याच्या जीवनात एक क्षण येईल तेव्हाच त्याचा प्रवास सुरू होऊ शकेल.

लक्षात ठेवा, पहिल्यासाठी फक्त प्रार्थना केली जाऊ शकते. दुसऱ्याला आधार देता येतो. तिसऱ्याला दूरचा प्रवास घडवून आणता येतो. आणि चौथ्याची जरूरच नाही आहे.

हे चार वर्ग आहेत. यामध्ये तुम्ही कुठे आहात यावर कबीरांची वचनं तुम्हाला कोणता अर्थ देतात हे अवलंबून आहे.

म्हणून ज्ञानी लोकांच्या प्रत्येक वचनाचे चार अर्थ होतात. कधी कधी मला वाटते की चारही अर्थ करावेत पण मग तुम्ही फार अडचणीत पडाल. खूप गुंतागुंत होईल. म्हणून मी तिसऱ्या व्यक्तीचा अर्थ सांगतो. तुम्ही आधीच गोंधळलेले आहात, आणखी गोंधळ नको.

'आंखरिया झांई पडी, पंथ निहार निहार ।
जीभडिया छाला पडा, राम पुकारि पुकारि ।।
इस तन का दीवा करौं बाती मेल्यूं जीव ।
लोही सीचौं तेल ज्यूं कब मुख देख्यौं पीव ।।
सुखिया सब संसार है खायै अरु सोवै ।
दुखिया दास कबीर है जागै अरु रोवै ।
नैन तो झरि लाइया, रहंट बहै निसुवार ।

पपिहा ज्यौं पिउ पिउ रटै पिया मिलन की आस ॥
कबिरा वैद बुलाइया, पकरि के देखी बांहि ।
वैद न वेदन जानई, करक कलेजे मांहि ॥'

ज्याचा संदेह नष्ट झाला त्याच्या आयुष्यात तहान येते. जोपर्यंत संदेह आहे तोपर्यंत तहान असूच शकत नाही. जोपर्यंत परमात्मा आहे याची तुम्हाला खात्री पटत नाही तोपर्यंत तुम्ही त्याला हाक कशी मारणार? तोपर्यंत जिभेला फोड कसे येतील हाक मारून मारून?

तुम्ही वेडे आहात का- ज्या रामावर श्रद्धा नाही त्याला जिभेवर जखमा होण्याइतक्या हाका मारायला- तेव्हा तुम्ही असं कराल- पुजारी ठेवाल, पगार द्याल- राम राम म्हणण्यासाठी- जीभडिया छाले पडणारच असतील तर ते त्याच्या जिभेवर पडू देत. आम्ही त्याचे पैसे देतो.

तुम्ही यज्ञ करण्यासाठी पुरोहिताला घरी बोलावून घेता. धनवान लोक घरामध्ये मंदिर बांधतात आणि एक पुजारी ठेवतात आणि पुजारी कशाला जिभेवर जखमा करून घेईल? पैशासाठी कोणी जिभेवर जखमा करून घेतं? तोही हळूहळू राम राम म्हणत राहतो, बघत असतो- मालक जेव्हा मंदिराजवळून जात असतो तेव्हा पुजारी जोराजोरानं राम राम म्हणतो तो रामाला नाही हाक मारत आहे, तो मालकाच्या कानासाठी हे म्हणतो आहे. त्याला काय देणंघेणं आहे? त्याचं काम पैशाशी आहे. पगार मिळाला, गोष्ट संपली. राम काही पगार देत नाही आहे.

असे पुजारी आहेत, पंडित आहेत- जन्मभर रामाला हाक घालत असतात. ना त्यांच्या जिभेला जखम होते, ना त्यांच्या डोळ्यांपुढे अंधारी येते- धंदा आहे.

पंडितसुद्धा आयुष्यभर ओरडून ओरडून फुकटच ओरडत राहतो. तो पैसे घेतो- हिशोब बरोबर. आणि ज्याच्यासाठी ओरडत असतो त्याला काय दगड मिळणार!

आपल्या पत्नीजवळ जाऊन तिच्यावर प्रेम करण्यासाठी तुम्ही कधी नोकर ठेवला आहे? पैसा असेल, तर ठेवून घ्यायला हवा एक मुनीम. तो जाईल, पत्नीच्या समोर हात जोडून प्रार्थना करेल, प्रेम व्यक्त करेल आणि तुमचा सगळा त्रास वाचेल.

कधीतरी श्रीमंत माणसं ठेवतील. कारण हासुद्धा त्रासच वाटतो आणि जे काम नोकर करू शकतो ते स्वत: करण्यात काय अर्थ आहे? एवढ्या वेळात तुम्ही दुसरी हजार कामं करू शकता.

पत्नीजवळ नोकराला पाठवा म्हटलं की तुम्हाला हसू येतं पण मग परमात्म्याकडे पाठवता तेव्हा? म्हणजे तुम्ही परमात्म्याला पत्नीपेक्षाही कमी दर्जाचा समजता का? प्रेम कधी नोकराला पाठवून होतं का? प्रेम तर स्वत:च जातं. प्रेम काय

नोकराला सांगेल, तू जरा हाक घाल, माझं काम कर, मी जरा दुसऱ्या कामात गुंतलो आहे? प्रेम सगळी कामं सोडून देईल आणि परमात्म्याला हाक घालेल.

माणसाची ही तिसरी अवस्था आहे- संदेह गळून जाणं ही. आणि कबीर सुशिक्षित नसतील पण फार तर्कनिष्ठ आहेत. कबीरांच्या तर्काबद्दल काय सांगावं! त्यांनी कोणत्याही विश्वविद्यालयामध्ये तर्कशास्त्र अभ्यासलेलं नाही. विश्वविद्यालयामध्ये शिकण्यानं तर्कामध्ये एक प्रकारची सूक्ष्मता येते. कबीरांचा तर्क तर डोक्यावर फटका मारल्यासारखा आहे. पण तो तर्क आहे मात्र फार सखोल.

सकाळी सकाळी मशिदीमध्ये अजान दिली जाते आहे– कबीर विचारतात खुदा काय बहिरा आहे का? तुझा खुदा बहिरा झाला आहे का इतक्या मोठ्यानं ओरडायला? हृदयातलं गुणगुणणं ऐकू जातं. इतक्या जोरानं ओरडण्याची काय गरज? आणि मीनारावर चढून ओरडण्याची काय जरूर?

अतिशय तर्कनिष्ठ आहेत. खूप संशय घेतला असणार. आता संदेहामुळे त्रास होऊ लागला आहे. लक्षात ठेवा, हातावर निखारा ठेवावा तसा संदेहाचा त्रास होतो. आपल्याला जाळतो, जखमी करतो. जेव्हा समजून येतं, तेव्हाच कळतं की संदेहानं तुम्ही परमात्म्याला नाही नष्ट करू शकलात, स्वत:लाच नष्ट केलं आहे. संदेहानं तुम्ही हे तर सिद्ध करू शकला नाही आहात की परमात्मा नाही आहे. फक्त एवढंच सिद्ध झालं की तुमचं जीवन फुकट गेलं.

परमात्मा आहे तरी काय?

तुमच्या आयुष्याचं मौल्यवानपण आहे.

परमात्म्याचा अर्थ काय आहे?

त्याचा एवढाच अर्थ आहे की तुमच्या जीवनामध्ये अर्थ आहे. आणखी दुसरा तर काही अर्थ नाही. परमात्म्याचा अर्थ एवढाच आहे, तुमचं जीवन निष्कारण नाही आहे, योगायोग नाही आहे, एक संयोजन आहे, एक संगीत आहे. तुमचं जीवन असंच निर्माण झालं आणि संपून गेलं असं नाही. सकारण आहे, योजना आहे, मागे कुणाचा तरी हात आहे.

एखाद्या चित्रकारानं एखादं चित्र रंगवावं तसं आहे तुमचं जीवन- कोणता तरी सजीव हात, कोणती तरी चेतना. हवेची झुळूक यावी आणि वाळूवर काहीतरी चिन्हं उमटावीत तसं नाही आहे. असं नाही आहे तुमचं जीवन. पण एक दुर्घटना मात्र नाही आहे, एक योगायोग नाही आहे. एक सुनियोजित खूण आहे याच्यापाठी. माकड टाईपरायटरजवळ बसलं आणि ठोकली चार पाच अक्षरं, आणि ती उमटली कागदावर, असं नाही आहे.

जणू एखाद्या कवीनं गायलेलं गीत असावं तसं आहे. आता लाखो माकडांना लाखो वर्षं तुम्ही बसवून ठेवा आणि चांगल्यातला चांगला टाईपरायटर द्या,

आणि माकडं ठोकत राहू देत. तुम्हाला असं वाटतं का की कधीतरी योगायोगाने गीतांजलीसारखं काव्य निर्माण होईल?

जे लोक म्हणतात की ईश्वर नाही आहे ते हेच सांगत आहेत की माकडाला पुरेसा वेळ दिला गेला, चांगल्यातला चांगला टाईपरायटर दिला गेला आणि ते माकड बसल्या बसल्या बटणं ठोकत राहिलं तर- आणि ते ठोकत राहीलच कारण ते शांत बसूच शकत नाही- त्याला एवढं कळलं की या ठोकण्यामुळे कागद सरकत राहतो, काही काही अक्षरं उमटतात तर ते ठोकतच राहील.

तुम्हाला वाटतं गीतांजली निर्माण होईल? किंवा येशूचं सर्मन ऑन द माऊंट किंवा कृष्णाची गीता? अशक्य. कितीही योगायोग होत राहिले तरी!

एक चैतन्य आवश्यक असतं. तुम्ही जेव्हा ईश्वराला नाकारता तेव्हा तुम्ही हेच म्हणत असता की तुमचं जीवन एक व्यर्थता आहे. हे तुम्ही किती दिवस सहन करू शकाल? स्वतःला व्यर्थ समजून कसे जगू शकाल? तुमच्यातील अर्थ हरवून गेला तर तुमच्या असण्याचं कारणच हरवून जाईल, तुमच्या अस्तित्वाचं कारणच हरवून जाईल. तेव्हा तुम्ही फरफटत जाल. मरणाची प्रतीक्षा कराल फक्त की कधी येईल आणि सुटका होईल!

ज्यांच्या जीवनात परमात्मा नाही त्यांच्या जीवनात मरणाखेरीज दुसरं काय असू शकतं? आणि मरण ही काय आशा करण्यासारखी गोष्ट आहे? वाट बघण्यासारखी?

कबीरांनी केला आहे संदेह! संदेहात पोळले आहेत. गळून गेला संदेह. आता एका नव्या जीवनाची सुरुवात झाली आहे.

'आंखरिया झांई, पडी...'

आता वाट बघणं सुरू झालं आहे. जेव्हा श्रद्धा सुरू होते तेव्हाच प्रतीक्षा सुरू होते. कोणी येणार आहे.. कोणी अतिथी. आणि तुम्ही अतिथीचं अन्न बनणार आहात, तुम्ही दार उघडून बसला आहात.

'आंखरिया झांई पडी पंथ निहार निहार'

आता तुम्ही वाट पाहात आहात. आता सगळं येणाऱ्यावर अवलंबून आहे. तो आला तरच तुमच्या जीवनात अर्थ गुणगुणणार आहे. तो आला तरच तुमच्या आयुष्याची वीणा वाजू लागेल. तो आला तरच तुम्ही नाचू लागाल. तो आला तरच काही अर्थ आहे. तो आला नाही तर सगळं व्यर्थ आहे, असार आहे. झालं न झालं सगळं सारखंच आहे. तो आला नाही तर सगळं मातीमोल आहे. आणि तो आला तर तुम्ही सुवर्ण होऊन जाल.

त्याच्या पाऊलखुणा, त्याचा पायरव, त्यानं दारावर ठोठावणं,

'आंखरिया झांई पडी पंथ निहार निहार'

एखादा भक्तच वाट पाहतो.

आणि इथे फरक समजून घ्या. योगी शोधण्यासाठी निघतो, भक्त वाट पाहतो. हा फरक आहे. योगी तर शोधण्यासाठी निघतो की परमात्म्याला शोधायचं आहे. तर तो हिमालयात जातो, साधना करतो, ही क्रिया, ती क्रिया, हजारो उपाय करतो, साधना करतो.

भक्त काय करेल? कारण भक्त म्हणतो, तुला कसं प्राप्त करून घ्यायचं ते मला माहीतच नाही. तुझाच मला पत्ता नाही आहे. तू कोणत्या गोष्टीनं खुष होशील हे मला कसं ठाऊक असणार? कारण मी तुलाच ओळखत नाही.

पाहुणा माहीत असेल तर तुम्ही त्याच्यासाठी बिछाना तयार करून ठेवता, पाणी तापवून ठेवता, जेवण तयार करून ठेवता कारण तुम्हाला माहीत असतं, पाहुणा कोण आहे, त्याला काय आवडतं, काय आवडत नाही.

मी अशा एका पाहुण्याच्या शोधात आहे ज्याला मी कधीही भेटलेलो नाही, भक्त म्हणत असतो, मी कसं करू, काय तयारी करू?

कबीर म्हणतात, डोळे बंद करू? नाक रोधू? शीर्षासन करू? हे तुला आवडेल, न आवडेल माहीत नाही. तेव्हा मग भक्त म्हणतो, मी फक्त एवढंच करू शकतो- डोळे उघडून दरवाजामध्ये तुझी प्रतीक्षा करत बसणं.

भक्ताची सगळी साधना ही प्रतीक्षा असते.

आणि प्रतीक्षेहून मोठी कोणतीच साधना नाही कारण प्रतीक्षा करणं सर्वात कठीण आहे.

साधनेमध्ये करण्यासारखं काहीतरी असतं. तुम्ही गुंतलेले असता. जपमाळ फिरवत आहात, बसला आहात, पूजा करत आहात, आसन जमवून बसला आहात, प्राणायाम करत आहात. काहीतरी करण्यासारखं असतं, मन गुंतलेलं असतं, कशावर तरी अवलंबून असतं. गुंतून राहतं.

भक्त फक्त प्रतीक्षा करतो.

प्रतीक्षेचा अर्थ आहे मन शून्य असणं- तरच प्रतीक्षा होऊ शकते.

मनात विचार नसणं, नाही तर पाहुणा येईल आणि मध्ये विचार असल्यामुळे तुम्हाला तो दिसू नये. म्हणून भक्त निर्विचार होऊन प्रतीक्षा करतो. सगळे विचार काढून टाकतो. फक्त त्याची वाट पाहतो.

'आंखरिया झांई पडी, पंथ निहार निहार'

तो म्हणतो, दृष्टी दमली, म्हातारी झाली. अंधारी आली डोळ्यापुढे, पापण्याही मिटू शकत नाही कारण तू केव्हा येशील काय माहीत. कबीरांनी म्हटलं आहे, पापणी मिटू शकत नाही कारण काय सांगावं तोच क्षण तुझ्या येण्याचा क्षण असेल आणि माझी पुन्हा चुकामूक होईल. म्हणून डोळे उघडून बसलो आहे.

'पंथ निहार निहार'

वाटेकडे डोळे लावून बसलो आहे, तू येतच असशील म्हणून. बस, आता येशीलच म्हणून, आता माझी प्रतीक्षा संपत आली म्हणून.

'जीभडिया छाला पडा, राम पुकारि पुकारि ।'

आणि तुला साद घालतो आहे कदाचित तुला माझा आवाज ऐकू येईल म्हणून.

'इस तन का दीवा करौं-'

तयार आहे, तुझी वाट पाहातो आहे, तू ये फक्त.

'इस तन का दीवा करौं-'

मग मी या शरीराचा दिवा करीन.

'बानी मैल्यूं जीव' आणि आपल्या प्राणांची ज्योत पेटवीन.

'लोही सीचैं तेल ज्यूं'

आणि दिवा तेलानं भरावा तसा माझ्या रक्तानं भरीन.

फक्त एकच आशा आहे, हे सगळं करायला तयार आहे.

'कब मुख देख्यौं पीव'

केव्हा तुझा चेहरा दृष्टीला पडेल.

'सुखिया सब संसार है खाये अरु सोवै ।
दुखिया दास कबीर है जागै अरु रोवै ।'

मोठं विलक्षण वचन आहे.

वरवर पाहिलं तर कबीर वेडा आहे, दुःखी आहे कारण रात्रंदिवस रडतो आहे, रात्रंदिवस आक्रोश करतो आहे. लैलासाठी मजनूची जी अवस्था झाली होती तीच अवस्था त्याची आहे.

सारं गाव मजनूची चेष्टा करत असे. गावाला त्याची दयाही येत असे– बिचारा वेडा झाला, किती दुःख भोगतो आहे म्हणून. आणि एवढं काय लागून गेलं आहे त्या मुलीला. सामान्य मुलगी होती लैला! सामान्यांहून सामान्य होती. मजनूनं तिला लैला बनवलं.

गावाचा राजासुद्धा काळजीत पडला. हा मजनू ओरडत फिरतो आहे- लैला-लैला-लैला! ही मोठी विलक्षण गोष्ट आहे. राजानं मजनूला बोलावलं आणि सांगितलं, 'आता फार झालं. रात्र नाही, दिवस नाही, चैन पडू देत नाहीस. दिवस बघत नाहीस की रात्र बघत नाहीस. या बारा मुली इथे उभ्या आहेत. राजानं महालातल्या सर्वात सुंदर अशा बारा मुली त्याच्यासमोर उभ्या केल्या आणि सांगितलं, यांच्यापैकी तुला हवी ती निवड. यांच्या समोर लैला काहीच नाही. ती यांच्या पायाची धूळसुद्धा ठरणार नाही. मीही तुझी लैला पाहिली आहे, सामान्य सावळीशी मुलगी. या मुलींपैकी कोणतीही निवड, हे

हिरे, ही माणकं-’

मजनूनं मुलींकडे पाहिलंसुद्धा नाही. त्यानं राजाला सांगितलं, ‘तुम्ही लैलाला पाहिलंत? नाही, तुम्ही ओळखू शकला नाहीत. कारण लैलाला पाहण्यासाठी मजनूची नजर पाहिजे. लैलाला पाहायचं असेल तर माझ्या नजरेनंच पाहा. आणि मी यांच्याकडे पाहतो तेव्हा मला लैलाच दिसते. दुसरी कोणतीच स्त्री मला दिसत नाही.’ आणि लैलाला हाका मारत तो राजमहालातून निघून गेला.

मजनूला बातमी कळली– कारण लैलाचा बाप काळजीत पडला. हे सारं प्रकरण थोडं हाताबाहेरच चाललं होतं. तो श्रीमंत होता आणि मजनू निर्धन होता. हे आता वाढतच चाललं होतं. गावभर चर्चा होऊ लागली होती. मजनूशी लग्नही करून देऊ शकत नव्हता कारण तो त्याच्या दर्जाचा नव्हता. शिवाय या वेड्याशी लग्न करून दिलं तर तो संसार सांभाळू शकेल की नाही असा विश्वासही वाटत नव्हता.

हे ‘लैला लैला’ ओरडणं वेगळं आणि संसार थाटणं वेगळं. कविता करणं वेगळं आणि संसार सांभाळणं वेगळं. प्रियकर असणं वेगळं आणि पती होणं वेगळं. मोठी कठीण गोष्ट आहे. प्रियकर तर कोणीही होऊ शकतं, उडाणटप्पू. कारण प्रेम करायला काहीच लागत नाही. म्हणून बाप...

आणि बाप म्हणजे नीट विचार करणार, हिशोब करणार, मुलीची चिंता करणार. त्यानं गाव सोडलं.

मजनूला कळलं की तो गाव सोडून जातो आहे. तो गावाच्या बाहेर एका वटवृक्षाखाली लपून उभा राहिला– लैलाला एकदा शेवटचं पाहावं म्हणून. तो काफिला निघून गेला, त्यानं लैलाला शेवटचं पाहून घेतलं. पण मग त्याला गावात परतण्याची इच्छाच राहिली नाही.

ही कहाणी मोठी विलक्षण आहे. तो पुन्हा कधीच गावात परत आला नाही. आणि कहाणी अशी आहे की तो त्याच वटवृक्षाखाली उभा राहिला– कधीतरी लैला परत येईल म्हणून. लैला-लैला जपत राहिला. हळूहळू असं झालं की त्याचं शरीर वृक्षाला चिकटून गेलं. त्याच जागी टेकून टेकून त्याची पाठ आणि वृक्षाची साल एक होऊन गेली. त्याच जागी उभं राहून राहून तो वृक्षाशी एकरूप होऊन गेला.

अनेक वर्षांनंतर लैला त्याला शोधत परत आली. गावात तिनं विचारलं. तिला उत्तर मिळालं, तू गेलीस तेव्हापासून तो एका वृक्षाखाली उभा आहे. आणि आता तर तो कुठे आहे तेसुद्धा कळत नाही. फक्त कधी कधी रात्रीच्या शांततेमध्ये त्या वृक्षातून लैला लैला असा आवाज येतो. कारण तो मजनू वृक्षाशी इतका एकरूप होऊन गेला की आता तो वृक्षही लैला लैला म्हणून लागला.

लैला त्याला शोधायला आली, तिनं सगळीकडे पाहिलं, मजनू कुठे दिसला नाही पण 'लैला' असा आवाज घुमतो आहे.

प्रियकर प्रेयसीसाठी जसा वेडापिसा होतो तसाच भक्त परमेश्वरासाठी वेडापिसा होऊन जातो. आणि प्रेयसी कुठेतरी असतेच, तिच्यापर्यंत आवाज जाऊ शकतो. परमात्मा कुठे आहे हे ठाऊक नाही. तरीही आक्रंदत राहतो– कदाचित त्याला ऐकू जाईल म्हणून.

'जीभडिया छाला पडा राम पुकारि पुकारि ।
इस तन का दीवा करौं, बाती मैल्यूं जीव ।
लोही सीचौं तेल ज्यूं कब मुख देख्यौं पीव ।।
सुखिया सब संसार है–'

आणि असा भक्त फार दु:खी दिसतो. सदा त्याच्या नजरेत विरह आणि सदा त्याच्या डोळ्यांत पाणी!

रामकृष्णांची अशी स्थिती होत असे. रस्त्यातून त्यांना घेऊन जाणं कठीण होऊन जात असे. कारण कोणीतरी म्हणावं, 'जय रामजी' की हे तिथेच खिळून उभे राहणार. भटकणार रस्ता सोडून इकडे तिकडे. रामाची आठवण झाली. डोळ्यांतून अश्रू वाहू लागले. हातपाय आखडून गेले, जणू काही खोल मूर्च्छेत गेले असावेत. तिथेच कोसळले.

भक्तांना खूपच भीती वाटत असे. त्यांना कुठेही घेऊन जायचं तर खूपच व्यवस्था करावी लागत असे. कारण कोण काय कधी म्हणेल काय नेम!

एकदा भक्त त्यांना घेऊन कुठून तरी येत होते. एका झोपडीमध्ये, घराच्या आत कोणीतरी बोलत होतं. बोलता बोलता कोणीतरी परमेश्वराचं नाव घेतलं. रामकृष्ण तिथेच कोसळले. कित्येक तास बेशुद्ध होते.

भक्तांनी असंच त्यांना एका विवाहाचं निमंत्रण दिलं, आपण नक्की या असं! रामकृष्णांच्या शिष्यांनी सांगितलं की उगाच त्रास करू नका. काय होईल कोणी सांगावं? कोणीतरी काही म्हटलं तर! त्यांनी ऐकलं नाही. रामकृष्ण गेले. तिकडे सगळा गोंधळ होऊन गेला. कोणीतरी परमात्म्याचं नाव घेतलं. आणि या देशात तर नावंच नावं आहेत. माणसांची नावं परमात्म्याचीच आहेत. विष्णुसहस्रनामामध्ये परमात्म्याची एक हजार नावं आहेच. (जवळ जवळ सर्व लोकांच्या नावांत कुठे ना कुठे परमात्मा आहेच.) घराघरात फोटो लागले आहेत, मूर्ती आहेत. परमात्म्याशिवाय दुसरं काही नाहीच.

ती बारात अडचणीत आली, विवाहात विघ्न आलं कारण रामकृष्ण बेशुद्ध पडले. लोक नवऱ्याला विसरले, नवरीला विसरले, रामकृष्णच नवरा बनले.

तेच केंद्र बनले. तीन दिवस शुद्ध आली नाही.

तेव्हा भक्त तर आपल्याला दुःखीच दिसणार. अतिशय दुःखी दिसणार. त्याला पाहून आपल्याला वाटेल की जगामध्ये राहणारे लोकच सुखी आहेत, चौथ्या वर्गातले लोकच सुखी आहेत. हॉटेलमध्ये बघा- कसे हसत आहेत, मजा करत आहेत. लोक रस्त्यात भेटतात, एकमेकांना विचारतात, कसे आहात? ते उत्तर देतात मजेत आहोत. सगळे मजेत आहेत, खुशाल आहेत. हसत आहेत, आनंद लुटत आहेत. चेष्टा मस्करी करत आहेत. खुष दिसत आहेत. सारं जग 'सुखिया' दिसतं आहे.

कबीर म्हणतात, 'सुखिया सब संसार है, खायै अरु सोवै ।' बस्, लोक खातात, पितात आणि झोपून जातात. अगदी सुखात दिसतात. काही दुःख नाही त्यांच्या आयुष्यात.

दुःख हे तर वरदान आहे. ज्या प्रकारच्या दुःखानं कबीर दुःखी झाले, तसं दुःख हा तर परम आशीर्वाद आहे. कारण त्या दुःखानंतरच परम सुख प्राप्त होण्याची शक्यता असते. त्या दुःखामुळेच आनंदाचं द्वार उघडलं जातं.

तुम्ही झोपून राहाल, उठाल, खाऊन घ्याल, पिऊन घ्याल. तुमचं हसणं, तुमचा आनंद सगळं काही उथळ आहे. त्यात काही सखोलता नाही. वेळ घालवण्याचा बहाणा आहे तो, दुसरं काही नाही. वरवर तुम्ही सुखी दिसता, पण तुम्ही सुखी नाही आहात. तुम्हीच खरे दुःखी आहात.

आणि कबीर वरवर दुःखी दिसतात पण तेच खरे सुखी आहेत. त्यांच्या आतच सुखाचं बीज अंकुरतं आहे.

'सुखिया सब संसार है, खायै अरु सोवै ।
दुखिया दास कबीर है, जागै अरु रोवै ।।'

संसारी लोकांचं एवढंच काम आहे, खायचं, प्यायचं आणि झोपून जायचं.

आणि भक्ताचं काम आहे, जागं राहणं आणि रडणं. जागं- पापणी न मिटता! पापणीही मिटता कामा नये कारण प्रियतम केव्हा येईल काय सांगावं? कोणत्या क्षणी येईल? आधी काही निरोप तर येत नाही.

परमात्मा अतिथी आहे. आपण सर्वात प्रथम हा शब्द 'अतिथी' परमात्म्यासाठी वापरला, मग दुसऱ्या पाहुण्यांसाठी अतिथी हा शब्द वापरला. अतिथी हा शब्द फार मौल्यवान आहे. याचा अर्थ आहे, जो येण्याची तिथी न सांगता येतो तो. यासाठी इंग्रजीमध्ये 'गेस्ट' हा शब्द आहे, उर्दूमध्ये 'मेहमान' आहे पण ही गंमत नाही. अतिथीची गोष्टच वेगळी आहे. अतिथीचा अर्थ आहे जो तिथी न सांगता येतो तो.

म्हणजे अलीकडे तुमच्या घरात जे अतिथी येतात तार करून, ते अतिथी

राहात नाहीत. शब्दश: अर्थानं ते अतिथी नसतात, पाहुणे असतात. तारच केल्यानंतर 'अतिथी' कसे राहणार? उद्या अमुक ट्रेननं येतो आहे असं कळवून टाकलं. विषयच संपला.

परमात्मा मात्र अजूनही अतिथी आहे. ना एखादी तार येते, ना कोणी निरोप्या येतो. ना कोणी टपालवाला येतो आणि सांगतो की येतोच आहे. जेव्हा कधी येतो तो अचानक! सगळी बंद दारं उघडली जातात. आयुष्यातील सारा अंधार मावळून जातो. अचानक सकाळ होते.

कबीर म्हणतात, जणू हजारो सूर्य एकदम उगवावेत.

'दुखिया दास कबीर है जागै अरु रोवै ।'

जागत राहतो, रडत राहतो. जागत राहतो कारण प्रतीक्षा करायची आहे, झोपायचं नाही आहे. रडत राहतो कारण रडण्याखेरीज दुसरं काय करता येण्यासारखं असतं?

हे थोडं समजून घ्या.

योगी पुष्कळ काही करू शकतो, भक्त फक्त रडू शकतो. त्याचे अश्रू हाच त्याचा योग आहे. त्याचा विरह आणि त्याची पीडा हीच त्याची प्रार्थना आहे. क्षणाक्षणाला त्याचं रडणं, त्याचं हृदय त्याच्या डोळ्यांमध्ये भरून येणं, त्याच्या डोळ्यांमधून त्याचं हृदय झरत राहणं ही एवढीच त्याची एकमात्र साधना आहे. तीच प्रार्थना, तीच पूजा, तीच अर्चना आहे.

रामकृष्ण पूजा करत असत. दक्षिणेश्वर मंदिरात पुजारी होते. त्यांना पुजारी म्हणून नेमण्यात फार मोठी चूक झाली. कारण ते सच्चे पुजारी होते आणि सच्च्या पुजाऱ्याची मंदिरात काय गरज? मंदिरात नोकरचाकर हवे असतात, धंदेवाईक पुजारी हवे असतात. ते पुजारी होते. धंदेवाईक नव्हते, तीच तर अडचण होती.

जेव्हा त्यांना नेमण्यात आलं तेव्हा या माणसामुळे केवढा मोठा उत्पात होणार आहे याची कोणालाच कल्पना नव्हती. नेमल्यावर फार मोठा घोटाळा झाला. त्यांना जिनं दक्षिणेश्वर मंदिरात नेमलं होतं ती होती राणी रासमणी! खूप श्रीमंत स्त्री होती. राणीपद होतं पण शूद्र होती. म्हणून मंदिरात पुजाऱ्याचं काम करायला कोणी ब्राह्मण तयार नव्हता. फक्त रामकृष्ण तयार झाले. भक्ताच्या दृष्टीने शूद्र काय आणि ब्राह्मण काय! आणि भगवान काय शूद्राचा वेगळा आणि ब्राह्मणाचा वेगळा असतो? आणि मंदिरही काय शूद्राचं वेगळं आणि ब्राह्मणाचं वेगळं असं असतं? मंदिर असतं देवाचं. कोणी ब्राह्मण तयार नव्हता. अगदी क्षुद्र ब्राह्मणही तयार नव्हते. अगदी मढेघाटावर प्रेतांच्या अंगावरचे कपडे स्वीकारणारे ब्राह्मणही तयार नव्हते. शूद्राचं मंदिर! त्यात कोण पूजा करणार? कोण भ्रष्ट होणार?

म्हणून रामकृष्ण जेव्हा तयार झाले तेव्हा राणी रासमणीने त्यांना नेमून टाकलं. अगदी पद्धतशीर असे काही दिसत नव्हते. थोडे हरवल्या हरवल्यासारखे दिसत होते. नजर दुसरीकडेच होती. बोलत होते पण चित्त दुसरीकडे कुठेतरी होतं. पण कोणी मिळतच नव्हतं. तिनं विचार केला, थोडा वेडसर आहे, पण जसा आहे तसं काम चालवून घेऊ. पुजाऱ्याशिवाय मंदिर कसं राहू शकेल?

राणी रासमणी स्वत: तर पूजा करू शकत नव्हती. शूद्र होती. मग रामकृष्ण पुजारी नेमले गेले. चौदा रुपये महिना असा पगार ठरला. पण अडचण होऊ लागली. विश्वस्त काळजीत पडले. लौकरच विश्वस्तांची बैठक घ्यावी लागली. ही तर मोठीच चूक झाली. यापेक्षा रिकामं मंदिर पुष्कळ बरं!

कारण कधी पूजा दिवसभर चालत असे तर कधी दोन मिनिटांतच पूर्ण होत असे. आणि कधी तर पूजा होतच नसे. कधी दिवसांमागून दिवस उलटत, रामकृष्णांचा पत्ताच नाही. आणि कधी कधी दिवसभर. सकाळी सुरू होत असे ती रात्र झाली तरी घंटा वाजत राहात, ते नाचत राहात, पूजा करतच राहात.

रामकृष्णांना विचारलं, हा काय प्रकार आहे? त्यांनी सांगितलं, पूजा ही काय एखादा नियम आहे? एखाद्या रीतीनं पूजा थोडीच होते? पूजा म्हणजे प्रेम. जेव्हा येतं तेव्हा येतं. ही तर वाऱ्याची झुळूक आहे, आली तर आली. तिला आणण्याचा काय उपाय आहे? जेव्हा येते तेव्हा टिकेल तेवढा वेळ टिकेल. तिला घालवण्याचा तरी काय उपाय आहे? पूजा काय घड्याळ लावून होते की आता पुरे, एक तास झाला. पुरोहित, धंदेवाईक पुरोहित घड्याळाप्रमाणे वागतो, वेळाप्रमाणे वागतो, हृदयाप्रमाणे नाही.

रामकृष्ण म्हणत, जेव्हा येते तेव्हा येते, येत नाही तेव्हा येत नाही.

मग तर अधिकच गोंधळ होऊ लागला. हेसुद्धा मान्य करायला ते तयार झाले कारण दुसरा ब्राह्मण मिळतच नव्हता. निदान कधी कधी तरी होते आहे. आणि हा माणूस एकदमच करून घेतो. एका दिवसात इतकी करतो की पुढे आठवडाभर नाही केली तरी चालेल.

पण मग समजलं. हा माणूस नैवेद्य दाखवतो तो स्वत:ला आधी दाखवतो. पक्वान्न आधी स्वत: चाखतो, मग मूर्तीच्या समोर ठेवतो. हे तर फारच निंद्य पाप आहे. परमात्म्याला उष्ट्या पदार्थाचा नैवेद्य दाखवणं. प्रथम परमात्म्यासमोर ठेवा, मग स्वत: घेतलंत तर चालेल.

रामकृष्ण म्हणाले, घ्या तुमची नोकरी. माझ्यानं होणार नाही. मला प्रेमाचं शास्त्र ठाऊक आहे. माझी आई मला काहीही खाऊ घालण्याआधी स्वत: चाखून पाहात असे. माझ्या आईलाही एवढं कळत होतं तर मला कसं ठाऊक नसणार? चाखल्याशिवाय मी नाही देऊ शकत. देण्यायोग्य आहे की नाही हे तरी कळायला

हवं ना? चाखलं नाही तर कळणार कसं ही वस्तू देण्यायोग्य आहे की नाही ते? देवाला द्यायचं आहे, चाखूनच देईन.

जगामध्ये असा पुजारी आधी कधी झाला नाही आणि नंतरही कधी होणार नाही. पण हाच पुजारी आहे. हे जे संगीत आहे...

आणि पूजा करताना रामकृष्ण रडत. रडणं हीच पूजा आहे. भक्ताला दुसरं काही येत नसतं.

रामकृष्णांनी आपल्या शिष्यांना सांगितलं आहे, तुम्ही साधना काय कराल? जेव्हा लहान मूल जोरात रडू लागतं तेव्हा त्याची आई धावत जाते. बस्, तुम्ही रडायला शिका. तुम्ही रडू लागलात की तो धावत येईल. आला नाही तर रडणं पुरं झालं नाही असं समजा. अजून तुम्ही वरवरचंच रडत आहात. अजून तुमचे प्राण त्यात गुंतले नाहीत. अजून तुम्ही रडणं होऊन गेला नाही आहात. रुदन तुमचा आत्मा नाही बनलं.

लहान मुलालाही शिकवावं लागत नाही. लहान मूल काय कुठे योग शिकायला जातं की आईला बोलवायचं आहे तर काय करायचं? ओरडतो, रडतो, गोंधळ करतो, अश्रू वाहू लागतात. आई धावतच येते. हजार कामं सोडून येते.

परमात्म्याला असतील हजार कामं, रामकृष्ण म्हणत, त्याला यावंच लागेल.

आणखी काही करण्याची भक्ताला जरूरच नाही. भक्ती कठीण आहे आणि सोपीही. कठीण अशासाठी की तुम्ही रडणं तर साध्य करू शकत नाही. रडू येईल तेव्हा येईल, म्हणून कठीण सोपं अशासाठी की रडण्यानंच सर्व होऊन जातं. पतंजलीच्या योगशास्त्राची जरुरी नाही. फक्त अश्रूंचं शास्त्र समजून घ्या, सगळं होऊन जाईल.

'सुखिया सब संसार है, खायै अरु सोवै ।
दुखिया दास कबीर है, जागे अरु रोवै ॥
नैन तो झरि लाइया रहंट बहै निसुवार ।'

विहिरीवर रात्रंदिवस रहाट चालत राहतो, पाणी वाहात राहतं तशी डोळ्यांना धार लागून राहते.

'पपिहा ज्यौं पिऊ पिऊ रटै, पिया मिलनकी आस ।'

असाच मीही वेडा जप करत राहतो 'पिया पिया' जसा चातक जप करत राहतो आणि प्रियकराच्या मीलनाची आस लागून राहते.

'कबीरा वैद बुलाइया...'

कदाचित घरातील लोकांनी, कदाचित मित्रमंडळींनी, कदाचित प्रियजनांनी असं दुःख पाहून वैद्याला बोलावून घेतलं– का रडतो आहे हा माणूस? याला

काय झालं आहे? कोणता रोग आहे? काय त्रास आहे याला?

'कबीरा वैद बुलाइया, पकरिंके देखो बांहि ।'

वैद्याने नाडी पाहिली.

'वैद न वेदन जानई करक कलेजे मांहि ।'

या बिचाऱ्या वैद्याला काय कळणार? हा रोग हृदयाचा आहे. हे जे दुःख आहे ते हृदयात आहे, याचं शरीराशी काही देणंघेणं नाही, नाडीपरीक्षा करून हे समजणार नाही.

परंतु या 'वैद्य' या शब्दाला नीट लक्षपूर्वक समजून घ्या. मोठा मौल्यवान शब्द आहे.

आपल्याकडे काही शब्द आहेत– वेद-विद्या-विज्ञान-वैद्य-वेदना. हे सगळे शब्द एकाच धातूपासून बनलेले आहेत. 'वैद्य'चा अर्थ आहे ज्ञानी. खरं तर भारतीयांनी आयुर्वेदाला पाचवा वेद म्हटलं आहे. म्हणून तर 'वेद', 'आयुर्वेद'. जो हा वेद जाणतो तो वैद्य. वैद्य शब्द डॉक्टर या शब्दापेक्षा अधिक मौल्यवान आहे. 'डॉक्टर'चा अर्थ तर पंडित एवढाच आहे. ज्याला 'डॉक्ट्रिन' माहीत आहे तो 'डॉक्टर'. ज्याला सिद्धांत समजतो तो डॉक्टर.

वैद्य याचा अर्थ आहे असा माणूस ज्याला सिद्धान्त समजतो एवढंच नव्हे तर त्या सिद्धान्ताचा उपयोगही त्याला ठाऊक आहे. त्याला चिकित्सेचं फक्त शास्त्रच ठाऊक असतं असं नाही तर चिकित्सेची पद्धतही माहीत असते. ज्यानं याचा अनुभव घेतलेला आहे तो एखाद्या कॉलेजमध्ये फक्त प्रोफेसरच नाही आहे तर एखाद्या रुग्णालयात रुग्णांवर उपचारही करतो आहे.

खरं तर जो कॉलेजमध्ये चिकित्साशास्त्र शिकवतो त्यालाच फक्त डॉक्टर म्हटलं पाहिजे. तोच डॉक्टर आहे. सर्व डॉक्टर नाही आहेत कारण बाकीचे तर फिजिशियन आहेत, वैद्य आहेत. वैद्य हा शब्द फार मौल्यवान आहे कारण तो 'वेद'- पासून बनलेला आहे.

तर या वचनाचे अनेक अर्थ होऊ शकतात- 'कबीरा वैद्य बुलाइया'- याचा सरळ अर्थ तर असा होईल की कोणा वैद्याला बोलावलं, त्यानं हात पकडला, नाडी पाहिली. पण कबीर मनातल्या मनात हसले असतील, म्हणाले असतील, 'वैद्य न वेदन जानई ।' याला वेदना माहीतच नाही. याला फक्त शरीराची माहिती आहे.

'करक कलेजे मांहि ।'

ती जी वेदना आहे ती तर काळजात आहे. तिचा तर याला पत्ताच नाही आहे.

दुसरा अर्थ– याहून अधिक सखोल आहे, तो असा...

'कबीरा वैद बुलाइया'–

जो वेदांचा जाणकार आहे त्याला बोलावलं. पण वेदांचा जाणकारही हृदयातली

वेदना नाही जाणू शकत. त्यालाही शास्त्र माहीत आहे. शास्त्र म्हणजे शरीर, सत्य म्हणजे आत्मा. वेदना तर सत्यासाठी आहे आणि आत्म्यामध्ये आहे. सिद्धान्ताची नाही आणि शरीरात नाही. शास्त्र माहीत असून वेदना कमी होणार नाही. ही वेदना तर प्रियकराशी मीलन झाल्यानंतरच शमणार आहे.

तर जो वेद जाणतो, त्याला बोलावलं. त्यानंही शब्द पकडले, सिद्धांत पकडले, शास्त्रं पकडली–

'पकरि के देखो बांहि'– त्यानंही वरवरच तपासलं.

'वैद न वेदन जानई ।'

या वेदांच्या जाणकारालाही वेदना जाणता आली नाही. वेदना या शब्दाचे दोन अर्थ आहेत. एक अर्थ तर दुःख असा आहे आणि एक अर्थ आहे ज्ञान. कारण तोही 'वेद'पासूनच बनलेला शब्द आहे.

संस्कृत ही एका अर्थानं फार विलक्षण भाषा आहे. तिच्यात अनेक मोठमोठ्या गुंतागुंती आहेत आणि शब्दांचे खूप खेळ आहेत. वेदपासून बनतो शब्द 'वेदना', वेदपासूनच बनतो विद्या; विद्, विद्वान, जानना, ज्ञान, ज्ञानाचं शास्त्र.

काय संबंध आहे दोहोंच्यात? जेव्हा तुम्हाला वेदना होते, तेव्हाच तुम्हाला ज्ञान होतं. वेदना आणि ज्ञान एकमेकांशी जोडलेलं आहे– एकाच नाण्याच्या दोन बाजू असतात तसं. थोडा विचार करा, जेव्हा तुमचं डोकं दुखू लागतं तेव्हाच तुम्हाला कळतं की डोकं आहे. डोकं दुखलंच नाही तर डोकं आहे याचा पत्ताच लागणार नाही.

म्हणून निरोगी माणसाची व्याख्या आयुर्वेदामध्ये– फक्त आयुर्वेदातच निरोगी माणसाची व्याख्या केलेली आहे. ती व्याख्या अशी की शरीराची जाणीव नसलेला. जाणीव असणं म्हणजे रोग असणं. शरीराचं ज्ञान होतं म्हणजेच दुःखाची जाणीव होते. पोटात दुखू लागतं तेव्हा पोटाची जाणीव होते. पायात काटा रुतती तेव्हा पायाची जाणीव होते. डोकं दुखू लागतं तेव्हा डोक्याची जाणीव होते.

जेथे पीडा असते, जेथे वेदना असते तेथेच ज्ञान होतं, बोध होतो– शरीरामध्ये कोणतीही वेदना नसेल तेव्हा शरीराची जाणीवच होत नाही. विदेह शब्दाचा जो अर्थ आहे तोच निरोगी या शब्दाचा अर्थ आहे. देहाची जाणीवच राहिली नाही म्हणजे माणूस निरोगी झाला, स्वयंस्थित झाला. आता देहाची जाणीव होणार तरी कशी?

निरोगी हा शब्दही मोठा मौल्यवान आहे. त्याचा अर्थ आहे, स्वतःमध्ये स्थिर होणं, स्वतःमध्ये थांबून जाणं. जेव्हा कधी वेदना होते तेव्हा तुम्ही स्वतःमध्ये थांबू शकत नाही. तेव्हा ती वेदना तुम्हाला स्वतःकडे ओढून घेते आणि ज्ञान त्या

वेदनेच्या मागे धावतं. कारण वेदना संपवायची असेल तर जाणून घेणं जरुरीचं आहे.

ज्ञान आणि दु:ख संयुक्त आहेत. म्हणून जेव्हा एखाद्या व्यक्तीला परम आनंदाची प्राप्ती होते तेव्हा आनंदाचं ज्ञान होत नाही. कारण आनंदाचं ज्ञान होऊ शकतच नाही. फक्त दु:खाचंच ज्ञान होऊ शकतं. रोगाचं ज्ञान होऊ शकतं. आरोग्याचं ज्ञान नाही होऊ शकत. आरोग्य तुम्ही स्वत: असता, रोग परका आहे, तो दुसरा आहे, त्याचं ज्ञान होऊ शकतं. आनंद तुम्ही स्वत: आहात. ते तुम्हाला कसं जाणवणार? जाणणारा कोण आहे? कोणी कोणाला जाणायचं आहे? एकच बाकी आहे, तोच आनंद आहे, तोच जाणणारा आहे, काही फरक नाही. दु:ख वेगळं आहे. दु:ख स्वाभाविक नाही. म्हणून दु:खाचं ज्ञान होतं.

'वैद न वेदन जानई, करक कलेजे मांहि ।'

आणि इथे एक वेगळीच यातना सुरू आहे, ती आहे हृदयाची यातना. हृदयाची पीडा म्हणजे डॉक्टर ज्याला हृदयाचा रोग म्हणतात तो रोग असं मात्र समजू नका. हार्ट अटॅक नाही हा.

हृदय हा तर शरीराचा एक भाग आहे, डॉक्टरांना याची चांगली माहिती असते. आणि हृदयाचा अगदी आतला भाग तुमच्या आत्म्याचा भाग असतो, हा भाग डॉक्टरांना माहीत नसतो. डॉक्टर तर फक्त फुप्फुसं जाणतात, यंत्रं जाणतात. त्याच्या आत जे हृदय लपलेलं असतं ते त्याला जाणवतच नाही. म्हणून जर तुम्ही हृदयावर हात ठेवून म्हणालात की मला प्रेमाची वेदना फार मोठी होते आहे तर कोणीही सर्जन तुमचं म्हणणं मान्य करणार नाही. तो विचारेल, हृदयावर हात कशाला ठेवला आहेस? त्याचं आणि प्रेमाचं काय देणंघेणं? तिथे तर फक्त फुप्फुसं आहेत. रक्ताभिसरणाची व्यवस्था करणारं यंत्र आहे. तिथे हात कशाला ठेवला आहेस?

पण साऱ्या जगात, साऱ्या जातींमध्ये, सर्व काळांमध्ये जेव्हा कधी कोणाला प्रेमाचं दु:ख सोसावं लागतं तेव्हा तो आपला हात हृदयावर ठेवतो, दुसरीकडे कुठे नाही. या फुप्फुसाच्या मागे हृदय लपलेलं आहे. ते सूक्ष्म आहे, अदृश्य आहे.

'...करक कलेजे मांहि ।'

त्या काळजात दु:ख आहे. वैद्यालाही ते कळणार नाही आणि वेद जाणणाऱ्यालाही ते कळणार नाही. चारही वेद जाणणाराही ते समजू शकणार नाही, शास्त्र त्याला ओळखू शकत नाही. शास्त्र शरीरापर्यंत पोचू शकतं, वरच्या आवरणापर्यंत जाऊ शकतं, आतपर्यंत नाही जाऊ शकतं.

आणि कबीर रडत आहेत, दु:ख भोगत आहेत, कबीर तळमळत आहेत. असं कदाचित कबीराच्या जीवनात घडून आलं असेल किंवा नसेलही. ही कदाचित कविता असेल– सूचक, सांकेतिक. पण नानकाच्या जीवनात मात्र

अगदी अशीच घटना घडली.

नानक तरुण होते, या प्रेमाच्या वेडेपणानं त्यांना पछाडलं होतं. ते दिवसरात्र रडत. एके रात्री असं झालं-भाद्रपदातील रात्र असावी. आकाशात ढग दाटून आले होते, विजा चमकत होत्या आणि नानक त्या प्रियकराच्या मीलनाची गीतं गात होते. परमात्म्याच्या स्तुतीमध्ये बुडून गेले होते.

अर्धी रात्र उलटली. आणखी रात्र वाढू लागली तशी आई काळजीत पडली. नानक तरुण होते, असतील सतरा अठरा वर्षांचे. रात्र वाढू लागली तेव्हा आई येऊन म्हणाली, 'नानक आता गप्प राहा. खूप झालं. आता थोडा झोप. शरीराला झोपेचीही जरूर असते.'

आईचं बोलणं ऐकून नानक क्षणभर थांबले. पण लगेच म्हणाले, 'नाही.' आईनं विचारलं, 'इतक्या झटकन विचार कसा बदललास?' नानक म्हणाले, 'ऐक, एक चातक या अर्ध्या रात्री 'पिऊ पिऊ' आळवतो आहे. नानक म्हणाले जोपर्यंत हा चातक गप्प होत नाही तोपर्यंत मी कसा गप्प होऊ? याची प्रेयसी तर फार लांब नसेल, इथेच कुठेतरी जवळपास झाडात लपलेली असेल. माझा प्रियकर तर खूप दूर आहे. मला अडवू नकोस.'

कबीर योग्यच सांगतात,

'आंखरिया झांई पडी, पंथ निहार निहार ।
जीभडिया छाला पडा राम पुकारि पुकारि ॥
इस तन का दीवा करौं बाती मैल्यूं जीव ।
लोही सींचो तेल ज्यूं कब मुख देख्यौं पीव ॥'

रात्रभर नानक गात राहिले. साहजिकच आजारी पडले. दुसऱ्या दिवशी डॉक्टरला बोलावण्यात आलं- ही खरी घटना आहे. कबीरांनी कदाचित हे प्रतीकरूपानं सांगितलं असेल- या मुलाला काहीतरी झालं. वडील काळजीत पडले. नानकचे वडील एक सामान्य गृहस्थ होते, चौथ्या वर्गातील होते. त्यांना ही सगळी व्यर्थ बडबड वाटत होती. कुठला परमात्मा? कोणाला प्राप्त करून घ्यायचं? काय करायचं? डोकं फिरल्याची लक्षणं आहेत ही सगळी.

डॉक्टरला बोलावलं, पण तीच घटना घडली. डॉक्टर काय करणार बिचारा? काळीज तपासण्याचा काही मार्गच नाही आहे. त्यानंही नानकांची नाडी तपासली. नानक हसू लागले. म्हणाले, माझा रोग तिथे नाही आहे. माझा रोग इथे हृदयात आहे.

परंतु असं वाटतं की तो वैद्य फक्त वैद्यच नसावा. थोडा वेदांचा अभ्यासही केला असावा. आतल्या ज्ञानाशीही थोडा संबंध आला असावा त्याचा. त्यानं नानकच्या वडिलांना सांगितलं, 'याला त्रास देऊ नका. आणि याचा आजार

माझ्या अधिकाराच्या बाहेरचा आहे. एखाद्या ज्ञानी माणसाला शोधा, तो याच्या आजारात उपयोगी पडेल. याचं काळीज तपासू शकेल. मी एवढंच सांगू शकतो की याचं शरीर आजारी नाही आहे. पण याच्या आत काहीतरी फार मोठी यातना आहे. आणि मी हेही सांगू शकतो की ही यातना फार भाग्याची आहे. मी काही करू शकत नाही. मी सामान्य वैद्य आहे. याला एखाद्या खऱ्या वैद्याची जरुरी आहे. जो या अवस्थेला पोचू शकतो, जेव्हा हे म्हणू शकतो,

सुखिया सब संसार है, खायै अरु सोवै ।
दुखिया दास कबीर है, जागै अरु रोवै ।

तो महा भाग्यवान आहे.

कारण एक एक पाऊल टाकत तो मंदिराजवळ येत असतो.'

आज एवढंच!

■

प्रश्नसार

- ☐ सबके इतने सारे प्रश्न पाकर क्या आप धर्म-संकट में नहीं पडते?
- ☐ न संदेह को बढा सकता हूं; न श्रद्धा को शुद्ध कर सकता हूं; ऐसे में क्या करूं?
- ☐ भाव और विचार में कब और कैसे सही सही फर्क करें।
- ☐ जीवन में गहन पीडा का अनुभव । फिर भी वैराग्य का जन्म क्यों नहीं ?

ॐ

प्रवचन चौथे

गुरु-शिष्य दो किनारे

पहिला प्रश्न : सर्वांचे इतके सगळे प्रश्न मिळाल्यावर मी या प्रश्नाचं उत्तर देऊ की त्या प्रश्नाचं की कोणत्या अशा धर्मसंकटात तुम्ही पडत नाही का?

तीन प्रकारचे प्रश्न विचारले जातात.

एक तुमच्या मूर्खपणातून जन्मलेले असतात. त्यांचे उत्तर मी कधीच देत नाही.कारण मूर्खासारख्या प्रश्नाला काही अर्थ असू शकतो हे मान्य करणेही धोकादायक असते.

मूर्खपणातून विचारले गेलेले प्रश्न अशा पद्धतीने विचारले जातात की जणू काही विचारणारा माझ्यावर उपकार करतो आहे. त्याचा आवाज स्वच्छ असतो. मूर्खपणाच्या प्रश्नाचा कशाशीच संबंध नसतो. ना कबीराशी काही नातं, ना माझ्याशी काही नातं, ना तुमच्याशी काही नातं.

आजच एक प्रश्न आला आहे जर कम्यूनिझम आला तर तुमचे संन्यासी तर काम करू लागतील. तुमचं काय होईल?

आता याचं ना कबीराशी काही देणंघेणं आहे, ना तुमच्याशी काही देणंघेणं आहे, ना माझ्याशी काही देणंघेणं आहे. 'जर' असा काय प्रश्न असतो? 'जर' ने कधी प्रश्न सुरू होतो? आणि माझी सगळी शिकवणच तर ही आहे की 'आत्ता आणि इथे' जगा. उद्या काय होईल? उद्या तुम्ही असाल? उद्या मी असेन? उद्या जे होईल त्याला आम्ही तोंड देऊ.

उद्या कम्यूनिझम येईल याच्याशी तुमचा काय संबंध आहे? आणि मी एखाद्या संकटात सापडेन तर ती तुमची समस्या नाही आहे. तुमच्याजवळ तुमच्या स्वत:च्याच खूप समस्या आहेत, त्या सोडवा. की तुमच्या समस्या संपल्या आहेत म्हणून आता माझ्या समस्या सोडवायला आला आहात?

तुम्ही आधीच त्रासलेले आहात. मूर्खपणाचा अर्थच असा आहे की त्याच्या आयुष्यात समस्या आहेत आणि त्या सोडवायला हव्या, जीवन तुंबलं आहे, प्रवास करायला हवा, जीवनात गुंतागुंत झाली आहे ती सोडवायला हवी आहे याचा त्याला पत्ताच नाही आहे. तो जगभरचे प्रश्न विचारेल ज्यांच्यात काही अर्थ नाही आहे, काही ताळमेळ नाही आहे. आणि दुसऱ्यांचे प्रश्न सोडवायला निघाला आहे.

मूर्खासारखा प्रश्न विचारणाऱ्याला असे वाटत असते की बहुतेक या प्रश्नाला उत्तरच देता येणार नाही आहे. म्हणूनच तो प्रश्न विचारतो. ते प्रश्न मी सोडूनच देतो. ते निरर्थक असतात. ते तुमचा आणि माझा वेळ फुकट घालवतात. त्यांच्यात निवड करण्यासारखे काहीही नसते.

जेव्हा मी सांगितले की लोकांनी सह्या करून प्रश्न द्यायचे आहेत तेव्हापासून मूर्खपणाचे प्रश्न एकदम कमी झाले आहेत. म्हणूनच मी सह्या करायला सांगितल्या. कारण त्यांची संख्या खूपच होती–जवळ जवळ पन्नास टक्के होती. मी सह्या

करायला सांगितले तेव्हापासून त्यांची संख्या जास्तीत जास्त पाच टक्के राहिली आहे. पंचेचाळीस टक्के कमी झाली. कारण मूर्ख असला तरी त्याला एवढं नक्की कळतं की या प्रश्नाशी आपलं नाव जोडलं जाणं ठीक नाही.

दुसरा मोठा वर्ग आहे, त्यांचीही उत्तरं मी कधी देत नाही. त्यांचे प्रश्न तुमच्या पांडित्यामधून येत असतात. मूर्खांनाही उत्तर देत नाही आणि पंडितानाही नाही.

पांडित्याचे प्रश्न असे असतात-वेदांमध्ये असे म्हटले आहे असे तुम्ही का म्हटलेत?

वेदाने काय ठेका घेतला आहे? वेदामध्ये असे का म्हटले आहे ही काय माझी जबाबदारी आहे? तुम्ही वेदांच्या ऋषींना त्यांच्या कबरीमधून उकरून काढा आणि त्याना विचारा. मी जे सांगतो आहे त्याखेरीज माझा दुसऱ्या कशाशी संबंध, जबाबदारी नाही. वेदांमध्ये काही सांगितले आहे आणि मी त्याहून वेगळे काही सांगत असेन, उलट सांगत असेन तर मी काही इथे ताळमेळ बसवण्यासाठी बसलेलो नाही. मी काही समझौता करण्यासाठी नाही आहे. मी सांगतो आहे ते योग्य वाटत असेल तर तुमचे वेद सुधारून घ्या. माझे सांगणे पटत नसेल तर सोडून द्या. वेदाना धरून बसा. पण व्यर्थ प्रश्न विचारू नका.

पांडित्याचे प्रश्न असे असतात, जणू काही माझी परीक्षाच घेत असावा कोणीतरी. मूर्ख असे विचारतो की जणू काही त्याच्या प्रश्नाचे काही उत्तरच असू शकत नाही. तो माझ्यावर उपकार करत असतो. पंडित असे विचारतो जणू त्याच्या प्रश्नाचे उत्तर त्याला आधीच ठाऊक आहे. तो फक्त एक परीक्षेची संधी देतो आहे. या दोघानाही मी सोडून देतो.

आता शिल्लक राहातात जेमतेम दहा टक्के प्रश्न. हे प्रश्न येतात जिज्ञासेतून, मुमुक्षेतून. जे प्रश्न तुमच्या जीवनाच्या शोधामधून प्रकट होतात, जे तुमच्या जीवनाच्या समस्येशी संबंधित असतात, जे प्रामाणिक असतात. ज्यांची उत्तरे मिळण्यावर तुमच्या आयुष्याचा अर्थ अवलंबून आहे. हे प्रश्न सुटले की तुमच्या जीवनाची पद्धतच बदलून जाईल. ही तुमची तहान आहे, भूक आहे. बौद्धिक नाही, खोपडीतून नाही आलेले. तुमच्या संपूर्ण अस्तित्वामधून उमटलेले असतात. ज्यांच्यावर तुमच्या आयुष्याचा डाव लागलेला असतो. ते प्रश्न सुटण्यावर खूप काही अवलंबून आहे. ते सुटले की तुम्हीही सुटणार आहात. ते प्रश्न नाहीत, तुम्ही स्वत: त्या प्रश्नांमध्ये आहात. ते जिवंत आहेत. ते शास्त्रांमधून उधार घेतलेले नाहीत किंवा अहंकाराच्या जडत्वामधूनही निर्माण झालेले नाहीत.

जेव्हा मला दिसते की प्रश्न प्रामाणिक आहे- आणि हे बघायला वेळ लागत नाही. कारण तुमच्या प्रश्नांमध्ये तुमचे अश्रू लपले असतात. तुमच्या प्रश्नांमध्ये तुमची तहान लपलेली असते. तुमच्या प्रश्नांमध्ये तुमचे प्राण धडधडत असतात. तुमच्या प्रश्नांमधून तुम्ही माझ्याजवळ येत असता. ना तुमच्याजवळ पांडित्याचे काही उत्तर

आहे ना तुम्ही मूर्खासारखा प्रश्न विचारला आहे. तुम्ही मुमुक्षेने विचारले आहे. तुम्ही शोधक आहात. तुम्ही प्रवासाला निघाला आहात. तुमच्या यात्रेत तुम्हाला थोडी सोबत करू शकेन, तुमचे थोडे ओझे कमी करू शकेन, तुमचे भटकणे थोडे कमी करू शकेन, तुम्हाला मार्गावर आणू शकेन, अशाच प्रश्नांची उत्तरे देतो.

आणि हे जे प्रश्न आहेत त्यांचे रूपच तेवढे वेगवेगळे असते, त्यांचा प्राण एकच असतो. नीट लक्षपूर्वक बघितलंत तर हे जे तिसऱ्या प्रकारचे प्रश्न आहेत, ज्यांची मी उत्तरं देतो ते म्हणजे वेगवेगळ्या ढंगानी विचारलेला एकच प्रश्न असतो आणि त्यांचे एकच उत्तर असते. ज्या दिवशी तुम्ही जाणाल, जागे व्हाल, त्या दिवशी तुम्हाला कळेल तुम्ही वेगवेगळ्या शब्दात एकच प्रश्न विचारला आहात आणि मी वेगवेगळ्या प्रकारानी एकच उत्तर दिले आहे.

मला त्या एकाचा प्रतिध्वनी जाणवला एखाद्या प्रश्नामध्ये की मी त्याचं उत्तर द्यायला तत्पर असतो. म्हणून कसलेही धर्मसंकट उभे राहात नाही. मामला अगदी सरळ-साफ आहे. गणित अगदी स्पष्ट आहे. मला कधीही द्विधा वाटत नाही. तुमचा प्रश्न हातात घेताच, तुमचे शब्द वाचताच तुमचे प्राण तेथे उपस्थित होतात- तुम्ही कसं विचारलं आहे ते!

एक झेन कथा आहे– टोकियोचा गव्हर्नर एका झेन फकिराला भेटायला गेला. त्याने आपले नाव एका चिठीवर लिहिले, पुढे लिहिले ‘टोकियोचा गव्हर्नर’ आणि ती चिठी फकिराकडे पोचली तर त्याने ती चिठी फेकून दिली आणि म्हटले, ‘मी या माणसाला ओळखत नाही. त्याला सांगा परत जा. इथे जागाही नाही आणि वेळही नाही.’

गव्हर्नर चकित झाला. या फकीराच्या पायाशी तर खूप वेळा आलो आहे. हा फकीर मला चांगला ओळखतो. आज काय झालं? पण लगेच काय झालं होतं ते त्याच्या लक्षात आलं. चिठीवर ‘टोकियोचा गव्हर्नर’ असं लिहिलं होतं ते खोडून टाकलं. चिठी परत आत पाठवली.

फकीर म्हणाला, ‘अरे, तू आहेस होय? आत ये।’

जो शिष्य चिठी घेऊन आला होता, दोन वेळा घेऊन गेला होता तो थोडा बुचकळ्यात पडला. म्हणाला, माणूस तोच आहे, कार्डही तेच आहे. पण फकिराने सांगितले, सगळं बदलून गेलं. या माणसाचा ढंगच बदलून गेला. प्रथम आला होता- टोकियोचा गव्हर्नर. टोकियोच्या गव्हर्नराचा फकीराशी काय संबंध? तो आत आला असता टोकियोचा गव्हर्नर म्हणून तर त्याच्याशी बोलणं भेटणं व्यर्थच होतं. तो विचारतो आणि आम्ही बोलतो याचा कुठेच मेळ बसला नसता. फकीराचं गव्हर्नराशी काय देणं घेणं? आता हा शुद्ध माणसासारखा आला आहे, समजून आला आहे, गव्हर्नराला बाहेर ठेवून आला आहे. आता भेट होऊ शकते, संवाद होऊ शकतो.

मी ज्याला उत्तर दिले नसेल असा प्रश्न तुम्ही दुसऱ्या वेळा विचारू शकता. तुम्ही टोकियोच्या गव्हर्नराला बाहेर ठेवून आलात तर मी उत्तर देईन. आणि तुम्ही मला फसवू शकणार नाही. तुम्ही कोणत्याही पद्धतीने प्रश्न तयार करा, त्याने काही फरक पडत नाही. टोकियोचा गव्हर्नर मागे असेल तर मी उत्तर देणार नाही.

ज्या दिवशी तुम्ही सरळपणे, सहजपणे, समस्येचे उत्तर शोधण्याच्या इच्छेने, सद्भावाने विचाराल त्या दिवशी मी सतत तत्पर असेन. धर्म-संकट वगैरे काही नाही. सर्व गोष्टी अगदी साफ आहेत.

जसा तुमच्या चेहऱ्यावर मला राग वाचता येतो, तुमच्या नजरेत तुमचा अहंकार, तसेच तुमच्या हस्ताक्षरात, तुमच्या शब्दात, तुमच्या शब्दप्रयोगात, तुमच्या प्रश्न तयार करण्याच्या पद्धतीमध्येही मी तुम्हाला वाचू सकतो. तेही तुमचेच आहे. तुम्ही त्यामधून संपूर्णपणे माझ्यासमोर उपस्थित होता.

मी तुमचा प्रश्न नाही निवडत, तुम्हाला निवडतो. आणि जर तुमच्या प्रश्नाचे उत्तर मिळाले नाही तर तुमची निवड का झाली नाही याचा तुम्हीच विचार करा.

तुम्हाला या दोन गोष्टींपैकी एक नक्की सापडेल. एक तर मूर्खासारखा प्रश्न विचारला होता किंवा पांडित्याने विचारला होता, मुमुक्षा नव्हती. तुमचा मोक्ष सरळ सोपा व्हावा म्हणून मी इथे आहे. तो तुमच्या मुमुक्षेखेरीज होणार नाही. तुमच्या प्रश्नाने जेव्हा मुमुक्षेची इच्छा धरली असेल तेव्हांच मी तुम्हाला मोक्षाची दिशा दाखवू शकतो, नाहीतर दुसरा काही उपाय नाही.

दुसरा प्रश्न : मी तिसऱ्या वर्गाचा माणूस आहे. माझी स्थिति अशी आहे– खावै अरु रोवै; प्रवचन सुनै अरु रोवै.

आपण सांगता, पूर्ण संदेह करा. परंतु आपल्याला पाहिल्यानंतर ते अशक्य वाटू लागतं आणि श्रद्धाही दूषित आहे. आपल्यासारखा वैद्य उपस्थित आहे पण आजारपण थोडं तरी आहेच आणि आपल्या उपचारांचे कटु कोयनेल सहन करण्याची स्थिती नाही. मी असहाय्य आहे, ना संदेहाला वाढवू शकत, ना श्रद्धेला शुद्ध करू शकत, अशा स्थितीत मी काय करू?

अशीच अवस्था आहे, तुमचीच नाही, सर्वांचीच! तुम्हाला दिसते आहे, इतराना दिसत नाही आहे. आणि हे दिसणे फार मौल्यवान आहे, बहुमूल्य आहे.

माणसाला आपण असहाय्य आहोत, हेल्पलेस आहोत असे वाटू लागावे, काहीच करून होत नाही आहे– जे काही करतो ते अर्धवटच राहाते. जे पाऊल उचलतो ते कुठल्याच जागी पोचत नाही असे जाणवते. सर्व काही करून पाहिले आहे, सर्व व्यर्थ आहे असे वाटू लागले आहे. ध्येय सापडतच नाही. आपण जे करतो आहे त्यामुळे कोठे तरी जाऊन पोचू असा विश्वास वाटेनासा झाला आहे. अशा असहाय्य अवस्थेचे तीव्र दुःख तुम्हाला अनुभवाला येईल तर इथेच भक्ताचा

जन्म होतो. स्वत:ला असहाय्य समजणे ही भक्त होण्याची सुरुवात आहे.

भक्तीचा अर्थ काय आहे?

भक्तीचा अर्थ आहे परमात्मा. तू केलेस तरच होईल. मी करून नाही होणार. माझी पूजाही अर्धी आहे, माझी प्रार्थनाही अस्पष्ट आहे, माझी साधनाही काम-चलाऊ आहे. जुगाऱ्यासारखा मी आयुष्य पणाला नाही लावू शकत. माझी व्यावसायिक बुद्धी सर्व ठिकाणी हजर असते. माझा संदेह माझ्या श्रद्धेला दूषित करून टाकतो.

आणि संदेहही पूर्ण नाही होत. कारण श्रद्धेची सावलीही त्यावर पडलेली असतेच. या असहाय्य अवस्थेला जेवढे खोल जाऊ द्याल तेवढा लाभ होईल.

तुम्ही विचारता आहात, 'मी काय करू?' मी सांगेन काहीही करू नका. आता असहाय्यतेचा अनुभव घ्यायला सुरुवात केली आहात, पुरेपूर असहाय्यच व्हा. टोटल हेल्पलेसनेस, संपूर्ण असहाय्य होऊन जा. सांगून टाका की आता माझ्याच्याने काहीही होत नाही. आता तुझ्या मनात जे असेल ते! असहाय्य अवस्थेमध्येच असे म्हणता येते' जे तुझ्या मनात असेल ते!'

जोपर्यंत आपण काही तरी करू शकतो असे तुम्हाला वाटत राहील तोपर्यंत तुम्ही करतच राहाल. तोपर्यंत थोडा तरी प्रयत्न चालूच ठेवाल. यत्न चालू ठेवाल.

असहाय्य अवस्था म्हणजे काय?

असहाय्य अवस्था याचा अर्थ आहे माझी स्वत:वरील श्रद्धा संपून गेली. आता अहंकाराला उभे राहाण्यापुरतीही जागा राहिली नाही. पायाखालची जमीन सरकली. अहंकाराचे बळ संपले. अहंकार नपुंसक ठरला. कारण जे काही केले ते सगळे व्यर्थ ठरले.

ही फार मोठी संधी आहे. ही अशीच फुकट घालवू नका. असहाय्य अवस्था तुमच्यावर संपूर्णपणे कबजा करू दे. याच असहाय्य अवस्थेमधून प्रभूला शरण जाण्याचा भाव निर्माण होतो. एखादा माणूस केव्हा शरण जाईल? जोपर्यंत असहाय्य होत नाही तोपर्यंत शरण जाणार नाही. असहाय्य झाल्यानंतरच शरण जाणे कळते, तेव्हाच सोडून द्यावेसे वाटते. तुम्ही आपल्या परीने खूप चालवलीत वल्ही पण नाव कोठेच पोचली नाही, उलट तुम्हाला दिसते आहे की ती गोलगोल फिरत राहिली आहे.

तुम्ही कधी नाव चालवली आहे? एका वल्ह्याने नाव चालवून पाहा. एका वल्ह्याने नाव चालवलीत तर ती गोल गोल फिरत राहील. तिथल्या तिथेच फिरेल, कुठे जाणार नाही. आणि माणूस जी नाव चालवत असतो ती एका वल्ह्याची नाव असते. ती माणूस एकटाच चालवत असतो, त्यात परमात्म्याचा हात नाही. तुम्ही परमात्म्याला कापून बाजूला टाकले आहे. तुम्ही एकटेच चालवता आहात. ती गोल गोल फिरते आहे. एक दुष्ट चक्र निर्माण होते- तिथल्या तिथेच. पुनरुक्ति करत राहाते- कुठेच जात नाही, कुठलाच प्रवास होत नाही, कोणतेच ठिकाण येत नाही.

आता हे वल्हेही ठेवून द्या. याचा काही आधार नाही. आता तेही नावेत ठेवून द्या. आता तरी तुम्ही नावेचे शीड उघडून टाका. आणि परमात्म्याला सांगा, जिथे तुझी मर्जी असेल, तुझे वारे घेऊन जातील आता आम्ही तिथेच जाऊ.

नाव चालवण्याच्या दोन पद्धती आहेत. एक आहे वल्ह्याने, आणि दुसरी आहे शिडाने.

रामकृष्णाना कोणी तरी विचारलं होतं 'मी काय करू?' रामकृष्णानी सांगितलं, 'तू काहीच करू नकोस. पुष्कळ करून चुकला आहेस. खूप त्रास झाला आहे. आता तू शीड उघड आणि वल्हं ठेवून दे.' रामकृष्णानी सांगितलं, 'पहिल्यांदा मीही वल्ही चालवून बघितली, कुठेच पोचलो नाही. मग मी शीड उघडून टाकलं आणि वारा नावेला घेऊन जाऊ लागला.'

ते सदा तयारच आहेत तुम्हाला घेऊन जाण्यासाठी. तुम्हीच तयार नाही आहात. तुम्हीच चालढकल करता आहात. त्याचा हात पुढे झालेला आहे. तुम्ही थोडा हात पुढे करा. हात पुढे करू शकत नसलात तर तसेच उभे राहा. त्याला सांगा, तुझीच मर्जी! तूच हात पुढे कर.

तेव्हाच घटना घडून येते. ज्या दिवशी व्यक्ती सर्व काही सोडून देते-समर्पण! त्याच दिवशी क्रांती सुरू होते.

तेव्हा जगामध्ये दोन मार्ग आहेत. एक मार्ग आहे साधकाचा आणि दुसरा मार्ग आहे भक्ताचा. साधकाच्या मार्गामध्ये तर संदेह पूर्ण होणे आवश्यक असते-कारण तेव्हाच श्रद्धेचा जन्म होतो. भक्ताच्या मार्गावर संदेह पूर्ण होण्याचीही आवश्यकता नाही. कोणतीही गोष्ट पूर्ण होण्याची काहीही जरूर नाही. भक्ताच्या मार्गावर फक्त स्वत:च्या असहाय्यतेची जाणीव होणं जरूर आहे. त्याच असहाय्य अवस्थेमध्ये श्रद्धेचं कमळ उमलतं.

असहाय्य अवस्था अगदी नकोशी वाटते. ती चिखलासारखी असते. पण ज्यावेळी तिच्यामधून समर्पणाचं कमळ उमलून येतं तेव्हा कमळ आणि चिखल यांच्यात जमीन अस्मानाचा फरक असतो. उमलतं चिखलातून पण चिखलासारखं मात्र अजिबात नाही आहे. चिखलाहून अगदी वेगळं आहे, अगदी उलट आहे. कुठे कमळ आणि कुठे चिखल. कमळ चिखलामध्ये जन्मतं हे जर तुम्हाला माहीत नसतं तर कमळाला पाहून त्याचा चिखलाशी काही संबंध असू शकेल असं तुमच्या मनातही येणार नाही.

समर्पण असहाय्य अवस्थेमधून जन्माला येतं. असहाय्य अवस्था हा चिखल आहे. जेव्हा तुम्ही चिखलात अडकलेले असता तेव्हा यातून कमळ जन्माला येण्याची शक्यता आहे. यात कमळाचं बीज लपलेलं आहे. (असा विचारही तुम्ही करू शकत नाही.) पण जेव्हा कमळ उगवेल तेव्हा तुम्हाला कळेल. असहाय्य अवस्थेमधून लोकाना समर्पणाची प्राप्ती झाली आहे.

तर तुम्ही काहीही करू नका, करणं सोडून द्या. वाहून जा- खूप पोहून घेतलंत. पोहू नका. नदी घेऊन जाईल. नदी निघालीच आहे सागराच्या दिशेने. तुम्ही उगाचच आरडाओरडा करता आहात, हातपाय आपटता आहात; नदी त्या परमात्म्याकडे चालली आहे. जीवन त्याच दिशेने वाहातं आहे. तुम्ही मध्ये अडथळा आणू नका– तेवढं पुरेसं आहे. तुम्ही पोचाल.

हे थोडं समजून घ्या.

माझ्या दृष्टीने परमात्मा आणि तुम्ही यांच्यामध्ये कोणताच विधायक अडथळा नाही आहे. कोणताच पॉझिटिव्ह हिंडरन्स नाही आहे. एक निगेटिव्ह, नकारात्मक अडथळा आहे. नकारात्मक अडथळा याचा अर्थ असा आहे की तुम्ही स्वत:च अडथळा आणता आहात म्हणून परमात्म्याला भेटू शकत नाही आहात. नाहीतर दुसरी कोणतीच अडचण नाही आहे. तुम्ही अडथळा आणू नका, लगेच मीलन होईल.

जणू सूर्य उगवावा आणि तुम्ही दरवाजे बंद करून घ्यावेत तसं आहे हे. सूर्याला आत येण्यास काहीच अडचण नाही. तुम्हीच दरवाजे बंद करून उभे आहात. दरवाजा उघडा, सूर्य आपल्या आपण आत येईल. त्याला आत आणावं थोडंच लागतं? किरणाना काय समजवावं लागतं आत येण्यासाठी? या आत, घाबरू नका असं थोडंच सांगावं लागतं? दार उघडं असलं की बस्, सूर्य आत येतो.

आणि असंही होऊ शकतं की दरवाजा उघडा आहे पण तुम्ही पाठ करून उभे आहात. असंही होऊ शकतं की दरवाजा उघडा आहे, तुम्ही पाठही केलेली नाही, फक्त डोळे बंद करून घेतले आहात. फक्त डोळे उघडण्याचा अवकाश आहे.

खरोखरच असहाय्य वाटत असेल तुम्हाला– मी 'खरोखरच' असं मुद्दाम म्हणतो आहे. कारण असंही होऊ शकतं की तुम्ही असहाय्यतेचा अनुभव घेत नसाल आणि अजूनही काहीतरी करण्याची इच्छा बाकी असेल. जोपर्यंत काहीतरी करण्याची इच्छा शिल्लक आहे तोपर्यंत तुम्ही असहाय्य नाही आहात. तोपर्यंत तुम्ही म्हणत असता की अजून थोडं करून बघू. परंतु जोपर्यंत तुमची अस्मिता पूर्णपणे नष्ट होत नाही, जोपर्यंत तुम्ही पूर्णपणे गळून जात नाही, जोपर्यंत तुम्हाला असं वाटत नाही की माझ्याने काही होतच नाही आहे तोपर्यंत असहाय्य स्थितीही पूर्ण होणार नाही.

तर तुम्ही असहाय्यता थोडी समजून घ्या आणि असहाय्य अवस्थेमध्ये जगा. असहाय्यतेला घाबरू नका, तिच्यापासून दूर पळू नका. ती स्थिती लपवूनही ठेवू नका. त्या असहाय्य अवस्थेच्या चिखलामधूनच कमळ उमलतं आहे असं तुम्हाला दिसेल.

एखादी व्यक्ती पूर्णपणे असहाय्य होऊन जाते तेव्हा करण्यासारखं काही शिल्लकच नसतं. शिडं उघडली, नाव निघाली.

म्हणून मी तुम्हाला सांगतो आहे की आता मी काय करू असं विचारू नका. कारण मी तुम्हाला जे काही करायला सांगेन तेही तुम्ही अर्धवटच कराल. तुम्ही सगळं काही अर्धवट, कोमट करण्याची सवयच लावून घेतली आहे. तुम्ही ध्यान कराल, तर अर्धवटच कराल. प्रार्थना कराल तर तीही अर्धवटच कराल. अर्ध मन प्रार्थना करत असेल तर अर्ध मन बाजारात असेल, आणखी कुठेतरी असेल. तुम्ही कुठेच पूर्णपणे नसाल.

पण ही असहाय्य अवस्था काही करण्याची गोष्ट नाही आहे, ही अवस्था तर तुम्ही अनुभवता. ही तर तुम्ही स्वत:च जाणता. हे काही मी तुम्हाला करायला सांगितलेलं नाही. हे असं करा असं तुम्हाला कोणी शिकवलेलं नाही. हे तर तुम्ही स्वत:च आपल्या जीवनाची स्थिती ओळखल्यामुळे तुम्हाला कळून चुकलेलं आहे की आपण हेल्पलेस आहोत, असहाय्य आहोत. बस् यातच रमून जा.

आता तर तुम्हाला चिखलात बसल्यासारखं वाटणार आहे. पण चिखलात बसण्याची हिंमत असेल तर कमळ चिखलापासून फार दूर नाही. थोडंसंच अंतर आहे. आणि जो चिखलात बसण्याची हिंमत करू शकतो त्याच्याच जीवनात कमळ फुलतं.

आणि तुम्ही सगळं काही करून पाहिलं आहे, आता असहाय्य होऊनही पाहा. आता काहीच करू नका. अडचण येईल कारण तुमचा अहंकार म्हणेल, असं बसून राहून काय होणार? तुमचा अहंकार गणित मांडतो. तो म्हणतो, करून काही झालं नाही तर न करता कसं काही होऊ शकेल? एवढं सगळं करून झालं नाही तर नाही केल्याने साफच बुडून जाशील. करून करून निदान थोडे तरी शिल्लक आहात. कुठेही पोचला नाही आहात पण मार्गावर तर आहात, अजून ठिकाण आलं नाही. हे न केल्यानेच तर रस्त्याच्या बाजूला बसून राहाणार आहात.

आणि मी तुम्हाला सांगतो, रस्त्याच्या बाजूला जो बसला तोच इच्छित ठिकाणी पोचतो. बसण्यामध्येच इच्छित स्थानाची प्राप्ती आहे.

जपानमध्ये एका पर्वतशिखरावर एक मंदिर आहे. तीर्थस्थळ आहे. हजारो यात्रेकरू दरवर्षी तेथे जातात. तेथे बुद्धाची फार सुंदर मूर्ती आहे. डोंगर चढून जातात.

लिंची नावाचा एक फकीर गेला होता या तीर्थयात्रेला आणि डोंगराच्या पायथ्याशीच बसून राहिला, कधीच वर गेला नाही. लिंची ज्या गावातून आला होता त्या गावातून दुसरे लोक यात्रेसाठी आले तेव्हा त्यानी त्याला ओळखलं आणि विचारलं, 'तू इथेच बसला आहेस? यात्रा करायला आला होतास ना?'

लिंचीने जे उत्तर दिलं ते तुम्ही लक्षात ठेवा. लिंची म्हातारा होता, दुर्बळ होता, डोंगर चढण्याची ताकद त्याच्यामध्ये नव्हती. हो, वाटलं असतं तर डोलीमध्ये बसून जाऊ शकला असता पण तसं जाणं त्याला योग्य वाटलं नाही. तीर्थयात्रा करायची

ती काय डोलीत बसून– चांगलं नाही ते असं त्याला वाटलं. आपल्या पायाने चालत परमात्म्याच्या मंदिरापर्यंत जाऊ शकत नाही का? आणि आपल्या पायाने ज्या ठिकाणी चालत जाऊ शकत नाही तेथे पोचण्यात काय अर्थ आहे? पोचणं याचा अर्थ आपण स्वत: पोचणं असा होतो.

असा विचार करून लिंची डोलीत बसला नव्हता. तो तेथेच डोंगराच्या पायथ्याशी बसून राहिला. म्हणाला, मी तर असहाय्य आहे, माझे पाय कमजोर आहेत, मी डोंगर नाही चढू शकत, म्हातारा आहे, माझ्या आयुष्याचाही काही भरवसा नाही. दुसऱ्याच्या खांद्यावर बसून जाणंही योग्य नाही– ही काय यात्रा झाली? आणि दुसऱ्याच्या खांद्यावर बसून पोचलो तरी त्याला काय 'पोचलो' म्हणायचं? कमीत कमी तुझ्या मंदिरापर्यंत तरी आपल्या पायाने चालत यायला हवं. आता शेवटी एकच उपाय आहे, तुझी मर्जी असेल तर तूच ये. नाहीतर मी इथेच बसून राहीन.

आणि असं म्हणतात की तेथे बुद्धाचं आगमन झालं. तर जेव्हा गावचे लोक आले आणि म्हणाले, तू इथेच बसला आहेस? तेव्हा लिंचीने सांगितलं, माझ्याकडे जरा नीट पहा. तुमच्या गावातून यात्रेसाठी निघालेला मी आता तोच नाही आहे.

त्यानाही निश्चितच वाटत होते की काहीतरी महिमा निर्माण झाला आहे, तेज आलं आहे, डोळ्यांमध्ये वेगळीच चमक आली आहे. चेहऱ्यावरचा भाव या जगातला नाही. हे शरीरच एका वेगळ्या महिम्याने सजलं आहे. जणू काही आतमध्ये दिवा जळतो आहे आणि शरीरातून त्याचा प्रकाश बाहेर येतो आहे.

लोक म्हणाले, हे तर आम्हालाही जाणवतं आहे. पण तू वर मंदिरापर्यंत पोचलास की नाही? त्याने सांगितलं मी असहाय्य होतो, चढणं कठीण होतं. दुसऱ्याच्या खांद्यावर बसून जाणं योग्य नव्हतं. मी इथेच बसून राहिलो. आणि मी म्हटलं, मी तर काही येऊ शकणार नाही तुझ्या मंदिरापंत, पण जर माझी तहान, तळमळ खरी असेल तर तू माझी असहाय्य अवस्था समजून घे आणि तुझी इच्छा असेल तर तू इथे ये.

आणि शिवाय असंही होऊ शकतं- मी तुझ्या मंदिरापर्यंत पोचेनही-रोज लाखो लोकाना मी येताजाताना पाहातो आहे. पण तुझी इच्छा नसेल तर ते रिकामेच परततात. तुझ्या मंदिरापर्यंत येऊन लोकाना रिकामं परतताना पाहातो, तेव्हा असंही घडू शकतं की मी इथेच बसूनही भरून जाईन. आता सारं तुझ्यावरच सोडून देतो.

आणि लिंचीने ना प्रार्थना केली, ना पूजा केली, ना काही कर्मकांड केलं. तिथेच पर्वताच्या पायथ्याशी बसल्या बसल्या त्याला बुद्धत्व प्राप्त झालं. जेव्हा त्याला बुद्धत्व प्राप्त झालं तेव्हा त्याने लोकाना सांगण्यास सुरुवात केली. काही करण्याची जरूर नाही, फक्त सोडून देणं आवश्यक आहे.

त्या सोडून देण्याचं नाव आहे समर्पण!

पण सोडाल केव्हा! जेव्हा अहंकाराला खरोखर जाणवतं की अगदी असहाय्य

आहे. सोडल्याबरोबर घटना घडून येते. इथे तुम्ही संपून जाता की तिथे परमात्मा आलाच. तुम्ही या दाराने बाहेर पडा, त्या दाराने परमात्मा आत येतो. तुम्ही थोडी जागा रिकामी करा. तुम्हीच अडथळा आहात मधला. तुमच्या खेरीज दुसरी कोणतीही अडचण नाही.

असहाय्यतेची भावना फार अद्भुत आहे. असहाय्य होऊन राहा. त्याच भावाने सारं सुफलित होईल. थोडा विचार करा– असहाय्य होण्याची भावदशा-त्याहून अधिक महत्त्वाचं तुम्हाला काय मिळू शकेल? असहाय्य अवस्थेमध्ये स्वत:च्या अहंकाराला कसं वाचवू शकाल? गळून पडेल, विर्सजित होऊन जाईल.

तिसरा प्रश्न : भक्त भावनेने भरलेला असतो. पण भावना आणि विचार यांच्यामध्ये योग्य तो फरक आम्ही कधी आणि कसा ओळखू शकू?

विचार ही एक अंशत: घडणारी घटना आहे, ती तुमच्या मस्तकामध्ये घडत असते. भावना ही एक संपूर्ण घटना आहे जी तुमच्या संपूर्ण अस्तित्वामध्ये घुमत राहाते, हा फरक आहे. विचार तर तुमच्या डोक्यात चालतो. तो तुमच्या संपूर्ण व्यक्तित्वाला ओतप्रोत भरून टाकत नाही. तुमच्या मनात एक विचार चाललेला असेल, परमेश्वराचा, तर तुमचा रोमरोम त्या विचाराने न्हाऊन निघत नाही. विचार मनात चालू राहील, हृदयाच्या धडधडीमध्ये घुमणार नाही. तुम्ही विचार परमेश्वराचा करत राहाल पण त्याची बातमी तुमच्या पायाना नाही पोचणार. तुमच्या हाडाना, मांसाला, मज्जातंतूना त्याची काही बातमी पोचणार नाही. तो विचार वर वरच राहील. समुद्रावर एखादी कागदाची नाव सोडावी तसं होईल ते. ती नाव वरवर लाटांवरच डगमगत राहील. सागराच्या खोल तळाला समजणारही नाही वर एखादी कागदाची नाव डळमळते आहे ते.

विचार कागदाच्या नावांसारखे आहेत. ते तुमच्या मस्तकाच्या पातळीवरच डोलत राहातात. तेथेच येतात आणि तेथेच राहातात. तुमच्या आतल्या खोलीला त्यांच्या असण्याची जाणीवही होत नाही. ते आले हेही कळत नाही केव्हा गेले याचाही पत्ता लागत नाही.

भाव ही सर्वांग अवस्था आहे. जेव्हा तुम्ही परमात्म्याच्या भावाने भरून जाता तेव्हा तुमचं मस्तकच तेवढं भरून जात नाही, मस्तक तर भरतंच, तुमचा रोमरोम, शरीर, प्राण सर्व भरून जातं.

परमात्म्याच्या भावाने भरून गेलेल्या व्यक्तीला सांगावं लागत नाही की मी परमेश्वराचा विचार करत आहे. तुम्हाला दिसेल, तुम्हाला जाणवेल की तो परमात्म्याला जगतो आहे.

विचार आणि जीवन यांच्यामध्ये जेवढा फरक आहे, तेवढाच फरक विचार आणि भाव यांच्यामध्ये आहे. भाव म्हणजे सर्वांगीणता, भाव म्हणजे समग्रता.

जेव्हा तुम्ही कोणाच्या प्रेमात पडता तेव्हा ते प्रेम काय फक्त डोक्यात राहातं? ते प्रेम तुमच्या हृदयातही धडधडू लागतं. तुमचा रोमरोम शहारून जातो. तुमची चाल बदलून जाते. कालही तुम्ही चालत होता- असे चालत होतात जणू पावलं घासत चालता आहात. आजही तुम्ही चालता आहात, पायही तेच आहेत, आकाशही तेच आहे, काहीच बदललेलं नाही, पण आज तुमच्या पावलांमध्ये एक नृत्य आहे. तुम्ही कोणाच्या तरी प्रेमात पडला आहात.

हॉलंडमध्ये एक खूप मोठा चित्रकार होऊन गेला- व्हिन्सेंट व्हॅन गॉग. या शतकामध्ये व्हॅन गॉगची जशी ख्याती आहे तशी दुसऱ्या कोणाही चित्रकाराची नाही. व्हॅन गॉग कुरूप होता, अगदी कुरूप होता. एकही स्त्री कधी त्याच्या प्रेमात पडली नाही. तो फक्त कुरूपच होता असं नाही तर रिपल्सिव्ह होता, विकर्षक होता. त्याच्याजवळ गेल्यावर लगेच दूर जावं असं वाटू लागे, पुन्हा याला भेटावं लागू नये असं वाटू लागे.

पण फार विलक्षण चित्रकार होता. सौंदर्याचा मोठा जाणकार होता. शरीर फार कुरूप होतं. कसाबसा जगत होता, काम करत होता. एका चित्रशाळेमध्ये रोज कामाला जात होता. कामही करत असे, चित्रंही बनवत असे, चित्रं विकलीही जात असत. पण चालत असे पाय घासत. ज्याच्या जीवनात प्रेमाची वीणा झंकारली नाही...

प्रार्थना तर फार दूर आहे, परमात्मा तर फार दूर आहे. प्रेम हा तर प्रार्थनेचा फार अस्पष्ट आवाज आहे, अगदी अस्पष्ट! जणू काही हजारो पडद्यांमागून तुम्ही परमात्म्याला पाहाता आहात. फक्त एक झलक, फक्त एक सावली सरकत जावी- बस् असं असतं प्रेम. आणि तरीही प्रेम फार महत्त्वाचं असतं. कारण ज्यांच्या जीवनात प्रार्थना नाही, परमात्मा नाही, त्यांच्या जीवनात प्रेम हा एकच तर क्षण असतो ज्याला तो संपूर्णपणे जाणत असतो. नाहीतर सर्वच गोष्टी अर्ध्यामुर्ध्या, तुकडे तुकडे झालेल्या अशा असतात.

तो पाय घासत चालत असे, जणू पाय वेगळे चालत, हात वेगळे चालत, डोकं वेगळं चाले. जणू आतमध्ये साऱ्यांना एकत्र जोडणारे असे काहीच नाही आहे. जणू आतमध्ये एक केंद्र नाहीच आहे. जणू काही तो आत एकत्रित नव्हताच. सारे यंत्र सैल होऊन गेले होते- अस्थिपंजर-कसाबसा लटपटत चालत होता.

एक दिवस अचानक चित्रशाळेच्या मालकाला दिसले की व्हॅन गॉगची चाल बदलली आहे. त्यात थोडी गती आली आहे. आणि नुसती गतीच नव्हे तर त्यात एक आनंदही आहे, शहाराही आहे. नुसता शहाराच नव्हे तर त्याच्या चेहऱ्यावर एक टवटवीही आहे. जणू खूप वर्षांनंतर त्याने आज स्नान केलं असावं. स्नान तर तो रोज करत असे पण आज जणू आतून बाहेरून स्नान घडलं आहे, एक नृत्य आहे.

त्याचा मालक म्हणाला, 'व्हॅन गॉग! तुला कितीतरी वर्षांपासून पहातो आहे. तुझ्याहून अधिक उदास, अधिक हताश, अधिक पराभूत माणूस पाहिलेला नाही मी.

आज काय झालं आहे? जिना चढताना तू शीळ घालत होतास. काय मामला आहे? कोणाच्या प्रेमाबिमात पडला आहेस की काय?'

व्हॅन गॉगने उत्तर दिले, 'हो, आज एका स्त्रीने माझ्याकडे हसून पाहिलं.'

एका स्त्रीने तुमच्याकडे हसून पाहिले तर एवढी मोठी घटना घडून येते. आणि जेव्हा परमात्मा तुमच्याकडे हसून पाहील हजार हजार डोळ्यांनी, हजार हजार रूपांनी-वृक्षांमधून, चंद्रतारकांमधून, झऱ्यांमधून, पर्वतांमधून, सर्व दिशांनी तुमच्याकडे झुकून येईल, जणू काही आषाढात मेघ भरून आले असावेत तसा सर्व दिशांनी ओथंबून येईल आणि वर्षाव करू लागेल प्रेमाचा, तेव्हा काय फक्त तुमच्या टाळक्यातच ही भावना जागृत होईल की परमात्मा पाहातो आहे?

नाही, तेव्हा तुम्ही नाचू लागाल. मीरा म्हणते, 'पग घुंगरु बांध मीरा नाची।' त्या क्षणी विचार करून चालणार नाही, नाचणेही कमी पडेल. नाचण्याचा अर्थच असा आहे की तुमचं संपूर्णपण भरभरून आलं आहे, तुमचा रोमरोम एकत्रित झाला आहे. तुमचं धडधडणं बुडून जातं, तुमच्या श्वासाश्वासाला त्याचा स्पर्श झाला आहे.

भाव-दशा याचा अर्थ आहे अखंड, तुम्ही पूर्णपणे त्याच्यामध्ये आहात. म्हणून प्रेम विचार नाही आहे, प्रेम भाव आहे. प्रार्थनाही विचार नाही आहे, प्रार्थना भाव आहे. ध्यानही विचार नाही, ध्यान भाव आहे.

आणि तुम्ही नीट समजावून घेतलंत तर तुम्हाला कळेल की भाव विचाराच्या अगदी उलट आहे. कारण त्याचा गुणधर्मच निर्विचाराचा आहे. भाव जेवढा तुम्हाला पूर्णपणे ताब्यात घेईल तेवढे विचार शांत होत जातात, तरंग विरून जातात. तुम्ही इतक्या सखोल अनुभूतीने भरून जाता की विचार करण्याची संधीच कुठे आहे? जागा कुठे? जरूर कुठे?

ज्याने प्रेमाचा भाव जाणलाच नाही तोच प्रेमाचा विचार करतो. जो भुकेला आहे आणि ज्याला जेवण म्हणजे काय हे ठाऊकच नाही तोच अन्नाचा विचार करतो. ज्याचे पोट भरलेले आहे तो थोडाच अन्नाचा विचार करणार? भोजनाने तृप्ती मिळते, विचार हरवून जातात. भुकेला माणूस विचार करतो भोजनाचा, भुकेला माणूस फक्त भोजनाचाच विचार करू शकतो, दुसरा कोणताच विचार येऊ शकत नाही.

म्हणजे परमात्म्याची भूक आहे तोपर्यंतच परमात्म्याचा विचार येईल. अजून तृप्ती झाली नाही, तहान तशीच आहे, घशात पाण्याची धार अजून पडली नाही. अजून मीलन झाले नाही. एक लहानसा शिडकावाही झालेला नाही. तुमचे संपूर्णपणे एखाद्या अवस्थेमध्ये मिसळून जाणे म्हणजे भाव. म्हणून सर्व साधना-पद्धतींनी एकाच गोष्टीवर भर दिला आहे- तुम्ही विचारापासून दूर होऊन भावाकडे जा.

आणि सारी संस्कृती, सारा समाज, सारे शिक्षण एकच गोष्ट शिकवत असते- तुम्ही भावनांपासून दूर राहा आणि विचारांमध्येच जगा. शाळा, महाविद्यालये आणि विद्यापीठे विचार शिकवतात, भाव नाही- 'विचार करा'. आणि विचार करण्याचा

अर्थ काय होतो? विचार करण्याचा अर्थ होतो जगण्यापासून दूर जा. तुम्ही जेवढा विचार कराल तेवढे जीवनापासून दूर जात राहाल. विचारच करत राहाल. शेवटी तुम्हाला कळून चुकेल, डोकं आपल्या आतच सगळे करून घेतं. शरीराची काही गरजच राहिली नाही.

अलीकडेच पश्चिमेकडे काही प्रयोग झाले आहेत. मस्तकाच्या शस्त्रक्रियांमधून एक गोष्ट सिद्ध झाली आहे की मेंदूला शरीराच्या बाहेर काढता येते आणि शरीराच्या बाहेर मेंदू जिवंतही ठेवता येतो यंत्रांच्या साह्याने. आणि तरीही मेंदू विचार करतच असतो. त्याला विचार करण्यासाठी तुमची गरज नाही. मेंदूला अनेक तास बाहेर ठेवून निरीक्षण केले गेले आहे. शरीरापासून अगदी वेगळे काढून ठेवून निरीक्षण केले गेले आहे. आता मेंदूला यंत्रांच्या साह्याने चालवले जाते. यांत्रिक फुफ्फुसे रक्त पुरवतात. यांत्रिक फुफ्फुसातून ऑक्सिजन मिळतो आणि मेंदू विचार करणे चालूच ठेवतो.

काही बदल घडून आला आहे हे त्या माणसाला कळणार सुद्धा नाही. तो जो विचार करत होता– जर पैशाच्या मागे लागलेला असेल तर तो पैशाचा विचार चालूच राहील- आत हिशोब ठिशोब करतच राहील. संपत्ती, पैसे मोजत राहील.

जर तो माणूस राजकारणातला असेल तर पदाच्या आकांक्षेमध्ये गर्क राहील. आपल्या मतदाराना भेटत राहील, निवडणुकीचे दौरे करत राहील आणि मेंदू बाहेरच आहे शरीराच्या...

तो जर कामुक असेल तर कामवासनेने लडबडलेलाच राहील. आता कामवासना तृप्त करण्याचा मार्गही नाही कारण मेंदू शरीरापासून वेगळा आहे.

तो जर एखादा मंत्रचळ्या असेल, 'ओम ओम ओम' असा जप करत बसत असेल तर तसाच जप करत राहील.

विचार फक्त मेंदूच्याच साह्याने चालू राहू शकतात. तुमचे पूर्ण शरीर तेथे असण्याची काही आवश्यकता नाही. म्हणून विचार करणारा माणूस जेवढा विचारांमध्ये बुडत जातो तेवढे त्याचे जीवन संकुचित होत जाते, लहान होत जाते.

पश्चिमेमध्ये एक विचारवंत खूप विचार केल्यानंतर त्रासून जाऊन अशा निर्णयाला पोचला की कोणत्या तरी रीतीने विचारांपासून मुक्ती मिळाली तरच शांती मिळू शकेल. म्हणून मग त्याने एक छोटासा प्रयोग केला– फार मोलाचा प्रयोग आहे तो. कदाचित तुम्हालाही त्याचा उपयोग होईल. त्यानंतर तो फार प्रख्यात झाला आणि त्याने आपल्या प्रयोगाबद्दल एक लहानसे पुस्तकही लिहिले.

त्याचा प्रयोग असा होता की विचारानी खूप त्रासून गेल्यामुळे मानसिक उपचार, मनोविश्लेषण सर्व काही केले पण काही उपाय सापडला नाही. आणि मन तर वेडे होऊ लागले होते. मनामधील धूसरता वाढू लागली होती. तेथे धुके जमत जाई आणि इकडे विक्षिप्तपणा वाढू लागे.

त्याने मग एक लहानसा प्रयोग केला. तो त्या प्रयोगाशी कसा पोचला हे

सांगणे कठीण आहे. पण खूप जुना तांत्रिक प्रयोग आहे. तो प्रयोग असा आहे–
तो स्वत:ला मस्तक नाहीच आहे असा अनुभव घेण्याचा प्रयत्न करू लागला.
रस्त्यावरून जातो आहे पण मनात नक्की ठरवले आहे की डोके कापून टाकलेले
आहे. बस, फक्त मानेपर्यंतच मी आहे, त्यावर काही नाही. उठतो, बसतो, झोपतो
पण ही गोष्ट पक्की लक्षात ठेवतो की त्याला मान नाहीच आहे. हळूहळू त्याला
आश्चर्य वाटू लागले की मान नसण्याची कल्पना, मान कापून टाकली आहे, डोके
नाही आहे हा विचार हळूहळू मनातील विचाराना शांत करू लागला.

त्याला गुरुकिल्ली मिळाली. मग तर त्याने हा प्रयोग अधिक सखोलपणे
करण्यास सुरुवात केली. उठता, बसता, चालता फिरता, झोपेत, जागेपणी त्याने
एक मंत्रच जपायला सुरुवात केली, डोके नाही आहे. फक्त खालचे शरीर आहे,
डोके नाही आहे. आणि साधारण एक वर्षभरानंतर सगळे विचार विरून गेले.

म्हणजे आता तो गुरु झाला. तो लोकाना समजावून सांगू लागला. त्याने एक
लहानशी युक्ती शोधून काढली, तो स्वत:बरोबर आपल्या पिशवीमध्ये कागदाच्या
पिशव्या ठेवत असे. कागदाच्या लांबरुंद पिशव्या-दोन्ही तोंडे उघडी असलेल्या. तो
लोकांना सांगतो-याच्यात डोकं घाला. त्यात काहीसुद्धा नाही आहे, रिकामी पिशवी
आहे. नुसतं बघत राहा आणि विचार करत राहा की डोकं नाहीच आहे. ना काही
बघण्यासारखं आहे ना कोणी बघणारा आहे.

आणि खूप लोकाना ध्यानाची थोडीशी झलक त्या पिशव्यांमधून मिळायला
सुरुवात झाली. ती पिशवी कामाची आहे, परिणामकारक आहे- तुम्हीही हा प्रयोग
करून पाहा. फक्त एक कागदाची पिशवी, तिच्यात डोकं घालायचं-बस. आणि त्या
पिशवीत काहीसुद्धा नाही आहे. रिकामी पिशवी आहे. तेथेच बघत राहिले, बघत
राहिले. ना काही बघण्यासारखं आहे ना कोणी बघणारा आहे.

बस् - एवढेच फक्त ध्यानाचे शास्त्र आहे. बघण्यासाठी काही नाही, बघणारा
कोणी नाही. ना दृश्य आहे, ना दर्शन आहे. मग विचार कोठून निर्माण होणार?
तेव्हा विचार हरवूनच जातात.

परंतु विचार हरवून जाणे पुरेसे नाही. हाच भक्त आणि ध्यानी यांच्यामध्ये फरक
आहे. ध्यानी म्हणतो, विचार संपून गेले म्हणजे सर्व काही झाले. भक्त म्हणतो
विचार हरवून गेले ही तर पहिली पायरी आहे. अजून भावाचा जन्म कुठे झाला
आहे? म्हणजे विचार संपून गेल्यानंतर तुम्हाला जाणवेल की विचार थांबले, मन
शांत झाले पण आनंद नाही प्राप्त झाला.

म्हणून ध्यान करणारा माणूस शांत होऊन जाईल, शून्य होऊन जाईल.
आनंदाची थरथर त्याला जाणवणार नाही. हाच फरक आहे. बुद्धाचे विचार आणि
वेदांत यामध्ये. बुद्धाचा विचार शून्यापर्यंत नेऊन पोचवतो. शून्यापर्यंत पोचवणे ही
फार महत्त्वाची गोष्ट आहे, अर्धा रस्ता संपला.

पण वेदांत म्हणतो, हे पुरेसे नाही. शून्य झालो पण अजून परमात्म्याने भरून नाही गेलो. पात्रातील विष नाहीसे झाले खरे पण अजून अमृताने भरले नाही. विष नाहीसे झाले हे चांगलेच झाले. एवढेसुद्धा पुरेसे आहे. हे सुद्धा फार कठीण आहे परंतु अपुरे आहे.

वेदांत आणि बुद्धाचे चिंतन यामध्ये हाच फरक आहे. वेदांत सांगतो– जोपर्यंत रिकामे पात्र ब्रह्माने भरून जात नाही तोपर्यंत तुम्ही शांत व्हाल पण आनंदित कसे व्हाल?

म्हणून बुद्ध वृक्षाखाली शांत बसला आहे असे तुम्हाला दिसते. महावीर पर्वतावर शांत उभा असलेला तुम्हाला दिसतो. पण मीरेचा नाच, चैतन्याचा परमभाव- नाही दिसत. काहीतरी कमी आहे. काहीतरी चुकते आहे. सगळं काही आहे, बँडबाजा आहे, वऱ्हाडी आले आहेत, पाहुणे गोळा झाले आहेत, पण नवरामुलगाच कुठे हरवला आहे. सगळं आहे पण सगळं अपुरं अपुरं आहे. दरबार भरला आहे, दरबारी बसले आहेत, सिंहासन रिकामं आहे, सम्राट नाही आहे. स्तब्धता पसरली आहे. प्रतीक्षा चालली आहे पण कुठेतरी काहीतरी चुकतं आहे, कोणती तरी एक कडी!

वेदांत हे फार मोठे शास्त्र आहे. त्याहून मोठे शास्त्र अजून झाले नाही. वेदांत ही परम दृष्टी आहे कारण ती शून्यामध्ये पूर्णाला भरून टाकते.

मीही तुम्हाला सांगतो की ध्यान आवश्यक आहे, अतिशय आवश्यक आहे. त्याशिवाय काहीही होणार नाही. ती तर पहिली पायरी आहे. त्यामुळेच घराची निर्मिती होणार आहे. परंतु तरीही अतिथि येण्याची जरूर पडेलच.

जमीन तयार केली, आता बीजही पेरावे लागेल. जमीन तयार केली म्हणजे बाग तयार झाली असे नाही. जेव्हा भावाची जाणीव होईल तेव्हा बाग लागेल. म्हणून जोपर्यंत तुम्ही नाचू शकणार नाही तोपर्यंत समजा की अजून तुम्ही ध्येय गाठलेले नाही. शांत व्हाल, छान! फार छान! चांगले झाले. परंतु जोपर्यंत नाचू लागणार नाही तोपर्यंत समजा की अजून थोडे अंतर शिल्लक आहे.

बुद्ध महानच आहे परंतु कृष्णाच्या ओठांवर असलेल्या बासरीची उणीव आहे. थोडेसे चुकते आहे. असेही असू शकेल की बुद्धाच्या आत तोही पूर्ण होऊन गेला असेल पण बुद्ध नाचू शकत नाही. त्यांची सगळी प्रक्रिया शून्यतेची आहे, परमभावाची नाही. आतमध्ये त्याना आनंदाची प्राप्ती झाली असेल हेही शक्य आहे परंतु तो आनंद त्यांच्या रोमारोमातून वाहात नाही आहे. त्यामध्येही एक संयम जाणवतो आहे. त्या आनंदाने वेडे होऊन ते नाचू लागत नाहीत, सैरभैर होऊन जात नाहीत.

लक्षात ठेवा– विचार, निर्विचार मग भाव! विचारातून मुक्त व्हायचे आहे, निर्विचार स्थिती आणायची आहे, म्हणजे मग भाव येऊ शकेल. आणि जेव्हा भाव येईल तेव्हा संकोच करू नका आणि घाबरू नका. आणि भयभीत होऊ नका, संयम

ठेवू नका. मग कसलीही अडचण न मानता नाचू लागा. तेव्हाच जीवनात परम उत्सव निर्माण होईल. आणि जीवनाचा शेवटचा क्षण जर उत्सव झाला नाही तर कुठे तरी काही तरी चुकले आहे. थोडेसेच चुकले असेल पण चुकले आहे नक्की.

नाचत नाचत तुम्ही मृत्यूकडे पोचू शकलात तर येण्याजाण्यातून सुटकाच होईल. तुमचे नृत्यगृह तुमचे मंदिर बनून जाईल आणि तुमचे ध्यान तुमच्या आतील अनाहत नादाला जागृत करेल. तुमच्या विचारशून्यतेमध्ये ओंकाराचा विस्फोट होईल. तुम्ही शून्य बना आणि पूर्णाच्या अतिथीने तुमच्या दारावर थाप द्यावी. याहून कमी मान्य करू नका.

धर्म अखेरीस नृत्य आणि उत्सव बनू शकला नाही तर तो धर्म पूर्णत्वाला पोचलेला नाही.

चौथा प्रश्न : मनामध्ये अनेक प्रश्न उठतात परंतु असं वाटतं की काहीच विचारू नये, फक्त चरण कमलांपाशी बसून राहावं.

वृक्षाला जशी पानं येतात तसेच मनामध्ये प्रश्न उठतात. ते वाढतच जाणार. तुम्ही कितीही विचारा आणि मी कितीही उत्तरं दिली तरी, माझ्या उत्तरांनी तुमच्या मनात प्रश्न उठणं बंद होईल या आशेने मी तुम्हाला उत्तरं देत नाही. ती चूक मी करू शकत नाही. मला पक्की खात्री आहे की माझं प्रत्येक उत्तर तुमच्या मनात नवे दहा प्रश्न उभे करेल.

म्हणून तुमचे प्रश्न सुटावेत म्हणून मी तुम्हाला उत्तरं देतो असं नाही. मी फक्त एवढाच विचार करतो की हळूहळू, हळूहळू तुम्हाला दिसू लागेल की इतक्या प्रश्नांची उत्तरं मिळतात पण तरीही प्रश्नांची गर्दी तशीच्या तशीच राहाते. त्यामध्ये थोडासाही फरक पडत नाही. कदाचित थोडी वाढलीच असेल. नवे प्रश्न निर्माण झाले आहेत कारण तुम्ही कधी न ऐकलेली अशी नवी उत्तरं मिळाली आहेत. मनाने नवीन प्रश्न उभे केले.

आणि हे जर तुम्हाला दिसू लागलं– माझा प्रयत्न तोच आहे, म्हणूनच तर तुमच्या प्रश्नांची उत्तरं देतो, उत्तरं सोडवण्यासाठी नाही. कोणतंही उत्तर कधीच एखादा प्रश्न सोडवू शकत नाही. तुम्हाला फक्त एवढेच जाणवून द्यायचं असतं की कोणतंही उत्तर कधीच एखादा प्रश्न सोडवू शकत नाही, उलट प्रत्येक उत्तर नवा प्रश्न समोर उभा करतं. म्हणजे या मार्गाने प्रश्न सुटण्यासारखा नाही. विचारून विचारून कधीच कुणाला ज्ञानप्राप्ती झालेली नाही. माहिती मिळेल कदाचित, खूप माहिती मिळेल पण खूप माहिती मिळण्याशी ज्ञानाचा काही संबंध नाही. जागृत नाही होणार, अनुभव नाही येणार. शब्दांनी चित्त भरून जाईल. आणि प्रत्येक शब्द एखाद्या बीजाप्रमाणे नवीन शब्द निर्माण करेल आणि याच्या साखळीचा शेवट नाहीच.

जर तुम्हाला असं जाणवू लागलं असेल की प्रश्न तर खूप उठता आहेत परंतु विचारावंसं वाटत नाही आहे तर तुम्ही एका महत्त्वाच्या क्षणापाशी आला आहात. हाच तर माझा सारा प्रयत्न आहे की तुमच्या मनात प्रश्न निर्माण व्हावेत पण विचारावसं वाटू नये. कारण तुम्हाला हेही समजावं की विचारून काय होणार?

सर्व शास्त्रांमध्ये सर्व शास्त्रांची उत्तरं दिलेली आहेत. तुम्ही सर्व शास्त्रे विकत आणू शकता, वाचूही शकता, काही होणार नाही त्यामुळे. पण जर तुम्हाला हे समजून चुकलं की येऊ देत प्रश्न, आम्ही प्रश्नांमध्ये जातच नाही. आम्ही तर सत्संगामध्ये बसून राहू. आम्ही तर शांत, गप्प– एखाद्याला ज्ञान झाले असेल तर त्याच्या असण्याचा आनंद घेऊ. आम्ही बुद्धीने बुद्धीशी केलेल्या संवादात भाग घेणार नाही. आम्ही तर अस्तित्वाला अस्तित्वाशी जोडण्याचा प्रयत्न करू.

जेव्हा तुम्ही मला काही विचारता, मी काही उत्तर देतो तेव्हा दोन बुद्धींचा संवाद चालूच असतो. संवाद म्हणणंही कठीण आहे. शंभरापैकी नव्व्याण्णव वेळा तर विवादच होतो.

इकडे मी सांगतो आहे, तिकडे तुम्हाला वाटते आहे हे बरोबर नाही. बरोबर आहे की नाही हे ठाऊक नाही, किंवा उत्तर देता आहात, उत्तर शोधता आहात, तुमच्या पद्धतीच्या विरुद्ध आहे, तुमच्या शास्त्रांच्या विरुद्ध आहे– हजार प्रकारचा विवाद चालू आहे.

तुम्ही जर अगदी शांत स्वभावाचे असाल, शास्त्रीय नाही आहात, डोक्यावर शास्त्रांचं ओझं वाहाणारे नसाल तर कदाचित संवाद होऊ शकेल– तुम्ही प्रेमी असाल तर! तुमचं माझ्याजवळ असणं हे एका प्रेमिकाचं सान्निध्य असेल तर कदाचित संवाद घडेल. तर मी जे सांगण्याची धडपड करतो आहे तेच तुम्हाला ऐकू येईल. तर कदाचित माझ्या शब्दांमध्ये तुम्हाला नि:शब्दाचा झंकार ऐकू येईल. तर कदाचित माझ्या शब्दांच्या पलीकडे जाऊन मला थोडंसं पाहाण्यात तुम्ही थोडेसे सफल व्हाल. तर कदाचित शब्दांच्या मध्ये असलेली रिकामी जागा तुम्हाला ऐकू येईल. तेच अधिक मौल्यवान आहे.

तर जेव्हा मी क्षणभर थांबतो आणि तुमच्याकडे पाहातो तेच खरंखुरं उत्तर असतं.

हे जर समजलं तर साहाजिकच तुम्हाला विचारावंसं वाटणारच नाही. प्रश्न तर उठतच राहातील. जोपर्यंत मन आहे तोपर्यंत उठत राहातीलच. तो मनाचा धर्म आहे. लोक रस्त्यांवर चालत राहातील, नद्या वाहात राहातील, आकाशात ढग सरकत राहातील तसेच तुमच्या मनात विचार येत राहातील. यात काही अडचण नाही आहे.

तुम्ही माझ्याजवळ येण्याच्या उत्सुकतेने भरून गेलात तर त्याच उत्सुकतेमध्ये तुम्ही आपल्या मनापासून दूर होऊ लागाल आणि तुम्ही माझ्याजवळ तरी राहू शकता किंवा स्वत:च्या मनाजवळ राहू शकता. दोघांजवळ तुम्ही नाही राहू शकत.

विचारू नका. जर जाणवले आहे तरी विचारू नका. गप्प राहा. उठू देत, दुर्लक्ष करा. असे समजा की हा जन्माजन्माचा त्रास आहे, चालू आहे तर थोडे दिवस चालेल. चालू दे. त्यात जास्त रस घेऊ नका, लक्षही देऊ नका. तुम्ही थोडे दूर होऊ लागा. माझ्याजवळ येऊ लागा. सत्संगाचा अर्थच हा आहे. गुरूच्या जवळ जाणे. स्वत:पासून दूर होणं, गुरूच्या जवळ जाणं हा सत्संगाचा अर्थ आहे. कारण या दोहोंपैकी एकच गोष्ट होऊ शकते. एक तर तुम्ही स्वत:च्या जवळ राहू शकता किंवा गुरूच्याजवळ राहू शकता. स्वत:जवळ राहिलात, सत्संग नाही झाला. गुरूजवळ राहा, सत्संग झाला.

म्हणजे तर याचा असाही अर्थ झाला की हजारो मैलांवरूनही तुम्ही गुरूच्य जवळ असू शकता आणि गुरूच्या जवळ बसूनही दूर असू शकता. म्हणून सत्संगाचा भूगोलाशी काहीही संबंध नाही. सत्संगाचा संबंध ना कोणत्याही स्थानाशी आहे ना काळाशी आहे. कारण जर प्रेम सखोल असेल तर तुम्ही या क्षणी बुद्धाजवळ असू शकता. म्हणजे स्थानाचं दूरत्व हे काही दूरत्व नाही. काळाचे दूरत्व हेही काही दूरत्व नव्हे. नाहीतर तुम्ही माझ्याजवळ बसलेले असता आणि अंतर कोट्यवधी मैलांचं असतं, कोट्यवधि वर्षांचं असतं. तुम्ही जितके स्वत:च्या जवळ, तितके माझ्यापासून दूर.

हा एक सद्भावाचा जन्म झालेला आहे. या सद्भावामध्ये जगा. विचारण्याची चिंता करू नका. मी असे म्हणत नाही आहे की ज्याना अजून विचारण्याची इच्छा आहे त्यानी विचारणे बंद करावे. उधारीने काम होत नाही. ज्याच्या अंतरामध्ये ही इच्छा निर्माण झाली आहे की आता विचारण्यात रस उरला नाही, फक्त जवळ असण्यात रस आहे त्यालाच हे लागू आहे. ज्याला मनाची थोडी खाज अजून शिल्लक आहे त्याने खाजवून घेणंच योग्य आहे.

डोकं तर खाजेसारखं असतं. खाजवायला बरं वाटतं. शेवटी रक्तच येतं, त्रासच होतो. पण ज्याचं रक्त येतं तोच थांबतो. तोही थांबू शकत नाही कारण जुनी सवय सांगत असतो, अजून थोडं खाजवून घे. खाजवताना फार गोड वाटतं. कधी खाज सुटली असेल तरच तुम्हाला कळेल. सुटली नसेल तर करून बघण्यासारखं आहे हे. त्यात आयुष्याचं सार लपलेलं आहे. कारण सगळं डोकं भरून खाज असते. खाजवतानाही थोडं बरं वाटतं. नंतर रक्त येईल, दुखेल हे माहीत असूनही खाजवताना छान वाटतं. तर आता छान वाटत असेल तर तसंच करणं चालू ठेवा. कारण तुम्ही दुसऱ्याचं ज्ञान उधार नाही घेऊ शकत. विचारणं व्यर्थ वाटू लागेल. या जागी तुमचा स्वत:चाच अनुभव तुम्हाला घेऊन येऊ शकेल. कारण कितीतरी उत्तरं मिळाली पण हाती काही लागलं नाही. ऐकून घेतात. पालथ्या घड्यावर ओतलेल्या पाण्यासारखं सगळं वाहून जातं. तुम्ही आहात तिथेच राहाता.

तर असं किती काळ करत राहाणार? तेव्हा मग जवळ गप्प बसण्याची कला

हळूहळू उलगडू लागते. आणि जवळ बसण्याची कला ही गहनतम गोष्ट आहे.

आपण आपल्या या देशाच्या सर्वात अधिक महत्त्वाच्या ज्ञानाच्या परंपरेला उपनिषद् म्हटलं आहे. उपनिषद् या शब्दाचे दोन अर्थ होतात. एक अर्थ होतो– गुरूच्या जवळ बसण्याची कला. उपनिषद् याचा अर्थ होतो जवळ बसणं.

आणि दुसरा अर्थ होतो गुप्त ज्ञान.

दोन अर्थ आहेत उपनिषद् या शब्दाचे. जवळ असणं, सत्संग आणि गुप्त ज्ञान. परंतु दोनही अर्थ संयुक्त आहेत– दोन्ही अर्थ एकाच दिशेला बोट दाखवता आहेत. अर्थ असा की जेव्हा तुम्ही जवळ बसण्याची कला शिकता तेव्हाच तुम्हाला गुप्त ज्ञानाची प्राप्ती होऊ शकेल. जेव्हा तुम्ही गुरूच्या जवळ बसता, बसणं जमून जातं.

फार कठीण आहे गुरूच्याजवळ बसणं. कारण त्याचा अर्थ असा होतो की गप्प बसणं, मूक राहाणं, विचारहीन होऊन बसणं, भावासह बसणं. तेव्हा गुरु तुमच्यामध्ये झिरपणं सुरू होतं. तेव्हा गुरु आणि तुम्ही यांच्यामध्ये जीवनाची नदी वाहू लागते. तेव्हा गुरु एक किनारा होतो आणि शिष्य दुसरा किनारा. दोघांच्या मधून जीवनधारा वाहू लागते.

त्या गंगेचा प्रवाह वाहायला हवा असेल– आणि त्या गंगेखेरीज दुसरी कोणतीच गंगा, गंगा नाही. जर त्या रसधारेचा प्रवाह वाहायला हवा असेल तर उपनिषदाची कला शिकावी लागेल, गप्प बसून राहाणं.

काय विचारायचं आहे? विचारून काय मिळवायचं आहे? विचारून काहीही मिळत असेल तर फक्त शब्द. तुम्हाला लागली आहे भूक आणि तुम्ही विचारता आहात भोजनासंबंधी. आणि मी तुम्हाला भोजनाबद्दल सगळं समजावून सांगतो, मी तुम्हाला संपूर्ण पाकशास्त्र समजावून देतो– भूक कशी भागेल? तुम्ही म्हणाल जेवण हवं आहे.

तुम्हाला तहान लागली आहे, तुम्ही विचारता आहात पाण्याबद्दल आणि मी तुम्हाला सांगतो पाणी कसं बनतं ते. त्याचा फॉर्म्युला आहे एच टू ओ. ऑक्सिजन आणि हैड्रोजन या दोहोंच्या संयोगाने बनतं. हैड्रोजनचे दोन परमाणू आणि ऑक्सिजनचा एक परमाणू हे तीन एकत्र होऊन बनतं. तुम्ही म्हणाल, यानं माझी तहान नाही भागत. समजलं सगळं पण या एच टू ओने तहान नाही भागत. एखाद्या वेदाने नाही भागू शकत कारण वेद म्हणजे एच टू ओ. कोणत्याही शास्त्राने नाही भागू शकत. एखादं कुराण, एखादं बायबल नाही तहान भागवू शकत. कोणत्याही गुरूचं कोणतंही वचन नाही भागवू शकत.

तहान भागेल जेव्हा तुमच्या घशातून पाणी खाली जाईल तेव्हा. माझ्याजवळ बसा, पाणी उतरेल खाली. तुम्ही दारं तेवढी उघडून ठेवा. जवळ बसण्याचा एवढाच अर्थ आहे की तुम्ही थांबवणार नाही, अडचण आणणार नाही, भिंत उभी करणार नाही. तुम्ही नग्न, वस्त्रहीन शांत बसून राहाल.

याचा अर्थ असा नाही की आजपासून तुमच्या मनात विचार येणंच बंद होऊन जाईल. ते तर येतच राहाणार. ते येत राहू देत, तुम्ही त्यांच्यापासून दूर जायला लागा. एक अंतर, एक दुरावा निर्माण करा. ते येता आहेत, काही हरकत नाही.

श्री. अरविंदानी लिहिलं आहे, ज्या व्यक्तीकडून ते ध्यान करायला शिकले, त्या व्यक्तीने त्याना एक छोटीशी गोष्ट समजावून सांगितली होती. सांगितलं होतं, तू ध्यान करायला बस. शांत हो, विचाररहित हो. अरविंदानी विचारलं पण विचारहीन हो असं म्हटल्याने विचारहीन होता येतं का? आम्ही बसू, बसणं येईल. विचारहीन कसे होणार? विचार तर चालूच राहाणार.

तेव्हा त्या व्यक्तीने सांगितलं, तू असं समज की तू शांत बसला आहेस आणि तुझ्या चारही बाजूना माशा घोंगावता आहेत. विचार माशांसारखे असतात, त्याना घोंगावू दे. त्यांची चिंता तू करू नकोस. माशांशी काय देणं घेणं? घोंगावू देत. तू शांत राहा, विचाराना घोंगावू दे. चारही बाजूंनी कोलाहल माजेल. पण तू डळमळू नकोस.

श्री अरविंद बसून राहिले त्या अवस्थेमध्ये तीन दिवस. रस निर्माण झाला. कबीर ज्याला 'तारी लागली' म्हणतात ती तारी लागली. तीन दिवस उठलेच नाहीत, झोपले नाहीत, जेवलेही नाहीत. आतमध्ये अशी भावना जागी होऊ लागली की उठावसं वाटेना. हा खरा उपवास आहे. आठवणच नाही झाली भुकेची, तहानेची, झोपेची. अशी मजा येऊ लागली, असं अमृत झरू लागलं.

आणि हळूहळू माशा दूर होऊ लागल्या. अजूनही होत्या पण आता दूर गेल्या होत्या. कित्येक मैलांच्या अंतरावर होत्या. अंतर वाढत गेलं. आता जणू चंद्रताऱ्यांजवळ माशा घोंगावत आहेत आणि तुम्ही इतक्या दूर आहात, काय देणं घेणं?

विचारांशी असलेलं तादात्म्य नष्ट करा, बस! तुम्ही त्याहून अलग आहात, तुम्ही विचारांहून भिन्न आहात. तुम्ही विचार नाही आहात. तुम्ही विचारांचे द्रष्टे आहात साक्षी आहात. बस् या साक्षीभावासह माझ्याजवळ राहा. तर तुम्ही जे प्रश्न विचारलेले नाहीत त्यांचीही उत्तरं तुम्हाला मिळून जातील. विचारून विचारून सुद्धा तुम्हाला उत्तर थोडंच मिळणार आहे? आणि मी तुम्हाला जे उत्तर देतो आहे ते सुद्धा लहान मुलाला खेळणं देण्यासारखं आहे. म्हणजे रस वाटत राहील, मुलं खेळायला येत राहातील. कधीतरी खेळणी फेकून देतील आणि अस्सल वस्तू स्वीकारायला मान्यता देतील.

तुम्हाला शून्य द्यायचं आहे मला, कारण त्यामुळेच मार्ग संपूर्णपणे उघडा होतो. पण तुम्ही शब्द मागता म्हणून मी शब्द देतो– म्हणतो की हरकत नाही. येत राहिले तर कधी ना कधी तर संसर्ग जडेलच. हा रोग फारच संसर्गजन्य आहे.

गुरूपेक्षा जास्त संसर्गजन्य असं या जगांत दुसरं काहीही नाही आहे. फक्त येत राहा. येत राहाण्यासाठी हिंमत ठेवलीत तर केव्हा ना केव्हा तरी हा रोग तुम्हाला

लागेलच. आणि हा रोग ठार मारल्याशिवाय सोडतच नाही. हा रोग अगदी संपवूनच टाकतो आणि यावर काही इलाजही नाही आहे. इनक्यूरेबल आहे. एकदा लागला की सुटत नाही.

पाचवा प्रश्न : आयुष्यात कधी कधी इतकं दु:ख अनुभवाला येतं की वाटतं याहून अधिक दु:ख नरकातही नसेल. तरीही जीवनाबद्दल वैराग्य का निर्माण होत नाही?

दु:खाने कधी वैराग्य निर्माण होतच नाही, सुखाने होतं. दु:खी माणसाची आशा तर जिवंत राहाते, फक्त सुखी माणसाची आशाच संपून जाते. कारण दु:खामध्ये असं वाटतं की आज दु:ख आहे, उद्या सारं ठीक होईल. आज दु:ख आहे, कायमचं थोडंच राहाणार आहे? आणि दु:खामध्ये असंही वाटतं की या दु:खाच्या पलीकडे जाण्याचा काही ना काही मार्ग नक्कीच असेल.

गरीब कितीही गरीब असला तरी त्याला सतत वाटत राहातं की श्रीमंत होण्याचा काही ना काही उपाय सापडेलच. दुसरे झाले आहेत की श्रीमंत. म्हणून भिकारी कधीच विरागी होऊ शकत नाही. फार कठीण आहे. भिकाऱ्याची आशा कायम राहाते. ज्याच्याजवळ नाहीच आहे तो सोडणार कसं? ज्याच्याजवळ आहे तोच सोडू शकतो. सुखामुळे खरं खुरं वैराग्य निर्माण होतं, दु:खामुळे निर्माण होणारं वैराग्य खोटं असतं. म्हणून मी तुम्हाला कधीही सांगत नाही की तुम्ही दु:खामुळे वैराग्याकडे जा. तो काही योग्य मार्ग नाही.

तुम्ही दु:खी होऊन जर वैराग्याकडे वळलात तर तुम्ही कधीच मोक्षाची इच्छा धरू शकणार नाही. जास्तीत जास्त तुम्ही स्वर्गाचीच इच्छा धराल. कारण दु:खी माणूस सुख मागतो, आनंद नाही. आनंद त्याला ठाऊकच नाही. सुख माहीत नाही, आनंद माहीत असणं तर दूरची गोष्ट आहे. आणि दु:खी माणसाला इथे जे मिळत नाही ते तो परलोकामध्ये मागतो आणि दु:खी माणसाला स्वत:च्या प्रयत्नाने जे मिळत नाही ते तो परमात्म्याकडे मागतो. पण तो विरागी नाही होऊ शकत. एकही दु:खी माणूस विरागी झालेला मी पाहिलेला नाही. आणि झाला असेलच तर ते खोटं वैराग्य असणार.

तुम्हाला आपल्या संन्याशांमध्ये– तुम्ही या देशात फिरलात तर तुम्हाला शंभरापैकी नव्याण्णव संन्यासी असे भेटतील की जे दु:खामुळे संन्यासी झाले आहेत. दु:खामुळे जो संन्यास येतो तो त्या संन्यासामध्येही दु:खाची छाया पडलेली असते आणि सुखाची इच्छा शिल्लक असते. म्हणून तुम्ही दु:खापासून मुक्त होऊ शकणार नाही आणि वैराग्याचा जन्म दु:खातून होणार नाही.

सुखामुळे वैराग्याचा जन्म होतो. का?

कारण जेव्हा सर्व सुखं मिळून जातात तेव्हांही तुम्हाला जाणवतंच की दु:ख

तर अजून संपलेलंच नाही. सुख तर मिळालं पण दुःख मात्र जसंच्या तसंच आहे. जे मिळायचं होतं ते मिळालं, मिळालं काहीच नाही. आत तर सगळं रिकामंच आहे. संपत्ती मिळाली पण आतली निर्धनता संपली नाही. जशी सुंदर पत्नी हवी होती तशी मिळाली पण तृप्ती नाही मिळाली. जसा पती हवा होता तसा मिळाला पण सगळी स्वप्नं भंगून गेली. एकही स्वप्न पुरं झालं नाही.

दुःखी माणूस काहीतरी आशा ठेवू शकतो, सुखी माणूस कसली आशा करणार? आणि आशा म्हणजे त्रास, पीडा, कष्ट. दुःखी माणसाला तर आशा वाटत असते की ही पत्नी दुष्ट मिळाली. जगात इतक्या स्त्रिया आहेत पण आपणच दुर्दैवी की ही आपल्या वाट्याला आली. दुसरी एखादी मिळाली असती तर. इतक्या स्त्रिया दिसतात रस्त्यारस्त्यावर, हसत असतात, मजेत असतात. आणि लोकही दिसतात. वाटतं, ते खूप सुखी आहेत, आपण तेवढे दुःखी आहोत.

ती जी प्रतीती आहे, तीच आशेला जन्म देत असते की यातून काही ना काही मार्ग निघेल, कोणी सुंदर स्त्री मिळेल. आपण गरीब आहोत म्हणून दुःखी आहोत. महाल असता तर दुःखी नसतो आणि असं वाटतं की महालांमध्ये जे लोक राहातात ते दुःखी नाही आहेत. कारण आपलं खरं स्वरूप कोणीच बाहेर दिसू देत नाही. लोक बाहेर पडताना हसत बाहेर पडतात. पती पत्नी एकमेकांशी भांडत असतात पण पाहुण्याला फसवत असतात. यामुळे वैराग्य निर्माण होण्याची थोडीशीही शक्यता असेल तर तीही नष्ट होते. हा म्हणेल किती सुखाचं आयुष्य आहे ह्यांचं! स्वर्गच उतरून आला आहे या घरात. एक आम्हीच दुःखी आहोत–सारखी भांडणं चालतात. आणि हीच अवस्था तुमच्या मित्राचीही आहे. तो तुमच्या घरी येतो तेव्हा तुम्हीही हसरा चेहरा ठेवता. बाहेर फार मोठी फसवणूक असते. श्रीमंत माणूस सुखी असल्याचं नाटक करतो. म्हणून गरीबाची आशा कायम राहाते. शिक्षित माणूस अशिक्षित माणसाला फसवत असतो की आम्ही खूप सुखात आहोत.

कोणीच सुखी नाही आहे. इथे दोन प्रकारचे दुःखी लोक आहेत. एक-ज्यांच्याजवळ काहीही नाही– गरीब दुःखी. आणि दुसरे–ज्यांच्याजवळ सगळं काही आहे आणि दुःखी आहेत– श्रीमंत दुःखी. दोन प्रकारचे लोक आहेत.

पण गरीबाच्या दुःखापासून सुटका होणं फार कठीण आहे. कठीण अशासाठी की तुम्ही आशेला नष्ट कसं करणार? गरीबांमुळेच तर तुमचे स्वर्ग निर्माण झाले आहेत– खोटे! ते म्हणजे गरीबांच्या आशा आहेत. तिथे कल्पवृक्ष आहेत– त्यांच्याखाली बसल्यावर सर्व इच्छा पूर्ण होतात. कामी पुरुषांनीच हे कल्पवृक्ष निर्माण केले असणार. विरागी माणसाचा कल्पवृक्षाशी काय संबंध?

आपल्याकडे तीन शब्द आहेत– नरक, स्वर्ग आणि मोक्ष. नरकाचा अनुभव सर्वांनाच येतो. नरक कुठेच नसतो, तुम्ही जिथे असता तिथेच नरक लपलेला असतो. ज्या दिवशी तुम्हाला हे कळेल त्या दिवशी तुम्ही त्यापासून दूर पळणं

गुरु-शिष्य दो किनारे । ११३

सोडून द्याल. कारण तो तुमच्या असण्यामध्येच लपलेला आहे. तो तुमच्या असण्याची पद्धत आहे. ते काही असं ठिकाण नाही की आगगाडीत बसून दुसऱ्या ठिकाणी निघून जाता येईल. त्याने काही फरक पडणार नाही. तुम्ही जिथे असाल तिथेच नरकात राहाल. गरीब असाल तर तो गरीबाचा नरक असेल. श्रीमंत असाल तर तो श्रीमंताचा नरक असेल पण नरक असेल हे नक्की. कारण तुमच्या असण्याची पद्धतच नरकाची आहे. तुमच्याजवळ कलाच आहे नरक निर्माण करण्याची. जोपर्यंत त्या कलेमधून सुटका होणार नाही तोपर्यंत नरक राहाणारच.

म्हणून जो माणूस जिथे असतो तेथेच त्याला नरकाचा अनुभव येतो. मी माझ्या आयुष्यात लाखो लोकाना जवळून पाहिलं आहे. त्यांच्या आयुष्यातला गुंता समजावून घेण्याचा प्रयत्न केला आहे. मी एकाही माणसाला सुखी असलेलं पाहिलेलं नाही. सुखी माणूस सापडलाच नाही. जणू सुखी माणूस नाहीच कुठे. काय गडबड आहे? सर्व प्रकारचे लोक मी पाहिले आहेत.

एक माणूस येतो, म्हणतो, मूल नाही आहे म्हणून मी दुःखी आहे आणि तो जाण्याच्या आधीच दुसरा माणूस येतो आणि सांगतो मुलांच्यामुळे मी फार दुःखी आहे.

एक माणूस सांगतो, पैशाची व्यवस्था काय करावी याची फार मोठी चिंता लागून राहिली आहे. यापेक्षा गरिबी बरी आणि दुसरा माणूस म्हणतो, आम्ही मरतो आहोत, गरिबीमुळे.

सगळे दुःखी आहेत. सर्व प्रकारचे लोक. म्हणजे नरक ही असण्याची एक पद्धत आहे. ती एक कला आहे, तुम्हाला येत असेल तर तुम्ही जिथे राहाल तिथे नरक निर्माण कराल आणि सगळे लोक नरकातच असतील तर स्वर्गाची आकांक्षा निर्माण होते.

नरक ही स्थिती आहे, स्वर्ग ही कल्पना आहे. नरक खरी परिस्थिती आहे– तुम्ही जिथे आहात तिथेच. नरक कुठे पाताळात नाही आहे. पाताळात तर अमेरिका आहे. आणि अमेरिकेतही लोक म्हणतात, पाताळात नरक आहे. तुम्ही पाताळात आहात. पृथ्वी गोल आहे.

स्वर्ग आकांक्षा आहे आणि मोक्ष क्रांती आहे.

ज्या दिवशी तुम्ही तुमच्या आतील नरकाच्या व्यवस्थेला मोडून टाकाल, त्या दिवशी स्वर्गही मिळणार नाही. स्वर्ग म्हणजे नरकाचेच प्रक्षेपण होते. ती तर नरकात जगणाऱ्या माणसाची महत्त्वाकांक्षा होती. ज्या दिवशी आतला नरक नष्ट होतो, त्या दिवशी स्वर्गही नष्ट होऊन जातो. त्या दिवशी मोक्ष शिल्लक राहातो. त्या दिवशी तुम्ही मुक्त होता.

मी असं ऐकलं आहे, क्रुश्चेव्ह मेल्यानंतर सरळ स्वर्गात गेला. ख्रिश्चन लोकांच्या स्वर्गाच्या दाराशी पहारा देणारे सेंट पीटर विचारात पडले की याला आत घ्यायचं

की नाही? म्हणून ते म्हणाले, तुम्ही थोडा वेळ प्रतीक्षा गृहात बसा, मी विचारून येतो. देवाला त्यानी विचारलं, क्रुश्चेव्ह आला आहे. कम्युनिस्ट माणसाला आत घ्यायचं की नाही. नास्तिक आहे.

भगवानाने उत्तर दिलं, आता जो कोणी आला आहे त्याला परत पाठवणं योग्य नाही. त्याला फक्त एक अट घाल की इथे कम्यूनिझमचा प्रचार करायचा नाही आणि कोणाला फितवायचं नाही. आणि इथे त्याची काही जरुरीही नाही. कारण स्वर्गात तर सगळं काही आहेच. इथे तर सगळेच श्रीमंत आहेत. प्रत्येकजण दुसऱ्यापेक्षा अधिक श्रीमंत आहे. सगळीकडे कल्पवृक्ष लागलेले आहेत. कोणाचीही कसलीही इच्छा अतृप्त नाही. इथे कोणी गरीब, सर्व काही गमावलेला असा नाहीच आहे. इथे तर सगळे सुखी, सुसंस्कृत असेच आहेत. म्हणून इथे यांची जरुरीही नाही. त्याला सांग, इथे काही जरुरी नाही. तू हे करणार नाहीस या अटीवर आम्ही तुला आत घेऊ. आणि एक वर्षानंतर आम्ही तपासून पाहू. सर्व काही ठीक असेल तर तू राहू शकशील, नाहीतर जावं लागेल.

क्रुश्चेव्ह कबूल झाला. एका वर्षानंतर देवाने सेंट पीटरला बोलावलं आणि विचारलं, 'काय बातमी आहे क्रुश्चेव्हची?' सेंट पीटरने उत्तर दिलं 'सर्व ठीक आहे, कॉम्रेड!'

त्याने सेंट पीटरला ही भडकावून दिलं होतं.

आता क्रुश्चेव्ह म्हणजे जगण्याचा एक ढंग. कम्यूनिस्ट म्हणजे असण्याची एक पद्धत. त्याने काही फरक पडत नाही. कम्यूनिस्ट स्वर्गात गेला तरी तिथेही क्रांतीच्याच गोष्टी करेल.

आणि एखादा संन्यासी नरकात जरी गेला तरी तिथेही त्याला संतोषच अनुभवाला येईल. भक्त नरकातही परमभावाचाच अनुभव करेल. क्रांतिकारक स्वर्गातही क्रांतीचे मार्ग शोधून काढेल.

तुम्ही जे असाल तेच पाहाता. तुम्ही दुःखी असाल तर स्वर्गापासून मुक्त नाही होऊ शकणार. स्वर्ग तुमचा पाठलाग करेल. म्हणून मी तुम्हाला सांगत असतो की दुःख आहे म्हणून संन्यस्त वृत्ती निर्माण होईल, वैराग्य निर्माण होईल असा विचारही करू नका. नाही, ती अपेक्षा करू नका. दुःख समजून घेण्याचा प्रयत्न करा. फक्त दुःखामुळे संन्यास नाही जन्म घेणार. त्याने तर फक्त इच्छा निर्माण होईल. दुःखाला समजून घेण्याचा प्रयत्न करा– दुःख का आहे?

सर्व धर्मगुरूंनी तुम्हाला अनेक निरर्थक गोष्टी शिकवल्या आहेत. ते सांगतात, जग आहे म्हणून दुःख आहे. जगाचं स्वरूप दुःख हेच आहे.

या सगळ्या निरर्थक गोष्टी आहेत. तुमच्या असण्याच्या पद्धतीमध्ये दुःख आहे. जगाशी दुःखाचं काही देणं घेणं नाही आहे. इथे पृथ्वीवरच परम सुख प्राप्त होण्याची शक्यता आहे. इथेच बुद्ध शांत होतात, मीरा नाचू लागते परमभावाने. आणि इथे

तुम्ही बसला आहात दु:खी होऊन.

दुसऱ्याला दोष देणं ही मनाची मोठी प्रवृत्ती असते. आणि त्याच वृत्तीचा हा सिद्धांत आहे की जग हे दु:ख स्वरूप आहे. इथे तर मायेमध्ये दु:खी व्हावं लागणारच.

मी तुम्हाला सांगतो, याची काही आवश्यकता नाही. तुमच्या असण्याचा ढंग बदलू लागला की इथेच सुख सुरू होतं. सुखच नाही, आनंदाचा वर्षाव सुरू होतो.

दु:ख समजून घ्या, दु:खापासून दूर पळू नका. तुम्ही जो प्रश्न विचारता आहात की दु:खाने वैराग्य निर्माण का होत नाही, तो खरा प्रश्न असा विचारता आहात की दु:खापासून आम्ही पळून का जात नाही आहोत?

दु:खापासून पळून जाणार तरी कुठे? तुम्ही जिथे जाल तिथे दु:ख तुमच्या आतच आहे, तुमच्या बरोबरच आहे. कोळी जाळं विणतो ते त्याच्या आतूनच निघतं. तो ते जाळं सगळीकडे फैलावतो आणि जागा बदलायची असेल तर तो आपलं जाळं पुन्हा गिळून घेतो आणि दुसऱ्या जागी निघून जातो. तिथे पोचून पुन्हा आपलं जाळं पसरतो.

तुम्ही जिथे आहात तिथून दूर पळालात तर स्वत:चं जाळं गिळून घ्याल. मग अगदी हिमालयावर गेलात तरी तिथे जाऊन पुन्हा आपलं जाळं पसरालच.

तुम्हीच आहात, ज्यामधून बाहेर पडायचं आहे. पळून नाही जायचं आहे कुठे. परिस्थितीमध्ये दु:ख नाही आहे; तुमची असण्याची पद्धत, तुमचा जीवनाकडे पहाण्याचा दृष्टिकोन, तुमचं तत्त्वज्ञान, तुमच्या आधारशिलेमध्ये दु:ख आहे. म्हणून मी दु:खापासून पळून जायला सांगत नाही तर दु:खातून जागं व्हायला सांगतो. जागे होऊन समजून घ्या, दु:ख काय आहे?

तेव्हा तुम्ही चकितच व्हाल. तुमची सुखाची मागणी जेवढी मोठी तेवढंच जास्त दु:ख आहे. सुखाची मागणी जेवढी कमी होईल तेवढं दु:खही कमी होत जाईल. ज्याची सुखाची काही मागणीच नसते त्याचं सारं दु:ख संपून जातं. त्याचक्षणी एक विस्फोट होतो. स्वर्ग आणि नरक दोन्ही हरवून जातात. तुम्हाला अचानक जाणवतं की तुम्ही मुक्त आहात, बेड्या गळून गेल्या आहेत. हातांमध्ये ना लोखंडाच्या बेड्या राहिल्या, ना सोन्याच्या बेड्या राहिल्या.

म्हणून असा विचार करू नका. की दु:खामुळे आपोआप वैराग्य निर्माण होईल. दु:खाबद्दल जागृत व्हा– दु:ख का आहे? आणि दुसऱ्याला जबाबदार धरू नका. तीच चूक तुम्ही जन्मजन्म करत आला आहात. याच चुकीमुळे तुम्ही अजून जागे झाला नाही आहात. जर दुसरा जबाबदार असेल तर जागं होण्याची जरूरच नाही.

जबाबदार तुम्हीच आहात, नेहमीच तुम्ही आहात. कोणी तुम्हाला शिवी दिली आणि तुम्हाला राग आला तरीही तुम्हीच जबाबदार आहात, शिवी देणारा नाही. कारण असेही लोक आहेत ज्याना शिवी दिली तरी राग येत नाही. म्हणजे शिवीमध्ये

काही अर्थ नाही, काही रस राहिला नाही. तुम्हालाही थोडी समज वाढली तर कोणी शिवी दिली तरी राग येणार नाही. असंही घडू शकेल की कोणीतरी तुम्हाला शिवी देईल आणि तुम्हाला हसू येईल की किती वेडा आहे.

तुमच्या दृष्टीवर सगळं अवलंबून आहे. तुमच्याकडून हिरावून घेतलं जाईल आणि तुम्हाला त्रास होणार नाही. तुमच्या हातून सुटून जाईल आणि तुम्हाला त्याचा अभाव खुपणार नाही. हे शरीर मरणाच्या किनाऱ्याशी येऊन उभं आहे आणि तुमच्या अंतरातील जीवनज्योतीमध्ये थोडासाही कंप उठणार नाही, हेही शक्य आहे.

बाहेर कसलंच दु:ख नाही आहे, आतमध्ये आहे. तुम्ही स्वत:च्या दु:खाला, स्वत:च्या तर्काला सोबत घेऊनच चालता आहात. ते जाणून घ्या.

दु:खापासून दूर पळून जाऊन जो वैराग्य घेईल, तो स्वर्गापासून वैराग्य घेईल, सुखापासून वैराग्य घेईल. त्याला इथे जे मिळालं नाही, त्यासाठी तो मंदिरात बसून प्रार्थना करेल. परलोकात तरी परमात्मा मिळावा. म्हणजे तुमचा परलोक केवढा वासनेने, कामाने भरलेला आहे. तिथे सुंदर अप्सरा आहेत. ज्या अभिनेत्री तुम्हाला इथे मिळू शकल्या नाहीत त्यांच्याहून सुंदर अभिनेत्री तिथे आहेत. अप्सरा म्हणजे वेश्या. शब्द फार सुंदर आहे, स्वर्गातला शब्द आहे. पण त्याचा अर्थ आहे वेश्या! कारण ती कुणाही एकाशी संबंधित नाही आहे, तिला पतिव्रतेचे नियम लागू नाहीत. वेश्या आहेत आणि सोळाव्या वर्षी त्यांचं वय थांबून राहिलं आहे. त्याच्यापुढे जातच नाही.

तुमची इच्छा असते, स्त्रीचं वय सोळाव्या वर्षावर थांबून राहावं. त्याच कामनेला तुम्ही स्वर्ग बनवलं आहे. तिथे वृक्षांच्या खाली बसून तुम्ही जी वासना करता ती तत्क्षणी पूर्ण होऊन जाते. इथे तुम्ही खूप फिरलात, एक इच्छा करता, पूर्ण व्हायला वर्षं जावी लागतात. पूर्ण व्हायला येते तेव्हा तुमची तहान तरी संपत आलेली असते किंवा तुम्ही स्वत: तरी संपत आलेले असता. काही अर्थ दिसत नाही.

म्हणून तिथे तत्क्षणी! वेळ नाही जात. कल्पवृक्षाखाली बसून तुम्ही इच्छा केली आणि पूर्ण झाली. या दोन घटनांमध्ये एक क्षणही जात नाही. इथे तुमच्या मनात विचार आला. तिथे पुरा झाला.

मी ऐकलं आहे, एक माणूस चुकून स्वर्गात गेला. इकडेतिकडे फिरताना चुकून पोचला. एका कल्पवृक्षाखाली विश्रांती घेण्यासाठी आडवा झाला डोळे उघडले तेव्हां खूप भूक लागली होती. तुम्ही सहज मनात आणता तसंच त्याच्या मनात आलं– कुठे जेवण मिळालं तर... तत्क्षणी चारही बाजूंना भरलेली ताटं आली. त्याला इतकी भूक लागली होती की हे कसं घडलं, हे जेवण कुठून आलं असं त्याच्या मनातही आलं नाही.

पोट भरल्यानंतर त्याच्या मनात आलं– पाणी? पाणी आलं. स्वादिष्ट, सुस्वादाचं, खूप खाल्लं होतं, पाणीही भरपूर प्याला. मग त्याच्या मनात आलं– बस, आता

फक्त बिछाना कमी आहे. बिछानाही आला.

बिछान्यावर पडला होता तेव्हाच मनात आलं हे काय चाललं आहे? मी असं यापूर्वीही म्हटलं होतं पण घडलं कधीच नव्हतं. इथे काही भूतपिशाच्च तर नसेल? लगेच चारही बाजूनी भूतपिशाच्च उभी राहिली–कल्पवृक्ष!

तो घाबरला. म्हणाला– मेलो! मरून गेला. भूत पिशाच्च्यांनी त्याला खाऊन टाकलं तिथल्या तिथे.

कल्पवृक्षाच्या खालीही तुम्ही तुम्हीच राहाणार. सगळं पूर्ण झालं तरीही तुम्ही अडचणीतच येणार. लौकरच तुम्हीही 'मेलो'च्या स्थितीला जाऊन पोचणार. विचार करा– तुम्ही कल्पवृक्षाच्या खाली बसला आहात– काय मागाल? किती वेळ तुमच्या मागण्या पुऱ्या होत राहातील आणि सगळं नीट चालत राहील? तुम्हाला स्वत:च्या मनाची तरी खात्री कुठे आहे? आणि कल्पवृक्षाखाली बसून तोंडाने म्हणावं लागतं तेव्हा कल्पवृक्ष ती मागणी पूर्ण करतो असं नाही, मनात विचार आला की पूर्ण झालाच.

तुम्ही कल्पवृक्षापासून थोडं लांबच राहा. कुठे भेटलाच तर लगेच दूर पळून जा. कारण तुमच्या मनात काय येईल ते काही सांगता येत नाही. काय काय मनात येत राहातं– तुम्हाला माहीतच आहे– काहीही वेडंवाकडं. तुमचं मन तर विक्षिप्तच आहे. कल्पवृक्षाच्या खाली बसून तर तुम्ही वेडेच होऊन जाल.

नाही, दु:खापासून दूर पळाल तर परलोकातही तुम्ही सुखच शोधाल. दु:खापासून पळू नका, जागे व्हा आणि जसे तुम्ही दु:खाला ओळखाल तसं तुम्हाला उमजेल की दु:खाचा अर्थ काय आहे? सुखाची इच्छा हेच दु:खाचं सार आहे. सुखाची कामना हेच दु:खाचं बीज आहे. सुखाची मागणी म्हणजे दु:खाची सुरुवात आहे.

खरोखरच दु:खापासून स्वत:ला वाचवायचं असेल तर कुठेही जाण्याची जरुरी नाही. कसलीही पूजा, कोणतीही प्रार्थना, कसलाही योग, तप–काही नको. फक्त सुखाची जी आकांक्षा आहे ती सोडून द्या. ती जसजशी सुटत जाईल तसतसे तुम्हाला आपण सुखी होतो आहोत असं जाणवू लागेल. आंतरिक संतुलनाचा असा एक क्षण येतो की जेव्हा सुखाची आकांक्षा पूर्णपणे गळून जाते. तेथेच दु:ख संपून जाते. ह्या एकाच नाण्याच्या दोन बाजू आहेत.

तेव्हा तुम्ही मुक्त आहात. त्या मुक्त व्यक्तीलाच मी संन्यस्त म्हणतो. त्या मुक्त व्यक्तीलाच मी वीतराग म्हणतो.

दु:खापासून वाचून जे वैराग्य निर्माण होतं ते आवडीच्या विरुद्ध असतं. ते आवडीचंच उलटं रूप असतं, शीर्षासन असतं. दु:खाला समजून घेऊन, जाणून घेऊन जे वैराग्य निर्माण होतं ते वीतराग असतं. ते दोन्हीच्या पलीकडे असतं. ते म्हणजे रागही नसतं आणि विरागही नसतं.

आज इतकंच!

■

संतों भाई आई ज्ञान की आंधी रे ।
भ्रम की टाटी सबै उडानी, माया रहै न बांधी ।।
हिति-चत की द्वै थूनी गिरानी, मोह बलींडा तूटा ।
त्रिस्ना छानि परी घर ऊपरि, कुबुधि का भांडा फूटा ।।
जोग जुगति करि संतौ बांधी निरचू चुवै न पानी ।
कूड कपट काया का निकस्या, हरि की गति जब जानी ।।
आंधी पीछे जो जल बूढा, प्रेम हरी जन मीना ।
कहै कबीर भान के प्रगटे उदित भया तम खीना ।।

प्रवचन पाचवे

आई ज्ञान की आंधी

ज्ञान आणि ज्ञान यांच्यात फार मोठा फरक आहे. एक ज्ञान आहे पंडिताचं आणि एक ज्ञान आहे प्रज्ञावानाचं. या दोहोंमधला भेद नीट कळला नाही तर अज्ञानातून बाहेर पडणं कठीण आहे.

आणि भेद सूक्ष्म आहे. भेद अतिशय सूक्ष्म आणि नाजूक आहे. दोन्ही एक सारखीच दिसतात. जुळ्या भावांसारखे वाटतात. पण दोन्ही नुसते भिन्न आहेत असं नव्हे तर एकमेकांच्या विरुद्धही आहेत. दोन्हीचा गुणधर्म शत्रुत्वाचा आहे.

पंडिताच्या ज्ञानापासून प्रज्ञावानाचं ज्ञान अज्ञानापेक्षाही अधिक अंतरावर आहे. एक वेळ अज्ञानाला ओलांडणं सोपं आहे पण पंडिताच्या ज्ञानाच्या पलीकडे जाणं फार कठीण आहे. हे थोडं समजून घ्या.

पांडित्याचं ज्ञान म्हणजे एखाद्याने संग्रह करावा तसे असते. मग भले तो संग्रह धनाचा असो, हिरे माणकांचा असो किंवा ज्ञानाच्या माहितीचा असो, सूचनांचा असो. पंडित संग्रह करतो आणि स्वत: त्या संग्रहापासून अस्पर्शच राहातो. खरं तर पंडित त्या संग्रहाचा मालक असतो.

मी ज्या दुसऱ्या ज्ञानाबद्दल बोलतो आहे, प्रज्ञावानाचं ज्ञान– तेथे प्रज्ञावान त्या ज्ञानाचा मालक नसतो, ज्ञान प्रज्ञावानाचा मालक असतं. आणि प्रज्ञावान ज्ञान संग्रहित करून ठेवत नाही. त्याचं तर एक वादळ येतं, सारं काही उडवून घेऊन जातं. खरं, ज्ञान एक तुफान असतं. खरं ज्ञान एक आत्मक्रांती आहे. खरं ज्ञान ही एक अराजकाची स्थिती आहे.

खऱ्या ज्ञानाचं वादळ आलं तर तुम्ही वाचणारच नाही. ज्या ज्ञानामध्ये तुम्ही वाचता ते ज्ञान खरं नाही हे समजूनच चाला. जे तुमच्या अहंकाराला धक्का लावत नाही, उलट तो वाढवतंच ते ज्ञान नाहीच. ते ज्ञानाचं खोटं नाणं आहे. ते तुम्हाला ज्ञानाचं फसवं रूप दाखवतं आहे आणि फार धोकादायक आहे. त्याहून तर अज्ञानच बरं! अज्ञान निदान अहंकार वाढवत तरी नाही. अज्ञान निदान माणसाला विनम्र तरी ठेवतं. अज्ञान निदान माणसाला खरं तरी ठेवतं, खोटं बनवत नाही. अज्ञानाचं काही पाखंड तरी नाही.

पंडित म्हणजे पाखंड. तो म्हणजे पाखंडाची जिवंत मूर्ती आहे. आतमध्ये तर अज्ञान आहे, बाहेर त्याने ज्ञान आणि शास्त्रांची भिंतच उभी केली आहे. आतला दिवा तर उजळला नाही पण बाहेर त्याने आपल्या घराच्या चारही बाजूना वेदवचनं गोळा करून ठेवली आहेत. वेदवचनं भिंतीवर खोदली आहेत. स्वत: त्याने तर एकही रेषा ओढली नाही आहे. तो स्वत: अस्पर्शच राहिला आहे. जसा काहीही ज्ञान नसताना होता तसाच आताही आहे. त्याच्यामध्ये एका कणाचाही फरक पडलेला नाही. त्याच्या जीवनाच्या गुणवत्तेमध्ये काहीही फरक पडलेला

नाही, कोणतंही वादळ आलं नाही, कसलंही तुफान उठलं नाही. असं एखादं तुफान– ज्याच्यामध्ये जुनं घर कोसळलं आहे आणि त्याला अचानक जाणवलं आहे की आपण मोकळ्या आकाशाखाली आहोत, ज्यामध्ये जुने सगळे विश्वास नष्ट झाले आहेत. अचानक त्याला जाणवलं असेल की चित्त हरपून गेलं आहे, सगळे जुने विचार वाहून गेले आहेत. असा कोणताही पूर आला नाही ज्यामुळे तो नग्न, शून्य, रिकामा होऊन गेला असेल.

पंडिताचं ज्ञान सुरक्षिततेनं भरलेलं असतं. तुम्ही जे असता तेच राहाता. स्वत:ला वाचवत तुम्ही ज्ञान गोळा करत जाता. ज्ञान तुमच्या मुठीत असतं. तुम्ही त्याचे मालक असता. ज्ञान तुम्हाला संपवू शकत नाही, उलट तुम्ही ज्ञानाचा उपयोग करता, शोषण करता. तुम्ही ज्ञानाचा धंदा करू शकता.

पण ते ज्ञान तुम्हाला परमात्म्याच्या जवळ नाही नेऊ शकणार. त्या ज्ञानाने 'हरि की गती'चा काही पत्ता लागणार नाही. रस्त्याने चालणाऱ्या माणसाच्या अंगावर धूळ चढते आणि त्याने स्नान केलं नाही तर धुळीची पुटांवर पुटं चढत जातात. हे ज्ञान तशा प्रकारचं आहे. पंडिताचं ज्ञान असं असतं. ते अशा माणसाचं ज्ञान आहे जो खूप चालला आहे पण ज्याने ध्यानाचं स्नान कधीही केलं नाही. ज्याने कधी स्नानच केलेलं नाही. ज्याने जन्मामागून जन्म यात्रा तर केली, खूप अनुभवांमधून गेला, सगळा कचरा गोळा केला पण स्नान मात्र कधी केलं नाही.

तर पंडिताच्या डोक्यावर फार मोठं ओझं जमत जातं. पंडिताला साधं चालतानाही पहाल तर तुम्हाला समजेल की त्याच्या डोक्यावर पहाड ठेवले आहेत, खाली दबला जातो आहे.

ज्ञान कधी दबवतं का कोणाला? ज्ञान तर मुक्त करतं. ज्ञान कधी कोणावर ओझं बनतं? मग ओझं उतरवणार कोण? ज्ञानामुळे चिंता निर्माण होईल, तणाव निर्माण होईल? ज्ञानालाही नाईलाजाने, कर्तव्य म्हणून, ओझं म्हणून उचलावं लागेल? मग प्रेमाचा जन्म कुठे होईल? प्रेमाचं स्फुरण कोठे होईल? आणि सहजतेचा झरा कुठे उन्मळेल?

पंडित अस्वाभाविक, अनैसर्गिक माणूस आहे. कधी कधी तो आपल्या ज्ञानानुसार वागण्याचा प्रयत्न करतो खरा, पण तो प्रयत्न करावा लागतो, सहजगत्या ते होत नाही. प्रयत्न करावा लागतो, जबरदस्ती करावी लागते. स्वत:ला तसं वर्तन करण्याचा आग्रह करावा लागतो, अनुशासन लादावं लागतं.

आणि तरीही अनुशासन मोडून, तुटून जातंच. तो चाचपडत राहातो आंधळ्या माणसासारखा. तो डोळस माणसाचा प्रवास नाही आहे, त्याला दिसतं दरवाजा कुठे आहे ते. खूप प्रयत्न करून नंतर पंडित जेव्हा शीलवान बनतो तेव्हाही त्याचं शील प्रफुल्लित नाही होत, हसत नाही, नाचत नाही. त्याच्या शीलामध्येही

तक्रारीचं शल्य असतं. जणू तो परमात्म्याला सांगतो आहे की बघ, मी किती चारित्र्यवान आहे, किती नियमानी चालतो आहे आणि चरित्रहीन लोक मजा करता आहेत, आणि मी दु:खात आहे.

लक्षात ठेवा, तो नेहमीच म्हणत राहील की पापी माणूस सुखी आहे आणि माझ्यासारख्या पुण्यात्मा आणि पंडित माणसाला मात्र दु:ख आहे, हा कोणता न्याय आहे? त्याची प्रार्थना तक्रारींनी भरलेली असेल. त्याच्या प्रार्थनेमध्ये त्रास असेल, आभार नसतील. स्वत:ला जितकं दडपून टाकेल, जबरदस्ती करेल तेवढा तो परमात्म्यापासून दूर जाईल.

हरीची गती तर सहज आहे, नैसर्गिक आहे. म्हणून कबीर पुन्हा पुन्हा म्हणतात, 'साधो सहज समाधि भली.' सहज समाधीचा अर्थ आहे ते ज्ञान ज्याच्या प्राप्तीनंतर आचरण आपल्या आपण येतं. हे तुम्ही चांगलं लक्षात ठेवा.

आणि मी जेव्हा म्हणतो, हे चांगलं लक्षात ठेवा तेव्हा दोन प्रकारानी लक्षात ठेवू शकता. तुम्ही हे आपल्या स्मरणात सांभाळून ठेवू शकता, जणू एखादी परीक्षा द्यायची आहे आणि तिच्यात हे उत्तर शब्दश: उतरवून काढायचं आहे. विश्वविद्यालयात मुलं परीक्षा देतात तसं. तेव्हा तुमच्या स्मृतीमध्ये हे जपून ठेवलं जाईल की मी असं असं सांगितलं होतं, हे बोललो होतो. तेव्हा तुम्ही शब्दाचे गुलाम राहाल–लकीर के फकीर. शब्द शब्द पुन्हा सांगू शकाल पण त्यांचा जन्म तुमच्या हृदयात होणार नाही. तुमच्या स्मृतीच्या यंत्रातून सरळ तुमच्या ओठांतून बाहेर पडतील. तुमच्या हृदयाला त्याचा पत्ताही लागणार नाही.

सहज-समाधीचा अर्थ आहे– आचरण आपल्या आपण ज्ञानाच्या पाठोपाठ येतं, त्याला जबरदस्ती करावी लागत नाही.

एक प्रकारची अहिंसा आहे पंडिताची– जो लादतो ती, नियम करतो. जमीन फुंकून फुंकून पाय ठेवले, न जाणो एखादी मुंगी मरायची. रात्री जेवण करणार नाही, पाणी गाळून पिईल. सगळं अगदी नीट करतो आहे. कुठेही कसलीही चूक नाही. पण खोल कुठेतरी मात्र काहीतरी चुकतं आहे.

चुकतं हे आहे की हे तो जे काही करतो आहे ते तो मनापासून नाही करत आहे. यात सगळं आखलेलं आहे. यात भविष्याचा विचार आहे. यात पाप पुण्याचा हिशोब आहे. गणित मांडलेलं आहे. तो हे करतो आहे. त्याच्या मनात मुंगीबद्दल प्रेम नाही उपजलेलं. शास्त्रांचा अभ्यास करून ही चलाखी आली आहे की मुंगी मेली तर त्याचं फळ भोगावं लागेल. मुंगीला दु:ख दिलंत तर तुम्हालाही दु:ख मोजावं लागेल. त्याला दु:ख भोगण्याची इच्छा नाही आहे. मुंगीशी त्याचं काही देणं घेणं नाही. मुंगी मरो, न मरो, माझ्या हातून मेली नाही म्हणजे झालं. कारण मग ते माझं पाप होतं, माझं भावी जीवन संकटात पडू शकतं. हा त्याचा

हिशोब असतो.

जर एखादं शास्त्र 'मुंगी मारा' जितक्या अधिक मुंग्या माराल तितका लौकर मोक्ष मिळेल असं सांगत असेल तर हा माणूस शोधून शोधून मुंग्या मारू लागेल. एखाद्या शास्त्राने सिद्ध करून दाखवलं की न गाळलेलं पाणी पिण्याने पुण्य लागतं आणि हे सिद्ध करण्यात काहीही अडचण नाही. हे सिद्ध करून दाखवता येईल. तर्क तर वेश्या आहे.

मी ज्या गावामध्ये जन्मलो, तिथे माझ्या शेजारी एक जैन कुटुंब राहातं. परंपराप्रिय, रूढीग्रस्त, जुन्या विचारांचे लोक आहेत. त्या घरातील जी गृहिणी आहे, ती समोरच्या विहिरीतून पाणी भरते, मग ते गाळते. मग गाळण्याच्या फडक्यावर जे काही उरलं असेल– जर काही राहिलं असेल तर-केरकचरा-काहीही-अदृश्य जीव-जैन लोक ज्यांचा हिशोब ठेवतात असे- त्या सगळ्याना फडकं झटकून पुन्हा विहिरीत टाकून देते. कारण प्राण्याना विहिरीतून बाहेर काढलं आहे, मरून गेले बाहेर तर?

मी तिला एक दिवस म्हटलं–गमतीने म्हटलं– हे तर ठीक आहे. पण विहिरीच्या पाण्यापर्यंतचं एवढं अंतर-तू जे किडेमकोडे पाण्यात टाकून देते आहेस, जे कुणाला दिसतही नाहीत ते सगळे मरून जात असतील. इतके लहानसे जीव. विहिरीच्या काठावरून तू त्याना आत फेकतेस, ते रस्त्यातच मरून जात असतील, जखमी होऊन मरून जात असतील. ती घाबरूनच गेली. म्हणाली 'मी तर जन्मभर हे असंच करत आले आहे– आजपर्यंत किती पाप घडलं माझ्या हातून कोणास ठाऊक.'

आत्तापर्यंत पुण्य होतं. पुण्य समजूनच करत होती. आता ते पाप झालं. आता घाबरून गेली. मला विचारू लागली, 'आता काय करू?' पाणी गाळून घेतलं, गाळण्यावर जे काही शिल्लक राहिलं त्याचं काय करू? गाळण्यावर जे राहिलं त्याचं काय करू?

मी तिला सांगितलं, जे डोळ्याना दिसत नाहीत ते गाळण्यातच मरून जातील. तर तिने विचारलं, 'मग काय गाळल्याशिवाय पाणी प्यायचं?'

तिचा काही संबंध नाही आहे, जीवाणूंशी कोणाचा संबंध आहे? त्यांच्याशी काही देणं घेणं नाही आहे. काळजी स्वत:ची आहे, स्वत:च्या अहंकाराची आहे, स्वत:च्या सुखदु:खाची आहे.

म्हणजे जो माणूस अहिंसा साधत असतो ती पांडित्याची अहिंसा आहे. तो ब्रह्मचर्यही साधू शकतो. परंतु त्याला ब्रह्मचर्यातील सहजता कळत नाही. तो उपवासही करू शकतो पण उपवासातील आनंद त्याला कधीच स्पर्शून जाणार नाही. तो फक्त त्रास सहन करेल, उपाशी मरेल. त्याचा उपवास उपाशी मरणं

हाच असेल आणि त्याच्या चेहऱ्यावर हा सगळा त्रास, विषाद स्पष्ट लिहिलेला तुम्ही पाहाल.

आता ही फारच विचार करण्यासारखी गोष्ट आहे, एखाद्याने उपवास केला असेल पण तो नाचून केला नसेल तर व्यर्थ आहे. असं समजा. कारण जो खरोखर सहजपणे घडून येतो उपवास तो शरीराला, तनमनाला इतका ताजातवाना करून सोडतो, इतका निरोगी करतो की तुम्ही नाचल्याखेरीज राहूच शकणार नाही. तुमच्या पावलाना पंख फुटतील, तुमच्या अंतर्यामी घुंगुर वाजू लागतील. तुम्ही नाचू लागाल.

पण तुम्ही कधी जैन साधूंना नाचताना पाहिलं आहे? ते मेलेल्या माणसासारखे बसलेले तुम्ही पाहिले आहात, मेलेले! हे मरण उपवासाने नाही येत. हे मरण ज्ञानाच्या मागोमाग आचरणाला जायला लावण्याने येतं. ज्ञानाच्या मागे आचरण आपल्या आपण आलं पाहिजे. तरच ज्ञान हे ज्ञान आहे. हीच तर परीक्षा असते खऱ्या ज्ञानाची.

जर तुम्हाला एखादी गोष्ट नीट समजली– 'नीट समजली' हे लक्षात घ्या– तर तुम्ही तिच्या विरुद्ध वागू शकाल? एकदा तुम्हाला समजलं की आगीत हात घातला की भाजतो की मग काय तुम्हाला मंदिरात जाऊन देवासमोर शपथ घ्यावी लागते 'आज देवाला साक्षी ठेवून मी शपथ घेतो की कधीही आगीत हात घालणार नाही' अशी? अशी शपथ घेतलीत तर लोक तुम्हाला मूर्ख समजतील. हसतील आणि म्हणतील याचा अर्थ असा होतो की ना तुम्हाला ठाऊक आहे की आगीमुळे हात भाजतो, ना तुम्हाला याचा काही अनुभव आहे. हे तुम्ही कुठे तरी वाचलं असावं की आग भाजते म्हणून तुम्ही ही शपथ घेता आहात.

व्रत घेतात पंडित, ज्ञानी व्रत घेत नाहीत. ज्ञानी व्यक्तीच्या जीवनात व्रते आपोआप उमलतात. वृक्षांना जशी फुलं लावावी लागत नाहीत, आपोआप लागतात तशी ज्ञानी व्यक्तीच्या आयुष्यात व्रते उमलतात.

जेव्हा तुम्हाला दिसू लागतं तेव्हा तुम्ही त्यानुसार चालू लागताच, त्याखेरीज दुसरा उपायच नसतो. मग दुसरे काही करण्यासारखे नसतेच. दरवाजा दिसला की तुम्ही त्यातून बाहेर निघता. भिंतीमधून पलीकडे जाण्याचा प्रयत्न कराल का? तुम्ही अशी शपथ घ्याल का की आजपासून मी फक्त दरवाजामधूनच बाहेर जाईन, भिंतीमधून कधीही जाणार नाही?

जेथे समजूत आहे, जेथे बोध आहे, जेथे खरे ज्ञान आहे तेथे आचरण आपोआपच येते– तुमच्या पाठोपाठ तुमची सावली येते ना तसे. सावली धरून बांधून थोडीच आणावी लागते? मागे वळून वळून पाहावं लागत नाही– सावली येते आहे आपल्या मागून की नाही, कुठे वाट चुकून गेली तर नाही, कोणी

चोरली तर नाही, कुठे आपला आणि तिचा संबंध तुटून तर गेला नाही, खूप गर्दी होती तर हरवली तर नाही–

सावली तुमच्या मागोमाग येते. खऱ्या ज्ञानाची सावली म्हणजे आचरण आहे. परंतु खोट्या ज्ञानाचे आचरण जबरदस्ती, लादलेले, आग्रहाने थापलेले असते.

खरे ज्ञान तर वादळासारखे येते आणि तुम्हाला संपवूनच जाते. तुम्ही तुमच्या पूर्ण हिंसेमध्ये, तुम्ही तुमच्या पूर्ण अज्ञानामध्ये, तुम्ही तुमच्या पूर्ण अहंकारामध्ये बुडून जाता, संपून जाता. वादळ सर्व काही नष्ट करून जाते.

म्हणून पहिली गोष्ट लक्षात ठेवा की खरे ज्ञान हे वादळ आहे. त्यामध्ये तुम्ही सुरक्षितता शोधू नका. तो भयंकर झंझावात आहे. तो तर तुम्हाला नष्ट करणारच. तो तुम्हाला वाचवण्यासाठी आलेलाच नाही.

म्हणूनच तर लोक शास्त्रे शोधत असतात. त्यामधून असे ज्ञान शोधून काढतात जे तुमचा नाश करू शकतच नाही उलट तुमचे अलंकार बनून जाते. तुम्हाला आणखी नटवेल. तुम्ही जसे आहात, तसेच तुम्हाला मुळापासून मजबूत करून सोडेल. तुमच्या घराला आणखी थोडे आधार, आणखी थोडे टेकू देईल. तुमचे आधीच जराजीर्ण झालेले, मोडकळीला आलेले छप्पर आणखी एक पावसाळा काढू शकेल इतके दुरुस्त करेल आणि तुमचे घर, जे स्वतःच्याच ओझ्याने कोसळू लागले होते त्याला आणखी थोडे दिवस वाचवेल, आणखी थोडे दिवस ओढून नेईल.

मी तुम्हाला सांगतो, तुमच्या जीवनाचे घर पाडण्यासाठी पापच पुरेसे आहे. ज्ञानाचा आधार मिळाला नाही तर प्रत्येक पापी संत होऊन जाईल. परंतु ज्ञानाचा आधार मिळतो. आणि पापी माणसाला जेव्हा पांडित्याचा आधार मिळतो तेव्हा संतत्व फार दूर जाते. आता तर तुम्हाला सिमेंटच मिळाले, घराची मजबुती वाढवा आता हवी तेवढी.

कबीर या सूत्रामध्ये फार विलक्षण गोष्टी सांगत आहेत.

पहिली विलक्षण गोष्ट हीच आहे की ज्ञान वादळ आहे, तुफान आहे, त्यात तुम्ही वाचू शकणार नाही. ज्ञानाला निमंत्रण देणे हे फार मोठे दुस्साहस आहे. ते निमंत्रण आहे स्वतःच्या मृत्यूला, अहंकाराच्या मृत्यूला. तुम्ही जसे आहात, त्याच्या नाशाला, तुमचे काहीही शिल्लक राहाणार नाही. तुमची रेषाही वाचणार नाही. वाळूवर काढलेली रेषा वादळानंतर जशी नष्ट होते तसे तुम्ही नाहीसे व्हाल.

आणि तुम्ही तर वाळूवर स्वतःचे नाव लिहिले आहे. शृंगारून ठेवले आहे. इतिहासात आपले नाव राहील अशी मोठी आशा मनात आहे तुमच्या; लोक शतकानुशतके तुमचे नाव लक्षात ठेवतील.

आई ज्ञान की आंधी । १२५

आणि जेव्हा ज्ञानाचा झंझावात येतो तेव्हा सगळी नावे पुसली जातात. कुठे नाव लिहिलेले होते तुमचे याचा पत्ताही लागत नाही. तुमचे घर कुठे बांधले होते हेही कळत नाही.

तुम्ही वाचाल परमेश्वराच्या पद्धतीने, तुमच्या पद्धतीने नाही. तुम्ही वाचाल अनंताच्या रीतीने, असीमाच्या पद्धतीने, सीमेच्या आत तुम्ही वाचणार नाही. तुम्ही जसे आहात तसे वाचणार नाही, तुम्ही जसे होणार आहात तसे वाचाल. तुमचा भविष्यकाळ वाचेल, तुमचा भूतकाळ वाचणार नाही.

हे वादळाचं तत्व लक्षात घ्या.

माझ्याकडे लोक येतात. दोन प्रकारचे लोक येतात. एक प्रकारचे लोक माझ्याकडे येतात थोडा आधार मिळावा म्हणून. ते जसे आहेत तसेच आणखी थोडे मजबूत व्हावे, त्यांच्यामध्ये थोडी शक्ती यावी म्हणून येतात.

हे लोक चुकीचे लोक आहेत आणि माझ्याकडे म्हणजे अगदीच चुकीच्या माणसाकडे आले. ह्यानी दुसरीकडे कुठेतरी जायला हवं. माझ्याजवळ तर असाच माणूस टिकू शकेल जो मरायला तयार असेल. कोणतीही किंमत द्यावी लागली तरी हरकत नाही, आता सर्वस्व पणाला लावायचंच असा निश्चय करून आलेला माणूसच टिकेल. आता काही वाचवायचं नाही आहे.

कारण तुम्ही थोडंसं जरी शिल्लक ठेवलंत तरी सारंच्या सारंच शिल्लक पडेल. जुगारी पाहिजे, व्यवहारी नको. व्यवहारी माणसं पंडित बनतात. जुगाऱ्यानाच ज्ञान प्राप्ती होते. जुगारीचा अर्थ असा, जो कोणतीही फिकीर न करता सर्वस्व पणाला लावतो. इस पार या उस पार. हुशारीने नाही वागत, चतुरपणे नाही वागत, गणित मांडून नाही चालत. एक धाडस आहे. संकट ओढवून घ्यायला तयार असतो.

'संतो भाई आई ज्ञान की आंधी रे।'

कबीर म्हणतात, ज्ञानाचं वादळ आलं आहे.

'भ्रम की टाटी सबै उडानी।'

ती जी भ्रमाची जाळी विणून ठेवली होती, स्वप्नं रंगवली होती, इंद्रधनुष्यं पसरली होती.

'भ्रम की टाटी सबै उडानी'– ते सगळं उडून गेलं. तो कसलाही पडदा शिल्लक राहिला नाही. त्या सर्व भिंती कोसळून गेल्या.

'माया रहै न बांधी।'

आता मायेला शिल्लक ठेवण्याचा कितीही प्रयत्न केला तरी ती टिकेल असं दिसत नाही.

'संतो भाई आई ज्ञानकी आंधी रे।'

एक तर तुमची माया आहे– किती दूर केली तरी जात नाही. आणि कबीर

म्हणतात की एक क्षण वादळाचा असा येतो की तुम्ही मायेला बांधून ठेवू म्हणता तर ती बांधली जात नाही. आता तुम्ही तिला घालवण्याचा प्रयत्न करा-जाणार नाही. आत्ता तुम्ही मायेपासून दूर पळण्याचा प्रयत्न करा, जमणार नाही. ती सदा तुमच्याबरोबरच असेल.

कारण माया म्हणजे तुम्ही स्वत:च आहात. तुमच्या सर्व अज्ञानाचं केंद्र माया हेच आहे. तुमच्या चुकीच्या पद्धतीच्या असण्याचं मूळ माया हेच आहे. तुमची सारी स्वप्नं, कामना, तृष्णा एकत्रित झाल्या आहेत मायेमध्ये. ती तुमच्या आतल्या भ्रमाचं सार आहे. तुमच्या चुकीच्या असण्याची ती पद्धती आहे.

तिच्यापासून दूर कुठे पळणार तुम्ही? आत्ता तुम्ही जिथे कुठे जाल तिथे माया तुमच्याबरोबर असणारच. तुम्ही जे काही कराल त्यावरच माया स्वार होईल. तुम्ही शास्त्राचा अभ्यास कराल, माया त्यावर स्वार होईल. तुम्ही त्याग कराल, माया त्यागावर चढून बसेल. जे काही कराल...

तुमच्या आत जोपर्यंत माया आहे तोपर्यंत ती सर्व गोष्टींवर स्वत:ची छाया पसरेल. तुमच्याजवळ महाल असेल तर माया तो महाल आपल्या पकडीत घेईल. झोपडी असेल तर झोपडीला पकडून ठेवेल. काही फरक नाही पडत. मोठं साम्राज्य असेल तर माया जिंकेल, एक लहानशी लंगोटी असेल तरी मायाच जिंकेल. काही फरक पडत नाही. संपत्ती लहान आहे की मोठी याचा मायेच्या दृष्टीने काही फरक पडत नाही. पकडण्यासाठी काहीही चालेल.

समजा, तुम्ही मूठ मिटली आहे, मुठीत तुम्ही कोहिनूर धरा की दगड धरा— काय फरक पडतो? दोन्ही गोष्टींमध्ये मूठ बंदच राहील. तुम्ही कोहिनूर धरला आहे की दगड याने काय फरक पडणार? मूठ बंद राहाणार. मायेला काहीतरी पकडून ठेवण्यासाठी लागतं. माया म्हणजे पकड. जे काही असेल ते पकडून ठेवेल. लंगोटीही चालेल, दगडही चालेल, खडाही चालेल. काहीतरी पकडण्यासाठी हवं, बस! आत माया असेल तर तुम्ही कुठेही गेलात तरी, तुम्ही जे कराल त्याला पकडून ठेवेल.

तुम्ही काहीही करायला लागाल त्याआधी ज्ञानाच्या वादळाला आमंत्रण देणं आवश्यक आहे. हे वादळ तुम्हाला धुवून काढेल, स्वच्छ करेल, तुम्हाला उजळून टाकेल, तुम्हाला स्नान घालेल. आणि हे स्नान काही सामान्य पाण्याचं नाही. याला आपण 'अग्निस्नान' म्हणणंच योग्य होईल. हे स्नान तुम्हाला फक्त स्वच्छ करून थांबणार नाही तर तुम्हाला जाळूनही काढेल. कारण जाळण्यानेच तुम्ही शुद्ध होऊ शकाल. तुमचं सोनं अग्नीमधून बाहेर पडल्यानंतरच झळाळणार आहे.

आणि मग एक उलटी स्थिती होते. कबीर म्हणतात, 'माया रहै न बांधी।'

आई ज्ञान की आंधी । १२७

आता मला कितीही वाटलं की मायेला बांधून ठेवावं तरी ती बांधली जात नाही. आता मला कितीही वाटलं की मायेनं माझ्याजवळ राहावं तरी ती राहात नाही. दूरदूर निघून जाते.

हे असं आहे– घरात अंधार झाला की तुम्ही दिवा लावता. मग अंधाराला घरात बांधून ठेवू शकाल का? अशक्य! अंधार दूर पळणारच. तुम्ही दिवा घेऊन जेथे जेथे जाल, तेथून अंधार दूर पळणारच. दिवा नसेल तरच अंधाराचं साम्राज्य राहील, अंधाराची जीत होईल.

जोपर्यंत आतलं भान येत नाही... त्यालाच ज्ञान म्हणता आहेत कबीर.

'संतों आई ज्ञान की आंधी रे।'

आणि वादळच आहे ते. सारं उपटून फेकून देतं.

'भ्रम की टाटी सबै उडानी, माया रहै न बांधी।
हिति-चत की द्वै थूनी गिरानी मोह बलींडा तूटा।

घराचा एकमेव आधार असलेला खांब– आसक्तीचा खांब. 'थूनी' गावाकडे लोक ज्याच्यावर घराचं संपूर्ण छप्पर आधारून ठेवतात. 'थूनी' हा शब्द फार महत्त्वाचा आहे. ग्रामीण शब्द आहे. शहरात तो असण्याचं काही कारणच नाही आहे. ज्या खांबाच्या आधारावर सारी झोपडी तोलून उभी केलेली असते त्या खांबाच्या वरच्या बाजूला दोन भाग असतात. दोन हिश्शांच्या थूनीवरच, द्वैतावरच सारं घर टिकून असतं. थूनी म्हणजे द्वैत. आणि कबीर म्हणतात, 'हिति-चत की द्वै थूनी गिरानी।' ती जी दुहेरी तोंडाची थूनी होती, जिच्यावर सगळं घर आधारलेलं होतं, ती थूनी कोसळली. तो टेकू कोसळला.

दोन गोष्टी लक्षात ठेवणं जरुरीचं आहे– द्वैतावरच सगळं घर उभं आहे. जोपर्यंत जगामध्ये तुम्हाला दोन दिसत असतात तोपर्यंत ज्ञानाचं वादळ येणार नाही. तोपर्यंत तुम्ही जिवंत राहाल. जोपर्यंत दोन आहेत तोपर्यंत 'मी' जिवंत राहाणार. कारण 'तू' जिवंत राहील तर 'मी' ही जिवंत राहील. दोहोंपैकी एक जरी कोसळला तर ना 'तू' वाचेल ना 'मी' वाचेल. सगळं बंद होऊन जाईल. व्यवसाय संपून जाईल.

त्या दुहेरी तोंडाच्या खांबावर सगळंच्या सगळं घर आधारलेलं आहे आणि कबीर त्या खांबाचं नाव सांगता आहेत– 'आसक्ति'. आसक्तीची दोन तोंडं असतात सगळीकडे. एकीकडे नाव आहे 'राग' आणि दुसऱ्या तोंडाचं नाव आहे 'विराग'. एका तोंडाचं नाव आहे 'प्रेम' दुसऱ्या तोंडाचं नाव आहे 'द्वेष'. एका बाजूला- तुम्ही निवडा तुम्हाला हवं ते नाव– जे तुमच्या आयुष्यात आहे त्याचं– आणि त्याक्षणी तुम्हाला दिसेल की त्याच्या उलट असलेली गोष्टही तुम्हाला जोडली गेलेली आहे.

जोपर्यंत तुम्ही प्रेम करत असाल तोपर्यंत तुम्ही घृणाही करत राहाल आणि जोपर्यंत तुम्हाला सौंदर्य दिसत राहील तोपर्यंत कुरूपताही दिसत राहील. आणि जोपर्यंत तुम्हाला एखादी गोष्ट शुभ आहे असं वाटत राहील तोपर्यंत अशुभही वाटत राहील. आणि जोपर्यंत तुम्ही विश्वास ठेवाल तोपर्यंत अविश्वासही ठेवाल. दोन्ही गोष्टी एकमेकीबरोबरच राहाणार. द्वैत साथीनेच चालते. या द्वैतावरच सारं घर उभं असतं. तुमच्या जीवनाचं.

'हिति-चत की द्वै थूनी गिरानी, मोह बलींडा तूटा।'

आणि त्या टेकूच्या वर मोहाचा जो वासा ठेवलेला होता, टेकू कोसळल्यानंतर हा मोहाचा वासा तुटून पडला.

'त्रिस्ना छानि परी घर ऊपरि।'

तृष्णेचं जे छप्पर होतं, पसारा होता ते कोसळून पडलं,

'कुबुधि का भांडा फूटा।'

आणि त्याचक्षणी– कारण तृष्णेचं छप्पर कोसळून पडल्यानंतर कुबुद्धीला वाचून राहाण्यासाठी जागाच उरणार नाही. तृष्णेच्या सावलीमध्येच 'कुबुधि'चा आधार असतो, तृष्णेमुळेच तुम्ही अज्ञानानं भरलेली हजारो कृत्यं करायला तयार होता. तुम्हाला हे ठाऊक असतं की असं करणं चुकीचं आहे तरीही– तृष्णा करवून घेते.

समजा, तुम्ही रस्त्यावरून चालला आहात, हजार रुपये पडले आहेत. तुम्हाला माहीत आहे ते पैसे उचलणं चुकीचं आहे. मन ओरडून सांगत असतं हे पैसे आपले नाही आहेत. पण कुबुद्धी चारीही बाजूना बघते– कोणी पाहात नाही– उचलायला काय हरकत आहे? तृष्णेचा विस्तार होऊ लागतो– किती दिवसांपासून एक रेडियो विकत घ्यावा, एक टेलिव्हिजन घ्यावा असं मनात आहे– सर्व स्वप्नं एकदम साकार होऊ लागतात. त्या हजार रुपयांमध्ये न जाणो किती तृष्णांची तृप्ती दडलेली आहे असं वाटू लागतं.

मनाचा आवाज हळूहळू कमी होऊ लागतो. मन सांगत असतं, उचलू नकोस. चोरी करणं पाप आहे. पण तृष्णा वाढू लागते, फैलावू लागते. त्या हजार रुपयांमध्ये हजार शक्यता दडलेल्या आहेत. किती दिवसांपासून, किती इच्छा, वासना अपुऱ्या राहिल्या आहेत, त्या सगळ्या पूर्ण होऊ शकतील. मार्ग मोकळा होऊ शकतो. हजार रुपयांनी एखादा धंदा सुरू करता येईल. हजार चे दहा हजार होतील. दहा हजारांचे दहा करोड होऊ शकतात. सगळ्या शक्यतांचे दरवाजे हजार रुपयानी उघडले जातात.

आता अंत:करणाचा लहानसा आवाज–चोरी!चोरी! आणि जगामध्ये चोरी कोण करत नाही? सगळे चोर आहेत. प्रामाणिक कोण आहे?

तृष्णा कुबुद्धीचं जाळं विणते. आत मनाचा आवाज लहान लहान होत अखेरीस हरवून जातो. तृष्णेचा बाजार भरतो. आवाज तेव्हाही घुमत असतो पण ऐकू येणं कठीण होऊन जातं. तो आवाज इतका हळू आहे की तो ऐकू येण्यासाठी फार शांततेची आवश्यकता आहे. आणि तृष्णा तेवढी शांतता मिळूच देत नाही.

'कोणीही पहात नाही आहे, कोणी पकडेल अशी शक्यता काही दिसत नाही, उचल.'

आणि तुम्ही केव्हा उचलता, तुमचं तुम्हालाही कळत नाही. उचलून पळू लागता, लपण्याच्या जागा शोधू लागता, कधी–तेही कळत नाही. घरी पोचल्यावरच तुम्ही श्वास घेता तेव्हा तुम्हाला कळतं की तुम्ही काय करून बसला आहात.

कुबुद्धी म्हणजे शुद्ध नसण्याची अवस्था– तेव्हा तुम्ही काय करता आहात तेही तुम्हाला नीटसं कळत नसतं. तुम्ही हे का करता आहात तेही तुम्हाला कळत नाही. कुबुद्धी म्हणजे एक नशा– या अवस्थेत काहीही घडू शकतं कारण तुम्ही बेहोशच असता. तुम्हाला कसलंच भान नसतं.

कबीर म्हणतात,

'त्रिस्ना छानि परी घर उपरि।'

ही जी तृष्णा घराच्या वर छपरासारखी पसरली आहे ती कोसळून पडली आहे.

'कुबुधी का भांडा फूटा।'

आता कुबुद्धी शिल्लक राहाण्याचा काही मार्गच शिल्लक राहिला नाही. तो घडाच फुटून गेला.

'जोग जुगति करि संतौ बांधी, निरचू चुवै न पानी।'

आणि कबीर म्हणतात, आता आम्ही एक दुसरंच घर बांधलं आहे. बांधावंच लागलं. ज्ञानाचं वादळ असं काही आलं की जुनं घर पडूनच गेलं. वासे तुटले, खांब पडले, छप्पर जमिनीवर आलं. सगळं नष्ट होऊन गेलं. जुनं गेलं, भूतकाळाला निरोप दिला आणि वादळाने सारं काही असं मोडून टाकलं की आता नवं घर बांधावंच लागलं.

हाच तर नवा जन्म आहे. यालाच तर आपण द्विज म्हणतो. ज्याच्या आयुष्यात हे वादळ येतं, ज्याचं जुनं घर या वादळात पडून जातं आणि त्याचा नवा जन्म होतो तोच ब्राह्मण आहे. यालाच ख्रिश्चन लोक रिसरेक्शन म्हणतात.

हे समजावून देताना ख्रिश्चनांची फार अडचण होते– कसं समजावून सांगता येईल? ते म्हणतात, सुळावर येशूचा मृत्यू झाला आणि तीन दिवसानंतर तो पुनरुज्जीवित झाला. दोन हजार वर्षांमध्ये ख्रिश्चन लोकाना हा पुनरुज्जीवनाचा

सिद्धांत समजावून देता आलेला नाही. हे कसं शक्य आहे असा संशय त्यांच्या स्वत:च्याच मनामध्ये आहे. माणसाला फाशी दिलं, सुळावर चढवलं, माणूस मरून गेला– पुनरुज्जीवन होणं कसं शक्य आहे? प्रेत जिवंत कसं होऊ शकेल?

ते एक गोष्ट विसरूनच गेले आहेत की रिसरेक्शन, पुनरुज्जीवन हे एक सखोल प्रतीक आहे, एक संकेत आहे. येशूचं ऐहिक शरीर जिवंत होण्याचा त्याच्याशी काहीही संबंध नाही.

येशूचा सूळ हेही एक प्रतीक आहे आणि येशूचं पुनरुज्जीवन हेही एक प्रतीकच आहे. ती येणाऱ्या वादळाची सूचना आहे. वादळ येतं तेव्हा जुनं सुळावर चढवलं जातं. तो जो मरियमचा मुलगा येशू होता तो मरून गेला. आणि आता परमात्म्याच्या पुत्राचा- येशूचा जन्म झाला. येशूचा मृत्यू झाला, ख्रिस्ताचा जन्म झाला. तो द्विज आहे. त्या दिवशी येशू ब्राह्मण झाला. इकडे फाशी दिलं, तिकडे नव्याचा जन्म झाला. जुना गेला, नवा आला. दोघांच्या मध्ये एक अंतर आहे.

म्हणून कबीर म्हणतात, जेव्हा वादळ आलं तेव्हा जुनं सगळं उन्मळून पडलं. नवं घर बांधावं लागलं.

'जोग जुगति करि संतौ बांधी, निरचू चुवै न पानी।'

आणि आता एक दुसरं घर बनवलं आहे त्यात पाणी मुरण्याची शक्यताच नाही. खूप हुशारीने, कष्ट घेऊन बनवलं आहे ते. कबीरांचे हे शब्द आहेत ग्रामीण पण मोठे अर्थपूर्ण आहेत.

'जुगत'– जुगत या शब्दाचा अर्थ आहे डिव्हाईस. 'जुगत'चा अर्थ आहे खूप सावधानतेने केली गेलेली साधना. मोठ्या सजगतेने, सावधानतेने, सावचित्ताने जगलेले जीवन.

'जोग'– या शब्दाचा अर्थ आहे जोडणे. योगाचा अर्थ आहे जोडणे. जिथे दोन एकमेकांशी जोडले जातात तेथेच परम अनुभूती प्राप्त होते. जेथे दोन संपून जातात आणि एकच शिल्लक राहातो, जेथे मी व तू यांचं मीलन होतं. जेथे पदार्थ आणि परमात्मा एकमेकांमध्ये मिसळून जातात. जेथे दृश्य व अदृश्य यांचे मीलन होते तेथे योग!

आणि जुगत... त्या योगाच्या दिशेने जाण्यासाठी साधकाला जे काही करावं लागतं ते फार काळजीपूर्वक करावं लागतं. थोडीशी जरी चूक झाली तरी तुम्हाला जुन्या घरामध्ये परत जावं लागेल. थोडीशी चूक... आणि तुम्ही पुन्हा जुनं घर बांधू लागाल. थोडीशी चूक... आणि जुनं जग नव्या रूपामध्ये पुन्हा सामोरं येईल.

जीवन म्हणजे सतत सावधान राहाणं आहे. त्या सावधानीचं नाव आहे 'जुगत'!

'जोग जुगति करि संतौ बांधी...'

आणि आता एक नवीन घर बांधलं आहे– ते मोठ्या योगाने– ज्याला 'दोन'चा आश्रय घेऊनच दिला नाही, ज्याला दोनचा टेकू लावलाच नाही, ज्यावर दोन तोंडांचा खांब उभारलाच नाही, ज्यावर तृष्णेचं छप्पर ठेवलंच नाही. आता यामध्ये पाण्याचा एक थेंबसुद्धा शिरू शकत नाही.

हे थोडं विचार करण्यासारखं आहे. जगातील तुमचं घर तुम्ही कितीही सुंदर बनवा, त्यात दुःख मुरत राहातंच. कितीही सुंदर घर बनवलं तरी ते स्वर्ग नाही होत. नरक घुसतच राहातो. तृष्णेचं छप्पर कितीही मजबूत असलं तरी काय फरक पडतो? तृष्णेच्या खाली माणूस असुरक्षितच असतो, पीडितच असतो, दुःखीच असतो. तो निश्चिंत होईल, असा एक क्षणही येत नाही. त्याची चिंता जशीच्या तशीच राहाते. तृष्णेचं छप्पर कितीही मजबूत असलं तरी चिंता संपत नाही. पाणी गळतच राहातं.

खरं तर तृष्णेमध्येच छिद्रं आहेत म्हणून तुम्ही तृष्णेचं छप्पर बनवूच शकत नाही. तृष्णा नैसर्गिकपणेच सच्छिद्र आहे.

बुद्धाच्या जीवनात उल्लेख आहे. एका गावातून जाताना ते एका विहिरीजवळ पाणी पिण्यासाठी थांबले आहेत. त्यांचा भिक्षु, त्यांचा शिष्य आनंद देखील त्यांच्याजवळ उभा आहे. एक माणूस पाणी भरतो आहे– वेडा असावा बहुतेक! वेड्यांची काही कमी नाही. तेच जास्त आहेत. बुद्धिमान माणूस तर शोधूनच काढावा लागतो.

कोणी वेडा पाणी भरत असणार. बुद्ध वाट पहात उभे आहेत– त्याचं पाणी भरून होईल, मग आपण पाणी पिऊ आणि आपल्या वाटेने निघून जाऊ. तो वेडा खूपच गडबड गोंधळ करतो आहे. त्याच्या बादलीचाही खूप आवाज होतो आहे. तो जेव्हा बादली विहिरीत टाकतो तेव्हा बादली पाण्याने पूर्ण भरते. आणि तो ती ओढून वर आणतो तोपर्यंत ती पूर्ण रिकामी होऊन जाते आहे. त्या बादलीला भोकंच भोकं आहेत आणि विहिरभर नुसता गोंधळ माजला आहे. खूप काम चाललं आहे असं वाटत आहे पण हातात मात्र काहीही नाही.

बुद्ध थोडा वेळ तेथे उभे राहिले. मग त्यानी आनंदला सांगितलं, 'चल, आपण दुसरीकडे कुठे तरी जाऊ. या माणसाच्या हातात तृष्णेची बादली आहे.'

तृष्णेमध्ये छिद्रंच छिद्रं असतात. आयुष्यभर ती भरत राहाता, हाती काही लागत नाही. तुमचे करोडपतीहून करोडपती भिकाऱ्यासारखे मरतात. तुमचे सिकंदर, तुमचे नेपोलियन सगळे रडत रडतच जातात. आयुष्यभर भरतात, खूप गोंधळ, आरडाओरडा करतात, दुसऱ्याना भरूही देत नाहीत. स्वतःच अडून राहातात. आणि जेव्हा ते भरतात तेव्हा आवाज तर असा येत असतो की जणू

सगळी विहीरच बाहेर येते आहे, सगळा समुद्रच बाहेर येतो आहे.

पण जेव्हा येते तेव्हा रिकामी बादलीच परत येते. बादलीमध्ये मोठीमोठी छिद्रं आहेत. बुद्धांनी आनंदला सांगितलं, 'आनंद आपण दुसरीकडे कुठेतरी जाऊ या. हा माणूस वेडा आहे, हा तृष्णेच्या बादलीमध्ये पाणी भरतो आहे.'

बुद्धासारख्या जागृत पुरुषांचं तर प्रत्येक वचन, प्रत्येक क्षण एक उद्बोधन असतं. कदाचित बुद्ध त्या विहिरीपाशी मुद्दामच थांबले असतील– त्याना आनंदला काहीतरी सांगायचं असेल.

तुम्हीही भोकांच्या बादलीने पाणी भरता आहात. छिद्र नसलेली बादली पाहिजे तेव्हाच जीवन तृप्त होईल. जीवनात तृष्णा नसेल तरच बादलीमध्ये छिद्र शिल्लक राहाणार नाही.

आता ही तर मोठी उलटीच गोष्ट झाली– मोठाच विरोधाभास आहे हा. जोपर्यंत तृष्णा आहे, तोपर्यंत तृप्ती नाही, आणि जेव्हा तृष्णा नाही तेव्हा तृप्तीच तृप्ती आहे. तुम्ही तृष्णेकडून तृप्तीकडे जाण्याचा प्रयत्न करता आहात– ते अशक्य आहे. जे कोणी तृप्त झाले आहेत, ते तृष्णेला सोडल्यानंतरच तृप्त झाले आहेत. आणि तुमची तर इच्छा अशी आहे की कसंही करून तृष्णा असलेलं मन तृप्त व्हावं.

हा तुम्ही छिद्रं असलेल्या बादलीने पाणी भरण्याचा प्रयत्न करता आहात. तुमची तहान कधीच भागणार नाही.

कबीर म्हणतात, जेव्हा तृष्णेचं छप्पर कोसळून पडलं आणि कुबुद्धीचं मडकं फुटून गेलं तेव्हा हे संतानो, आम्ही एक नवीन घर बांधलं. आणि ते घर आम्ही खूप हुशारीने, योगक्रियेने बांधलं आहे. पहिल्या प्रथम आम्ही दोनाचा आधार घेतला होता, आता आम्ही एकाचा आधार घेतला आहे. आणि आधी आम्ही घर लक्ष न देताच बांधलं होतं, जणू काही झोपेतच विटेवर वीट ठेवली होती. ते घर पडणारच होतं. अशा बेशुद्धीमध्ये कधी घरं बांधली जातात? आता आम्ही चांगलं जागरूक राहून घर बांधलं आहे, योगक्रिया करून, हुशारीने घर बांधलं आहे आणि आता एक थेंब सुद्धा पाणी आत येत नाही. आता आम्ही चादर पांघरून झोपू शकतो, संतानो! आता आमच्या जीवनात छिद्र राहिलं नाही.

'कूड-कपट काया का निकस्या
हरि की गति जब जानी।'

शरीरातला सगळा कचरा निघून गेला. तो त्याच घराशी चिकटलेला होता. घर म्हणजे शरीर! घर म्हणजे तुम्ही ज्यात राहाता आहात ते!

आत्ता तुम्ही ज्या घरात राहाता आहात ते तृष्णेने बनलेले आहे. आत्ता तुम्ही ज्या घरात राहाता आहात ते द्वैताने बनलेले आहे. आत्ता तुम्ही ज्या घरात राहाता

आहात त्यामध्ये छिद्रंच छिद्रं आहेत.

तुम्ही जर कबीरांचं बोलणं नीट समजून घेतलंत तर कबीर पुन्हा पुन्हा सांगता आहेत की या नऊ छिद्रांच्या घरात राहू नका. शरीरातील इंद्रिये म्हणजे ही नऊ छिद्रे. कबीर म्हणतात, ही सगळी छिद्रं बंद करून घ्या तरच जेथे पोचण्याची तुमची आकांक्षा आहे तेथे पोचाल. छिद्रहीन होऊन जा. डोळे बंद करून घ्या, तर आतमध्ये दिसू लागेल. कान बंद करून घ्या, तर आतला आवाज ऐकू येऊ लागेल. संभोग बंद झाला तर तीच ऊर्जा समाधी बनू लागते.

सर्व छिद्रे बाहेर घेऊन जातात. छिद्र म्हणजे बाहेर जाण्याचे दार. आणि जेव्हा सर्व छिद्रे शांत होऊ लागतात. निष्क्रिय होऊ लागतात आणि तुम्ही स्वत:मध्येच राहू लागता तेव्हा– तेव्हाच त्याच्याशी मीलन होतं. ज्या मीलनाशिवाय संतोष प्राप्त होत नाही. तृप्ती होत नाही. ज्याला भेटल्याखेरीज परम भाव निर्माण होणार नाही. की येऊन पोचलो, जेथे जायचं होतं ते ठिकाण आलं, विश्रांतीचा क्षण आला. आता थांबू शकतो, कायमचे थांबू शकतो. आता शाश्वताची सावली मिळाली. आता सनातन घर मिळालं. आता आणखी लहानमोठी घरं बांधण्याची जरूरच नाही. आता असं घर मिळालं आहे जे कधीही मोडणार नाही. आता अमृत प्राप्त झालं आहे.

हे जे सगळं घराचं प्रतीक आहे ते नीट लक्षपूर्वक समजून घेतलंत तर ते शरीराचं प्रतीक आहे. हे तुम्ही बनवता तृष्णेपासून. एक माणूस मरतो, त्या क्षणापासून त्याचा आत्मा नव्या घरासाठी, नव्या शरीरासाठी तडफडू लागतो. धावाधाव सुरू होते.

म्हणून हिंदू शरीराला जाळून टाकतात. कारण जोपर्यंत शरीर जळून जात नाही तोपर्यंत आत्मा शरीराच्या आसपास घुटमळत राहातो. जुन्या घराचा मोह त्याला थोडसं धरून ठेवतो.

तुमचं जुनं घर पडून गेलं तरी तुम्ही नव्या घरात एकदम जात नाही. तुम्ही थोडा प्रयत्न करून पहाता, इथे थोडी व्यवस्था करू, याच घरात थोड्या सोई करून घेऊ, थोडा टेकू देऊ, थोडा आधार देऊ, कसंही करून इथेच चालवून घेऊ. नवीन घर बांधणं तर कठीण आहे, अवघड आहे.

शरीर मरून जातं आणि आत्मा शरीराभोवती रिंगणात फिरू लागतो. पुन्हा शरीरात प्रवेश करण्याचा प्रयत्न करू लागतो. याच शरीरात, शिरावं. जुनं ओळखीचं असतं, माहितीचं असतं. नव्यामध्ये कुठे जाऊ? कुठे शोधावं? मिळेल, न मिळेल.

म्हणून शरीर शिल्लक ठेवणं योग्य नाही ही गोष्ट हिंदूंनी अनेक शतकांपूर्वीच जाणली. म्हणून हिंदूंनी कबरींमध्ये प्रेते कधीच ठेवली नाहीत. कारण त्यामुळे

आत्म्याच्या यात्रेमध्ये विनाकारण अडथळे येतात. जोपर्यंत थोडेफार शरीर शिल्लक आहे, तोपर्यंत आत्मा त्याच्याभोवती घिरट्या घालत राहातो.

म्हणून हिंदूंच्यामध्ये तुम्हाला खूप प्रेतात्मे सापडणार नाहीत– जेवढे मुसलमान आणि ख्रिश्चनांच्यामध्ये सापडतील. तुम्हाला प्रेतात्म्यांमध्ये थोडा रस असेल, तुम्ही प्रेतात्म्यांशी संबंध प्रस्थापित करण्याचा थोडासाही प्रयत्न कधी केला असेल तर तुम्हाला आश्चर्य वाटेल की हिंदूच जवळ जवळ रिकामा आहे, मोठ्या मुश्किलीने एखादा प्रेतात्मा हिंदूंच्या मध्ये सापडेल. पण मुसलमानांच्या मध्ये तुम्हाला प्रेतात्मेच प्रेतात्मे सापडतील. कदाचित ख्रिश्चन आणि मुसलमानांनी एकच जन्म आहे असे मान्य करण्याचे हेही एक कारण असेल. कारण मेल्यानंतर वर्षानुवर्षे आत्मा कबरीभोवती घुटमळत राहातो.

हिंदूंना तत्क्षणी आठवण झाली की जन्मांची एक अनंत साखळी आहे. हे शरीर त्यानी जाळलं की आत्मा त्याचक्षणी नव्या जन्मामध्ये प्रवेश करतो. मुसलमानाचा दुसरा जन्म झालाच तर त्याचा एक जन्म आणि दुसरा जन्म यांच्यामध्ये खूप वर्षांचं अंतर पडू शकतं. म्हणून मुसलमानाला मागच्या जन्माची आठवण होणं कठीण आहे.

म्हणूनच ज्या लोकांना मागच्या जन्माची आठवण होते ते अधिकतर हिंदू घरांमध्येच का जन्मलेले असतात? मुसलमान घरामध्ये का जन्मलेले नसतात? (ही मोठी विलक्षण गोष्ट आहे आणि शास्त्रज्ञांनाही या गोष्टीने मोठ्या कोड्यात टाकले आहे) क्वचित एखादी घटना घडलेली दिसते. ख्रिश्चन घरांमध्येही क्वचित एखादी घटना घडली आहे. परंतु हिंदुस्थानात दररोज अशी घटना घडून येते. काय कारण आहे?

कारण आहे. कारण जेवढा अधिक वेळ जाईल तेवढं त्याचं स्मरण पुसट होऊ लागेल मागच्या जन्माचं. आजपासून दहा वर्षांपूर्वी– समजा मी तुम्हाला विचारलं आजपासून दहा वर्षांपूर्वी एक जानेवारी एकोणिसशे पासष्ट या दिवशी काय घडलं? एक जानेवारी हा दिवस एकोणीसशे पासष्टमध्ये आला होता हे नक्की, तुम्ही तेव्हा होतात हेही नक्की. पण तुम्हाला आठवेल त्या दिवशी काय घडलं ते?

तुम्ही म्हणाल, एक जानेवारी हा दिवस होता हे कबूल. मीही होतो हेही कबूल. काही ना काहीतरी घडलं असेल हेही मान्य. काहीही न घडता तर तो दिवस संपला नसणार हेही नक्की. ज्ञानी माणसाचा दिवस कदाचित रिकामा जाईल पण अज्ञानी माणसाचा दिवस रिकामा जाणं शक्य आहे का? काही ना काही नक्कीच घडलं असणार. एखादं भांडण, झगडा, उपद्रव, घृणा, प्रेम, क्रोध– पण आठवण कसली होते? कसलीही नाही. एक जानेवारी एकोणीसशे

पासष्ट रिकामा दिवस वाटू लागतो- जणू हा दिवस नव्हताच.

जेवढा वेळ जात राहातो. तेवढे नव्या अनुभवांचे थर चढत जातात. जुन्या स्मृती त्याखाली दबून जातात. म्हणजे एखादा माणूस आज मेला आणि आजच नवा जन्म घेतला तर कदाचित मागच्या जन्माची थोडी तरी आठवण त्याला राहाण्याची थोडी तरी शक्यता असते. कारण वेळाचं अंतर अजिबात नाही. मध्ये कसलीही स्मृती नाहीच. मध्ये भिंतच नाही.

पण आज मरेल आणि पन्नास वर्षांनी पुन्हा जन्म घेईल तर आठवण राहाणं कठीणच आहे. पन्नास वर्षं! कारण भुतंही अनुभव घेतच असतात. त्यांच्याही आठवणी असतात, त्या मध्ये उभ्या राहाणारच. एक मजबूत भिंत उभी राहील.

म्हणून ख्रिश्चन, मुसलमान आणि यहुदी हे तीनही समाज प्रेतं जाळत नाहीत, पुरतात, ते समाज असे मानतात की फक्त एकच जन्म आहे, पुनर्जन्म नाहीच. या त्यांच्या एकाच जन्माच्या सिद्धांतामागे सर्वात महत्त्वाचं कारण हेच आहे की कोणालाही मागच्या जन्माची आठवण नाही.

हिंदूंनी हजारो वर्षांमध्ये लाखो लोकांना जन्म दिला आहे, ज्याना सगळी स्मृती आहे. आणि याचं कारण एवढंच आहे की आम्ही प्रेत जाळलं की त्याक्षणी घर नष्ट झालं संपूर्ण. एखादा कोपराही शिल्लक राहिला नाही घिरट्या घालायला. ते जळून राखच झालं. आता तिथे राहाण्याचं काहीच कारण नाही. पळ आणि एखादं नवं छप्पर शोध.

आत्मा धावत निघतो, नव्या गर्भामध्ये प्रवेश करण्यास उत्सुक असतो. तेथेही तृष्णेनेच सुरुवात होते. म्हणूनच तर आपण म्हणतो की जो तृष्णेच्या पलीकडे गेला त्याला पुनर्जन्म नाही. कारण पुनर्जन्माचं काही कारण उरलं नाही. सर्व घरे कामनेमुळेच बनतात. शरीर कामनेनेच बनते. कामना हाच आधार असतो शरीराचा. जेव्हा कोणतीही इच्छाच शिल्लक राहिली नाही, मिळवण्यासारखं काही राहिलं नाही, जाणून घेण्यासारखं काही उरलं नाही, प्रवास संपला तर नव्या गर्भामध्ये जाण्याची जरूरच नाही.

म्हणून कबीर म्हणतात,

'कूड कपट काया का निकस्या...'

शरीरातील सर्व कचरा जळून गेला. ते जे जुनं घर कोसळून गेलं त्यामध्येच सगळं संपून गेलं.

'हरि की गति जब जानी...'

आणि जेव्हा शरीर शुद्ध होतं, सगळा कचरा जळून जातो, शुद्ध सोनं शिल्लक राहातं.

'हरि की गति तब जानी...'

आणि तेव्हाच कळतं की हरीचा अर्थ काय आहे? हरीचं रहस्य काय आहे? परमात्म्याचं रहस्य काय आहे?

जेव्हा तुम्ही संपूर्णपणे संपून जाता, तुमचं घर जळून राख होऊन जातं, वादळ येतं आणि तुम्हाला मुळापासून उखडून टाकते, तुमचं काहीही शिल्लक राहात नाही, तेव्हाच तुम्हाला हरीचे रहस्य काय आहे ते समजायला सुरुवात होते. जोपर्यंत तुम्ही आहात तोपर्यंत हरि नाही.

कबीरानी म्हटलं आहे.

जोपर्यंत मी आहे, तोपर्यंत हरि नाही, 'जब हरि तब मैं नाहि।' आणि जेव्हा हरि आहे तेव्हा मग मी नाही.

हरीचं आणि तुमचं मीलन कधी होणारच नाही. ज्या दिवशी तुम्ही राहाणार नाही त्याच दिवशी तो भेटेल. तुमचं रिकामं रूपच परमात्म्याला भेटेल. तुमची शून्यताच त्याच्या दारावर थाप देईल, तुम्ही नाही. तुमची अनुपस्थितीच त्याच्या भवनामध्ये प्रवेश करेल, तुम्ही नाही. तुमचं नसणं हाच त्याच्या असण्याचा मार्ग आहे. तुम्ही खूपच आहात. तुम्ही इतके जास्त असल्यामुळेच तो तुमच्या आत प्रवेश करू शकत नाही. तुम्ही इतके भरलेले आहात की रिकामी जागाच नाही. थोडी जागा पाहिजे, थोडं स्थान पाहिजे.

आणि जेव्हा विराटाला बोलवायचे आहे तेव्हा थोडीशी जागा असून चालणार नाही. विराट जागाच पाहिजे. आकाशाएवढी जागा पाहिजे.

'कूड कपट काया का निकस्या, हरिकी गति जब जानी।'

याचे दोन अर्थ होऊ शकतात आणि दोन्ही अर्थ महत्त्वाचे आहेत.

एक अर्थ असा की सगळा कचरा निघून गेला तेव्हा हरीच्या रहस्याचा अर्थ कळला.

दुसरा अर्थ असाही होऊ शकतो की जेव्हा हरीचं रहस्य उलगडलं तेव्हाच सगळा कचरा निघून गेला आणि दुसरा अर्थ पहिल्यापेक्षा अधिक सखोल आहे.

पण दोन्ही अर्थ संयुक्त आहेत. कोंबडी आणि अंडं जशी संयुक्त आहेत तसे हे दोन्ही अर्थ संयुक्त आहेत. दोन्ही एकाच नाण्याच्या दोन बाजू आहेत. इकडे शरीरातून सगळा कचरा बाहेर गेला. तृष्णा संपली, मायामोहाचं जाळं तुटून गेलं. कुबुद्धीचा घट फुटून गेला आणि तिकडे हरीच्या रहस्याचा अनुभव येणं सुरू झालं. इकडे हरीची अनुभूती येऊ लागली आणि तिकडे जे काही उरलं सुरलं होतं तेही निघून गेलं.

या दोन्ही गोष्टी एकाच वेळी घडतात. खरं म्हणजे आपण हे सांगायला लागतो तेव्हाच हे दोन भाग होतात. घडतात तेव्हा एकाच वेळी घडतात, घडतं. समजा तुम्ही दिवा लावता तेव्हा तुम्हाला कोणी विचारलं की तुम्ही दिवा

लावल्यानंतर अंधार खोलीबाहेर जातो की अंधार बाहेर गेल्यानंतर दिवा लागतो?

तुम्ही थोडे विचारात पडाल. कारण तुम्ही जर म्हटलंत की अंधार आधी जातो आणि मग दिवा लागतो तर त्याचा अर्थ असा होतो की दिव्याने पेटण्याची जरूरच राहिली नाही. अंधार जेव्हा बाहेर गेलाच आहे तेव्हा दिवा लागला नाही तरीही प्रकाश असेलच. तुम्ही जर असं म्हणाल की दिवा पेटल्यानंतर अंधार बाहेर जातो. तेव्हाही अडचणच होईल. याचा अर्थ असा होईल की दिवाही पेटला आणि अंधारही खोलीतच राहिला. थोडा वेळ का होई ना! मग तर दिवाही अंधार संपवायला पुरेसा होणार नाही.

घटना अशी आहे की दिवा पेटणं आणि अंधार जाणं हे एकाच घटनेचे दोन पैलू आहेत. एकाच वेळी घडतात या गोष्टी. थोडंही अंतर नाही. इंचभराचं जरी अंतर राहिलं तरी मोठी अडचण येईल. मग हे कोडं सुटणार नाही. जर अंधार आधी जाणार असेल तर दिव्याची काही जरूर नाही. जर दिवा लागल्यानंतर एक क्षणभर जरी अंधार राहिला तर दिवा निरर्थक, नपुंसक. त्याची काहीही किंमत नाही.

केव्हा जातो अंधार? केव्हा येतो प्रकाश?

– एकाच वेळी!

आणखी नीट समजून घ्यायचं असेल तर हेही म्हणणं योग्य नाही की या दोन घटना आहेत. दिवा लागणं आणि अंधार जाणं एकच गोष्ट दोन प्रकारांनी सांगणं आहे. हवं तर अंधार गेला असं म्हणा, हवं तर दिवा लागला असं म्हणा, एकच गोष्ट आहे. या दोन गोष्टी नाही आहेत. पण बोलताना या दोन होतात. कारण भाषा द्वैतावर आधारलेली असते. भाषेचा जो टेकू असतो, थूनी असते ती दोनावर उभी असते. भाषेचा अर्थच असा आहे– दोनांच्या मधला संबंध! तुम्ही जर एकटे राहाल जंगलामध्ये तर तुम्ही भाषा वापराल? काय कराल? तुम्ही पृथ्वीवर एकटेच असता तर भाषा निर्माण झाली असती? कशासाठी निर्माण झाली असती?

दुसरा असेल तेव्हाच भाषा निर्माण होते. दुसऱ्यासाठी भाषा निर्माण होते. दुसऱ्याशी बोलता. आणि तुम्ही जेव्हा एकटे असताना बोलता तेव्हाही दुसरा माणूस समोर आहे अशी कल्पना करूनच बोलता, तेव्हाच बोलता नाहीतर बोलू शकणार नाही. एकटं असताना कधी कधी लोक बोलतात. एकांतात बसले आहेत, कोणी नाही आहे, थोडं बोलून घेतात– कदाचित पत्नी माहेरी गेली आहे तिच्याशी बोलता आहेत, किंवा मित्राशी बोलता आहेत किंवा उद्या कोणाशी बोलायचं आहे त्याचा सराव करता आहेत.

पण दुसरा कायम हजर आहेच, कल्पनेत का होई ना! दोनाशिवाय भाषा

नाही. सर्व भाषा द्वैत असतात. म्हणून भाषा जेव्हा कधी एखादी गोष्ट स्पष्ट करते तेव्हा अद्वैत संपूनच जातं.

आणि जीवन अद्वैत आहे. इथे प्रकाश पडणं आणि अंधार जाणं एकाच वेळी घडून येतं, एकाच वेळी घडून येतं हेही भाषेचीच चूक आहे. ते दोन नाही आहेत मग असं कसं म्हणणार की एकाच वेळी घडून येतात? तो एकच आहे. दोन आहेत असं वाटतं.

'कूड कपट काया का निकस्या, हरि की गति जब जानी।
आंधी पीछे जो जल बूढा, प्रेम हरी जन मीना।
कहै कबीर भान के प्रगटे, उदित भया तम रवीना।

वादळानंतर जो पाण्याचा वर्षाव झाला...

ज्ञान म्हणजे सर्व काही नाही. ज्ञान हे तर फक्त वादळ आहे. पंडिताच्या दृष्टीने ज्ञान म्हणजेच सर्व काही असतं. परंतु खरं ज्ञान म्हणजे फक्त सुरुवात आहे, फक्त प्रारंभ आहे.

वादळ आलं, वादळ म्हणजे सारं काही नव्हे. ही तर येणाऱ्या जलवृष्टीची सूचना आहे. ती तर एवढीच सूचना आहे की जागा रिकामी करा, तयार राहा, शून्य बना आणि ढग बरसण्यासाठी तयार आहे.

म्हणजे ज्ञान हे तर वादळ आहे आणि अमृत आनंदाची वर्षा आहे.

'आंधी पीछे जो जल बूढा, प्रेम हरी जन मीना।'

आणि जे हरीच्या प्रेमामध्येच बुडून गेले आहेत तेच वादळानंतर नाचतात. आणि जे हरीच्या प्रेमात बुडालेले नाहीत ते वादळानंतर बसून रडतात. कारण त्यांचं घर पडून गेलेलं असतं. त्यांचं सर्वस्व हरवून गेलेलं असतं. ते बरबाद झालेले असतात. त्यांचं दिवाळं निघालेलं असतं.

जेव्हा अज्ञानी माणसाच्या अहंकाराला तडा जातो तेव्हा तो रडतो आणि जेव्हा ज्ञानी माणसाचा अहंकार मोडून जातो तेव्हा तो नाचतो. कारण तो म्हणतो की हीच तर एक अडचण होती तीही आता दूर झाली. अज्ञानी माणसाचं शरीर नष्ट होतं तेव्हा तो रडारड करतो. ज्ञानी माणसाचं शरीर नष्ट होतं तेव्हा तो परमात्म्याचे आभार मानतो की ही लहानशी अडचण होती, तीही दूर झाली.

कबीरानी म्हटलं आहे, 'कब मरिहो कब भेरिहो पूरन परमानंद

कधी मरेन, कधी भेटेन त्या पूर्ण परमानंदाला?

ज्ञानी माणसाला मृत्यू हेही परमात्म्याचे दार वाटते. अज्ञानी घाबरतो.

'आंधी पीछे जो जल बूढा, प्रेम हरी जन मीना।'

हरीच्या प्रेमाने वेडे झालेले लोक तर भिजून गेले. ते तर अमृतात न्हाले. ते ओले होऊन गेले. त्यांच्या रोमारोमात अमृत भरून गेले. एखाद्या तलावासारखे

ते भरून गेले. रिकामे होते, परमात्मा त्यांच्यामध्ये तरंगू लागला.

'कहै कबीर भान के प्रगटे, उदित भया तम खीना।'

आणि जेव्हा भानु उगवला, आतला सूर्य उगवला तेव्हा अंधार क्षीण होऊन गेला. कायमचा क्षीण होऊन गेला.

बाहेरचा सूर्य उगवतो– अंधार विरून जातो– पण कायमचा नाही. पुन्हा रात्र येते. दिवा लावा, अंधार बाहेर पळतो, किती वेळ? थोड्या वेळात तेल संपून जाईल, वात विझून जाईल, अंधार पुन्हा आत येईल.

बाहेरचा प्रकाश क्षणिक आहे आणि अंधार शाश्वत आहे. मोठी गमतीची गोष्ट आहे ही. अंधाराला काहीही करावं लागत नाही, दिव्याशिवाय जळू शकतो, तेलाशिवाय जळू शकतो. दिवा लावा– तेल आणा, वात आणा, हजार कटकटी आहेत. तरीही क्षणभर जळतो आणि विझून जातो.

बाहेर अंधार शाश्वत आहे, प्रकाश क्षणिक आहे. आत याच्याबरोबर उलटी परिस्थिती आहे. अंधार क्षणिक आहे, प्रकाश शाश्वत आहे. एकदा संपवून टाका, कामयचा संपून जातो. आतला प्रकाशही तेलवातीवर अवलंबून असता तर आत्म्याची प्राप्ती पुन्हा पुन्हा करून घ्यावी लागली असती. परमात्म्याला भेटून पुन्हापुन्हा दूर व्हावं लागलं असतं. इच्छित स्थळी पोचल्यावरही वाट चुकली असती. ध्येय प्राप्ती होऊनही हातातून निसटलं असतं. खूपच त्रास झाला असता.

तो जो प्रकाश आहे आतला तो पेटतो तेलवाती शिवायच. एकदा त्याचा अनुभव यायला हवा– तो तर जळतच असतो. आत्ताही तुमच्या आत जळतोच आहे. तो कधी विझतच नाही. त्याला पेटवावं लागत नाही फक्त नजर वळवावी लागते. फक्त नजर टाकावी लागते. फक्त ओळखावं लागतं.

'कहै कबीर भान के प्रगटे...'

आणि जेव्हा आतला भानु आतला सूर्य प्रकट होतो,

'उदित भया तम खीना–'

अंधार कायमचा क्षीण होऊन जातो.

ज्ञानाचं हे वादळ– याचे दोन भाग आहेत. प्रथम तुम्हाला संपवून टाकतं आणि मग तुम्हाला ओलं करून टाकतं, भिजवून टाकतं. प्रथम तुम्हाला झोडपतं, मारतं, नष्ट करून टाकतं. तुम्ही असं तुटून जायला, नष्ट व्हायला, रिकामं व्हायला तयार झालात तर तुम्हाला भरून टाकतं.

जो रिकामं व्हायलाच घाबरतो, त्याच्या आयुष्यात दुसरा भाग येतच नाही. मग पांडित्य निर्माण होतं. पांडित्य फार सुरक्षित असतं. त्यामध्ये ना कधी वादळ येत, ना कधी तुफान येत, ना कोणतं संकट येत. शास्त्र घेऊन बसून राहा,

अभ्यास करत राहा. तुम्ही अस्पर्श बनून राहाता.

ज्ञानी व्यक्ती नेहमी सांगत आल्या आहेत की वीतराग पुरुष जगामध्ये असा जगतो– जणू पाण्यामध्ये कमळ! कमळाला पाणी स्पर्श करत नाही, तसाच पंडित ज्ञानामध्ये राहातो. ज्ञान त्याला स्पर्श करत नाही– कमळासारखं! जगतो ज्ञानामध्ये, चारही बाजूना वेद, उपनिषदे, कुराण आणि बायबलचे ढीग घेऊन बसून राहातो. जगतो तेथेच पण कमळासारखा. ज्ञान त्याला शिवत नाही. आणि ज्ञान शिवलंच नाही तर तुमचं अज्ञान कसं दूर होणार?

पंडिताचे ज्ञान अज्ञानावर पांघरूण घालतं, अज्ञान दूर करत नाही. आणि झाकलेलं अज्ञान उघड्या अज्ञानापेक्षा अधिक धोकादायक आहे. एखाद्याने आपल्या फोडाला झाकून ठेवावं तसं आहे हे. प्रथम झाकलं, दुसऱ्याला कळू नये म्हणून– मग हळूहळू स्वत:च विसरून गेला. मग फोड वाढत वाढत जाऊन पू होईल, कॅन्सर होईल. फोडावर उपाय केला पाहिजे, झाकून ठेवून काही होणार नाही. अज्ञानावर उपाय केला पाहिजे, झाकून ठेवण्याने तुमच्या आत्म्यामध्ये अधिकच अंधार भरून जाईल. अज्ञानाला उघड करा, प्रकट करा. त्याला कापून टाकायचे आहे. आणि त्याला कापून टाकण्याचा एकच उपाय आहे, ज्ञानाच्या वादळाला निमंत्रण द्या.

ते निमंत्रण देणं ध्यानामुळे शक्य होतं. जसेजसे तुम्ही शांत होऊ लागता, निर्विचार होऊ लागता, ध्यानामध्ये जाऊ लागता– तुम्ही वादळाला बोलावत असता.

कदाचित तुम्हाला ठाऊक असेल, बाहेरच्या जगामध्ये जे वादळ होतं– कसं होतं– तुम्हाला माहीत आहे? आत्ता दोन दिवसांपूर्वी एक जोराचं वादळ आलं होतं– हलवून टाकलं वृक्षाना, पाडून टाकलं वृक्षाना. ते कसं येतं? बाहेर वादळ कसं येतं? कोण बोलावतं त्याला?

त्याला बोलावण्याची एक प्रक्रिया आहे. आणि कधीतरी विज्ञानाला ती गोष्ट प्राप्त होईल. माहिती तर हाती लागली आहे, कधी तरी विज्ञान ते घडवूनही आणेल. रशियामध्ये ते काहीतरी प्रयोग करून पाहातातच आहेत.

वादळाच्या येण्याची पद्धत अशी असते की जिथे कुठे अतिशय उन्हाळा होतो, सूर्य अतिशय तप्त असतो तिथली हवा विरळ होते, शुष्क होते. शुष्क झाल्यामुळे,गरम झाल्यामुळे पसरते. हवा पसरली की ठिकठिकाणी खड्डे पडतात. चारही बाजूना हवा पसरलेली असते आणि काही ठिकाणी हवेचे खड्डे तयार होतात. त्या खड्ड्यांमुळे दूरवरची हवा खेचली जाते. तुम्ही नदीमध्ये भांडं बुडवून पाणी भरून घेतलं की त्या ठिकाणी एक खड्डा तयार होतो. चारही बाजूनी पाणी धावत येतं आणि तो खड्डा भरून काढतं.

सूर्य उष्णता निर्माण करतो. जेथे जेथे खूप उष्णता होते, तेथली हवा विरळ होते, हवेत खड्डे निर्माण होतात. त्या हवेतल्या खड्ड्याना भरून टाकण्यासाठी जवळची हवा वेगाने धावत येते. ते धावणं म्हणजेच वादळ. म्हणून जितका भयंकर उष्मा होईल तितकंच भयंकर वादळ होतं. म्हणून लोक म्हणतात, जेव्हा भयंकर उन्हाळा होतो तेव्हा लोक म्हणतात आता पाऊस पडेल. कारण भयंकर उन्हाळ्याचा अर्थ आहे, वादळ होणार. वादळ होणार म्हणजे त्याच्याबरोबर ढग येणारच.

आतल्या वादळाचंही अगदी हे सूत्र आहे. म्हणून आपण आतल्या साधनेला तपश्चर्या म्हणतो. तप म्हणजे उष्मा. तप याचा अर्थ आहे, आतली तप्त अवस्था.

ध्यान तुमच्या आत एक ताप निर्माण करतं. तुमची ऊर्जा तप्त होते. तुमच्या आतला अग्नि जळू लागेल. तुम्ही यज्ञ बनाल. तुमच्या आतलं सारं काही उत्तप्त होऊन रिकामं होऊ लागेल, शून्य होऊ लागेल आणि आतमध्ये शून्य निर्माण झालं की तत्क्षणी परमात्म्याचं वादळ घोंगावत येतंच.

आणि जेव्हा वादळ येतं तेव्हा त्याच्याबरोबर अमृताचे ढगही येतात.

संतो भाई आई ज्ञानकी आंधी रे।
भ्रम की टाटी सबै उडानी, माया रहै न बांधी।।
हिति चनकी द्वै थूनी गिरानी, मोह बलींडा तूटा।
त्रिस्ना छानि परी घर ऊपरि, कुबुधि का भांडा फूटा।।
जोग जुगति करि संतौ बांधी, निरचु चुवै न पानी।
कूडकपट काया का निकस्या, हरि की गति जब जानी।।
आंधी पीछे जो जल बूढा, प्रेम हरि जन मीना।
कहै कबीर भान के प्रगटे, उदित भया तम खीना।।

आज एवढंच!

■

ओशो – एक परिचय

आपल्यासारख्या भेदाभेद करणाऱ्या माणसांसाठी 'अर्थपूर्ण जाणीव' किंवा 'समजूत' म्हणू या हवं तर, पण तो अर्थबोध करून देण्याचं ओशोंचं मोठं योगदान आहे. ओशोंमध्ये एक गूढवादी तसंच एक वैज्ञानिकही आहे. त्यामुळे एक क्रांतिकारी म्हणता येईल, असं चैतन्य त्यांच्या अस्तित्वात आहे. म्हणूनच जीवनाचा नवीन मार्ग शोधण्याच्या निव्वळ गरजेसाठी 'सजग माणूसकी'ची गरज आहे, हे त्यांनी वारंवार जाणवून दिलंय. तीच त्यांची तीव्र इच्छा आहे.

या सुंदर आणि अलौकिक अशा पृथ्वीतलावर आपण आपल्या रोजच्या जगण्यात गतकाळानुसार सतत भीतीच्या छायेखाली वावरत असतोच.

प्रत्येकानं स्वत: बदलत राहणं, मग आपण सर्वांनी बदलत राहणं हा त्यांचा प्रमुख मुद्दा आहे. 'आपण सर्वांनी' म्हणजेच आपला समाज, आपली संस्कृती, आपल्या श्रद्धा एकूणच आपलं सर्व जग हे बदलणं आलं. त्या सर्व बदलाचं प्रवेशद्वार म्हणजे – ध्यान! मेडिटेशन!

आधुनिक जीवनपद्धतीतली अस्वस्थता जेव्हा हळूहळू शांत होत जाईल, तेव्हा प्रत्यक्ष कृती आपोआपच शांततेनं फक्त ऐकून घेण्याच्या मन:स्थितीत विरघळून जाईल. खऱ्याखुऱ्या 'मेडिटेशन'च्या आरंभाची ही एक गुरुकिल्लीच असणार आहे. या दुसऱ्या पायरीसाठी आधार म्हणून ओशोंनी नीट ऐकून घेण्याच्या प्राचीन कौशल्याचं सूक्ष्म पद्धतशीर भाषणांमध्ये रूपांतर केलं आहे. इथं 'शब्द' म्हणजे संगीत बनतं. ऐकणारा जे काही ऐकतो, त्यातून जागरूकतेची अनुभूती घेतो. या सगळ्या नाजूक घडामोडींमध्ये शांतता जसजशी वाढू

लागते, तसतसं पटकन मनापर्यंत पोहोचेल अशा गोष्टी ऐकण्याची गरज असते. ती गरज एखाद्या जादूप्रमाणे पूर्ण होते. नेहमीप्रमाणे मनाचे इतर अडथळे दूर होतात आणि सुंदर जादूमय घडामोडी घडू लागतात.'

लंडनच्या 'संडे टाइम्स'नं विसाव्या शतकातल्या जग बदलून टाकणाऱ्या एक हजार व्यक्तींमध्ये त्यांची गणना केलेली आहे. टॉम रॉबिन्स या अमेरिकन लेखकानं तर त्यांना 'जिझस ख्राईस्ट' नंतरचं सर्वांत 'खतरनाक' व्यक्तिमत्त्व असं बिरुद त्यांना बहाल केलंय. भारताचं भाग्य बदलवणाऱ्या गांधी, नेहरू आणि बुद्ध यांच्या बरोबरीनं भारतातील 'संडे-मिडडे'नं त्यांचा गौरव केला आहे.

आपल्या कार्याविषयी ते म्हणतात, 'नवीन आधुनिक मनुष्याच्या जन्मासाठी मी 'भूमी' तयार करतो आहे.' या नवीन मनुष्याला ते 'झोरबा द बुद्ध' म्हणतात. झोरबा अशा की, ज्यामध्ये पृथ्वीवरची सर्व सुखं उपभोगण्याची क्षमता असेल, तसंच बुद्धांची शांत, सौम्य अशी प्रवृत्ती असेल. ओशोंच्या सर्वांगीण विचारांमध्ये जीवन-दर्शनाचा एक झुळझुळता प्रवाह आहे. त्यामध्ये पूर्वेकडची कालातीत असलेली प्रज्ञा आणि पश्चिमेकडचं विज्ञान, तसंच तंत्रज्ञानाच्या सर्वोच्च शक्यतांचा समावेश आहे.

आंतरिक परिवर्तनाच्या शास्त्रात 'ओशो' म्हणजे क्रांतिकारी उपदेशासाठी उत्तम पर्याय आहेत. तसंच ध्यानाच्या विविध पद्धतीचे प्रसारक आहेत. आत्ताच्या आधुनिक वेगवान जीवनशैलीला अनुसरून या पद्धती त्यांनी निर्माण केल्या आहेत.

सक्रिय ध्यानपद्धती अशापद्धतीनं तयार केलीय की, त्यामध्ये शरीर आणि मन या दोन्हीमध्ये एकत्रितपणे ताणतणावांचा निचरा होऊ शकेल आणि रोजच्या जीवनात सहज स्थिर मनोवृत्ती प्राप्त होऊ शकेल आणि गाढ शांतीचा अनुभव येईल.

ओशो हे कोणत्याच अवकाशात मावणारे नाहीत. माणसाच्या व्यक्तिगत शोधापासून ते समाजातल्या सर्व सामाजिक तसंच राजकीय प्रश्नांवर प्रकाश टाकणारी अशी त्यांची प्रवचनं आहेत. ओशोंनी स्वत:ही पुस्तकं लिहिलेली नाहीत. जागतिक स्तरावर सर्व श्रोत्यांसमोर दिलेल्या प्रवचनांच्या ऑडिओ व्हिडीओच्या वार्तांकनांचं संकलन म्हणजे त्यांची पुस्तकं आहेत. ते म्हणतात "मी जे काही सांगतो ते केवळ तुमच्यासाठीच नसून भविष्यातल्या पिढींसाठी सांगत असतो.

ओशोंची दोन आत्मकथात्मक पुस्तकं याप्रमाणे.

१) 'ऑटोबायोग्राफी ऑफ ए स्पिरिच्युअली इनकरेक्ट मिस्टीक', सेंट मार्टिस प्रेस, यूएसए.

२) 'ग्लिम्प्सेस ऑफ ए गोल्डन चाइल्डहूड', ओशो मीडिया इंटरनॅशनल, पुणे, भारत.

♦

ओशो इंटरनॅशनल मेडिटेशन रिझॉर्ट

शंभरपेक्षाही जास्त अशा निरनिराळ्या देशांमधून हजारो पर्यटक दरवर्षी या रिसॉर्टला भेट देतात. इथला अनुपम असा परिसर उत्साहानं परिपूर्ण, शांत-निवांत असा असून काहीतरी सर्जनात्मक असं नवीन जीवन जगण्याविषयी प्रेरणा देणारा आहे. संपूर्ण वर्षभर चोवीस तास चालणारे निरनिराळे उपक्रम इथे आहेत. अर्थात काहीही न करता नुसतं शांत बसणं, हाही त्यातलाच एक भाग!

इथल्या सर्व कार्यक्रमांच्या रचनेत ओशोंच्या 'झोरबा द बुद्ध'ची आंतरदृष्टी समाविष्ट आहे. यामध्ये एका नवीन मनुष्याचा नवीन ढंग आहे. जो माणूस रोजचं दैनंदिन जीवन सर्जनात्मक पद्धतीनं जगूनसुद्धा मौन तसंच ध्यानामध्ये मग्न होण्याची क्षमता राखतो.

ठिकाण : मुंबईपासून शंभर मैलावर दक्षिणपूर्वेला असलेल्या संपन्न अशा आधुनिक पुणे शहरात सुट्टी घालवण्याचं एक सुरेख असं स्थान म्हणजे, 'ओशो इंटरनॅशनल मेडिटेशन रिसॉर्ट!'' घनदाट झाडीमध्ये लपलेलं हे रिसॉर्ट सर्वांपेक्षा वेगळं असून अठ्ठावीस एकराच्या बगिचामध्ये पसरलेलं आहे.

इथली कार्यक्रमपद्धती :

ध्यान : दिवसभर चालणाऱ्या ध्यान कार्यक्रमांमध्ये सक्रिय तसंच निष्क्रिय, परंपरागत तसंच क्रांतिकारक, खासकरून 'ओशो डायनॅमिक मेडिटेशन'पद्धतीनुसार, प्रत्येक व्यक्तीनुसार अनेक ध्यानपद्धती उपलब्ध आहेत. या सर्व ध्यानपद्धती जगातल्या सर्वांत भव्य अशा 'ओशो ऑडिटोरियम' ध्यान सभामंडपात पार पाडल्या जातात.

विविधता : इथल्या विविध व्यक्तिगत सेशन्समध्ये, शिबिरात सर्जनशील अशा कलांपासून ते संपूर्ण स्वास्थ्यापर्यंत, तसंच व्यक्तिगत परिवर्तन, व्यक्तिगत संबंध, जीवनातील अग्रक्रम, कार्यध्यान, गुह्यविज्ञान, खेळ, मनोरंजन या सर्व गोष्टीत अगदी 'झेन पद्धती'चा सुद्धा समावेश आहे. इथल्या (मल्टिव्हर्सिटी) विविध गोष्टींच्या यशाचं रहस्य म्हणजे इथले सर्वप्रकार पूर्णपणे ध्यानाशी जोडलेले आहेत. त्यामुळे इथल्या

माणसांमध्ये हा विचार घट्टपणे रुजवला जातो की, 'मनुष्य म्हणजे फक्त शरीराशी निगडीत नसून त्यापलीकडेही खूप आहे.'

बाशो स्पा : हिरव्यागार झाडांच्या सान्निध्यात, मोकळ्या हवेत असलेला भव्य असा, पाण्यात मनसोक्त तरंगण्याचा आनंद देणारा जलतरण तलाव म्हणजे मोठं आकर्षण आहे. वैशिष्ट्यपूर्ण तयार केलेली मोठी झकूझी, सौना, जीम, टेनिसकोर्ट या सर्वांचा समावेश इथे केलेला आहे.

भोजन : निरनिराळ्या पद्धतींनी बनवलं जाणारं इथलं स्वादिष्ट भोजन पूर्णपणे शाकाहारी असून ते पाश्चात्त्य तसंच आशियाई ढंगामध्ये उपलब्ध आहे. मेडिटेशन रिसॉर्टसाठी विशेषत्वानं लागवड केलेल्या सेंद्रिय भाज्याच इथं वापरल्या जातात. ब्रेड आणि केक रिसॉर्टच्या स्वत:च्याच बेकरीत बनवले जातात.

संध्याकाळचे कार्यक्रम : या कार्यक्रमांची यादी तर खूप मोठी आहे. पण सर्वांत पहिल्या स्थानावर आहे नृत्य! इतर कार्यक्रमात चांदण्यारात्रीतलं ध्यान, विविध मनोरंजक कार्यक्रम, संगीताचे कार्यक्रम तसंच रोजच्या जीवनासाठी ध्यान हे सम्मिलित आहे.

याव्यतिरीक्त प्लाझा कॅफेमध्ये मित्र-परिवारा बरोबर गाठीभेटी तसंच रात्रीच्या शांतवेळी या परिकथेसारख्या वाटणाऱ्या वातावरणात भटकण्याचा आनंदही घेऊ शकतो.

सोयी : रोजच्या उपयोगाच्या वस्तू आपण रिसॉर्टच्या दुकानांमधून खरेदी करू शकता. मल्टिमीडिया सभागृहात ओशोंची सर्व 'मीडिया' सामुग्री मिळू शकते. बँक ट्रॅव्हल एजन्सी तसंच सायबरकॅफेची सोयही इथे आहे. खरेदीची आवड असणाऱ्यांना पुण्यामध्ये भरपूर गोष्टी उपलब्ध आहेत. अगदी पारंपरिक भारतीय वस्तुंपासून ते आंतरराष्ट्रीय बँडपर्यंतची सर्व दुकाने आहेत.

राहाण्यासाठी : ओशो गेस्टहाउसमध्ये एखादी छानशी खोली मिळू शकते. खूप दिवस राहायचं असेल, तर 'लिव्हिंग-इन'चं पॅकेज घेऊ शकता. याव्यतिरिक्त आसपास बरीच चांगली हॉटेल्स आणि सर्व्हिस्ड अपार्टमेंट सुद्धा आहेत.

www.OSHO.com/meditationresort
www.OSHO.com/guesthouse
www.OSHO.com/livingin

अधिक माहितीसाठी

सध्या सोशल नेटवर्किंगद्वारा संपूर्ण माहिती मिळू शकते. हे माध्यम फक्त तरुण वर्गच वापरतो असं नाही. काळ बदलतोय तसंच आम्हीही बदलतोय.

* विविध वेबसाइट – www.OSHO.com
* हिंदीसाठी – www.OSHO.com/hindi
* ओशो लायब्ररीमध्ये आपल्या आवडत्या विषयांसाठी
  www.OSHO.com/library
  www.OSHO.com/library-hindi
* संपूर्ण ओशो ध्यानपद्धती आणि संबंधित संगीतासाठी
  www.OSHO.com/Meditation
* ओशोंचं संपूर्ण हिंदी-इंग्रजी साहित्य आणि इ-बुक्ससाठी
  www.OSHO.com/shop
  www.OSHO.com/shop-hindi
  www.OSHO.com/ebooks
* ऑडिओ प्रवचनांसाठी MP3 व इतर
  www.OSHO.com/hindiAudiobooks
* रिसॉर्टला येण्यासाठी माहितीखातर
  www.OSHO.com/MeditationResort
* ओशो इंटरनॅशनल न्यूजलेटरच्या मोफत सदस्यत्वासाठी
  www.OSHO.com/newsletters
  www.OSHO.com/hindinewsletters
* ओशो टॅराकार्ड ऑनलाइन वाचनासाठी
  www.OSHO.com/tarot
* ओशो हिंदी रेडिओसाठी पाहा.
  www.OSHOtalks.info
  radiohindi.OSHO.com

* इथल्या कार्यक्रमांसाठी, उत्सवांसाठी माहिती घेण्यासाठी
www.facebook.com/OSHO.International

* विविध उपक्रम, कार्यक्रमांसाठी माहिती
www.facebook.com/OSHO.International.Meditation.Resort

* ओशो व्हिडीओ चॅनल, कुठेही केव्हाही
www.youtube.com/OSHO.International

* दिवसाची सुरुवात ओशोंच्या संदेशानं
www.twitter.com/OSHOtimes

* या साइट्सवर रजिस्ट्रेशन तसंच ब्राउज करण्यासाठी थोडा वेळ काढा. ओशोंबद्दल भरपूर माहिती मिळेल.

* या व्यतिरिक्त आणखीनही निरनिराळ्या रोचक पद्धतीनं आपण शोधू शकता ज्यायोगे 'ओशोंना जगभरात' प्राप्त करता येईल.

■

ओशो का हिंदी साहित्य

उपनिषद
सर्वसार उपनिषद
कैवल्य उपनिषद
अध्यात्म उपनिषद
कठोपनिषद
ईशावास्य उपनिषद
निर्वाण उपनिषद
आत्म-पूजा उपनिषद
केनोपनिषद

महावीर
महावीर-वाणी (दो भागों में)
जिन-सूत्र (दो भागों में)
महावीर या महाविनाश
महावीर : मेरी दृष्टि में
ज्यों की त्यों धरि दीन्हीं चदरिया

कृष्ण
गीता-दर्शन
(आठ भागों में अठारह अध्याय)
कृष्ण-स्मृति

बुद्ध
एस धम्मो सनंतनो (बारह भागों में)

अष्टावक्र
अष्टावक्र महागीता (नौ भागों में)

लाओत्से
ताओ उपनिषद (छह भागों में)

च्वांगत्सु
संसार और मार्ग
सत्य असत्य

मीरा
मैंने राम रतन धन पायो
झुक आई बदरिया सावन की

जगजीवन
नाम सुमिर मन बावरे
अरी, मैं तो नाम के रंग छकी

कबीर
सुनो भई साधो
कस्तूरी कुंडल बसै
कहै कबीर दीवाना
मेरा मुझमे कुछ नही
गुंगे केरी सरकारा
क़है कबीर मैं पूरा पाया
होनी होय सो होय

शांडिल्य
अथातो भक्ति जिज्ञासा (दो भागों में)

दादू
सबै सयाने एक मत
पिव पिव लागी प्यास

पलटू
अजह्यचेत गंवार
सपना यह संसार
काहे होत अधीर

दरिया
कानों सुनी सो झूठ सब
अमी झरत बिगसत कंवल

सुंदरदास
हरि बोलौ हरि बोल
ज्योति से ज्योति जले

धरमदास
जस पनिहार धरे सिर गागर
का सोवै दिन रैन

मलूकदास
कन थोरे कांकर घने
रामदुवारे जो मरे

बाउल संत
प्रेम योग
आनंद योग

अन्य रहस्यदर्शी
भक्ति-सूत्र (नारद)
शिव-सूत्र (शिव)
भजगोविन्दम् मूढ़मते (आदिशंकराचार्य)
एक ओंकार सतनाम (नानक)
जगत तरैया भोर की (दयाबाई)
बिन घन परत फुहार (सहजोबाई)
नहीं सांझ नहीं भोर (चरणदास)
संतो, मगन भया मन मेरा (रज्जब)
कहै वाजिद पुकार (वाजिद)
मरौ हे जोगी मरौ (गोरख)
सहज-योग (सरहपा-तिलोपा)
बिरहिनी मंदिर दियना बार (यारी)

प्रेम-रंग-रस ओढ़ चदरिया (दूलन)
दरिया कहै सब्द निरबाना (दरियादास बिहारवाले)
हंसा तो मोती चुगैं (लाल)
गुरु-परताप साध की संगति (भीखा)
मन ही पूजा मन ही धूप (रैदास)
झरत दसहुं दिस मोती (गुलाल)
अकथ कहानी प्रेम की (फरीद)

झेन, सूफी और उपनिषद की कहानियां
बिन बाती बिन तेल
सहज समाधि भली
दीया तले अंधेरा
मनुष्य होने की कला
सदगुरु समर्पण
उस पथ के पथिक
अंतर्यात्रा के पथ पर

विचार-पत्र
क्रांति-बीज
पथ के प्रदीप

पत्र-संकलन
अंतर्वीणा
प्रेम की झील में अनुग्रह के फूल
ढाई आखर प्रेम का
पद घुंघरू बांध
प्रेम के फूल
प्रेम के स्वर
पाथेय

बोध-कथा
मिट्टी के दीये

ध्यान, साधना
ध्यान विज्ञान
ध्यानयोग : प्रथम और अंतिम मुक्ति
मैं कौन हूं
चित चकमक लागे नाहिं
समाधिके द्वार पर
तृषा गई एक बूंद से
तृषा गई एक बूंद से
जीवन सत्यकी खोज
माटी कहै कुम्हार सूं
माटी कहै कुम्हार सूं
जीवन रस गंगा
अमृत की दिशा
अमृत की दिशा
समाधि के तीन चरण

साधना-शिविर
साधना-पथ
साधना-पथ
अंतर्यात्रा
प्रभूकी पगडंडियां
साक्षी की साधना
साक्षी की साधना
साक्षी का बोध
मैं मृत्यु सिखाता हूं
जिन खोजा तिन पाइयां
समाधि के सप्त द्वार (ब्लावट्स्की)
साधना-सूत्र (मेबिल कॉलिन्स)
ध्यान-सूत्र
जीवन ही है प्रभु
असंभव क्रांति
ध्यान दर्शन
ध्यान के कमल

शून्य की नाव
शून्य के पार
सत्य की खोज
संभावनाओं की आहट
समाधि कमल
जो घर बारे आपना
प्रेम दर्शन
गिरह हमारा सुन्न में
अपने माहिं टटोल
जीवन संगीत
रोम-रोम रस पीजिए

योग
पतंजलि : योग-सूत्र (पांच भागों में)
योग : नये आयाम

तंत्र
संभोग से समाधि की ओर
संभोग से समाधि की ओर
युवक और यौन
क्रांती सूत्र
तंत्र-सूत्र (पांच भागों में)

राष्ट्रीय और सामाजिक समस्याएं
फिर अमरित की बूंद पड़ी
एक एक कदम
देख कबीरा रोया
देख कबीरा रोया
अस्वीकृति में उठा हाथ
भारत के जलते प्रश्न
समाजवाद से सावधान
समाजवाद अर्थात आत्मघात
स्वर्ण पाखी था जो कभी
नये समाज की खोज

नये समाज की खोज
नये भारत का जन्म
भारत का भविष्य

अंतरंग वार्ताएं
संबोधि के क्षण
प्रेम नदी के तीरा
सहज मिले अविनाशी
उपासना के क्षण
अनंत की पुकार

प्रश्नोत्तर
नहिं राम बिन ठांव
प्रेम-पंथ ऐसो कठिन
उत्सव आमार जाति, आनंद आमार गोत्र
मृत्योर्मा अमृतं गमय
प्रीतम छवि नैनन बसी
रहिमन धागा प्रेम का
उड़ियो पंख पसार
सुमिरन मेरा हरि करैं
पिय को खोजन मैं चली
साहेब मिल साहेब भये
जो बोलैं तो हरिकथा
बहुरि न ऐसा दांव
ज्यूं था त्यूं ठहराया
ज्यूं मछली बिन नीर
दीपक बारा नाम का
अनहद में बिसराम
लगन महूरत झूठ सब
सहज आसिकी नाहिं
पीवत रामरस लगी खुमारी
रामनाम जान्यो नहीं
सांच सांच सो सांच
आपुई गई हिराय

बहुतेरे हैं घाट
कोंपलें फिर फूट आईं
क्या सोवै तू बावरी
कहा कहूं उस देस की
पंथ प्रेम को अटपटो
फिर पत्तों की पांजेब बजी
मैं धार्मिकता सिखाता हूं, धर्म नहीं
ओशो उपनिषद
एक नई मनुष्यता का जन्म
भविष्य की आधारशिलाएं

विविध
अमृत-कण
अमृत वाणी
कुछ ज्योतिर्मय क्षण
नये संकेत
चेति सकै तो चेति
हसिबा, खेलिबा, धरिबा ध्यानम्
धर्म साधना के सूत्र
मैं कहता आंखन देखी
जीवन क्रांति के सूत्र
जीवन रहस्य
करुणा और क्रांति
विज्ञान, धर्म और कला
प्रभु मंदिर के द्वार पर
तमसो मा ज्योतिर्गमय
प्रेम है द्वार प्रभु का
अंतर की खोज
अमृत वर्षा
अमृत द्वार
एक नया द्वार
प्रेम गंगा
समुंद समाना बुंद में

ओशोंच्या साहित्यासंबंधी माहितीसाठी तसेच मागणीकरिता संपर्क :

ओशो मिडिया इंटरनॅशनल
१७ कोरेगाव पार्क, पुणे ४११००१ (महाराष्ट्र-भारत)
फोन नं. +९१ (२०) ६६०१९९८१
Email : distribution@osho.net

ओशोंच्या ऑडियो व्हिडियो प्रवचनांसंबंधी माहितीसाठी तसेच मागणीकरिता संपर्क :

ओशो मल्टिमीडिया ॲन्ड रिसॉर्ट्स प्रा. लि.
१७, कोरेगाव पार्क, पुणे ४११००१ (महाराष्ट्र-भारत)
फोन नं. +९१ (२०) ६६०१९९८१
Email : distribution@osho.net

श्रोत्यांसमोर प्रत्यक्ष दिलेल्या तत्कालीन प्रवचनांचा समावेश असणारी ही ओशोंची पुस्तकं आहेत. ओशोंची सर्व प्रवचनं, पुस्तकरूपात तसंच ऑडिओ रेकॉर्डिंगच्यारूपात उपलब्ध आहेत. ही रेकॉर्डिंग्ज तसंच पुस्तकं यांच्यासाठी www.OSHO.com/library या संकेतस्थळावर संपर्क साधता येईल.

मृत्यू अमृताचे द्वार

ओशो

अनुवाद
मीना टाकळकर

'सारे जग ज्या मृत्यूला घाबरते त्याच मृत्यूने माझे मन आनंदित होते.''
— कबीर

जे अज्ञानी आहेत तेच मृत्यूला घाबरतात.

ज्यांनी मृत्यू ओळखला आहे, त्यांनी जीवन जिंकले आहे.

मृत्यूसारखी परम सुंदर गोष्टच नाही या जगात.

जर तुमची सावली नष्ट करायची असेल तर तुम्ही एका जागी स्थिर होता, सावली आपोआप नाहीशी होते.

जसे प्रत्येक समस्येकडे डोळे उघडून पहाता, समस्या आपोआप संपून जाते. मृत्यूचेही तसेच आहे.

मृत्यूपासून पळायचा प्रयत्न केलात तर तो पाठलाग करेल. पण त्याकडे निर्भयपणे पाहाल तर तो अमृतासमान भासेल.

थांबा आणि मृत्यूला सामोरे जा.

मृत्यू ओळखायला शिका. तुम्हाला परमेश्वर भेटेल.

कबिरांच्या सुंदर दोह्यांमधून ओशो जीवनाचा नवा अर्थ शोधू पाहतात ओशोंच्या रसाळ भाषेतले हे अर्थ चून कदाचित आपल्यालाही जीवन समजेल.

१५४ ।

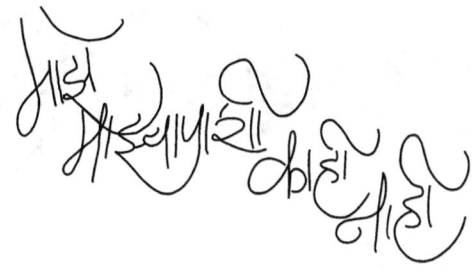

माझे माझ्यापाशी काही नाही

ओशो

अनुवाद
भारती पांडे

"योग ही काही आत्महत्या नाही. योग ही एक अतिशय गहन अशी प्रक्रिया आहे, एक कला आहे. आणि तुम्ही तर एक-एक पाऊल चालत राहिलात तर सारं काही तुमच्या आतच लपलेलं आहे. तुम्ही सगळं घेऊनच आला आहात. फक्त ते प्रगट करायचं बाकी आहे. तुम्ही अप्रगट परमात्मा आहात - फक्त थोडं प्रगट व्हायचं आहे. वाद्य तयार आहे, बोटं थोडी तयार करायची आहेत—
मग वीणेचे स्वर निनादू लागतील. जसजशी बोटं तयार होऊ लागतील तसतसं अधिकाधिक सखोल संगीत निर्माण होईल. आणि मग एक क्षण असा येईल जेव्हा वीणेचीही गरज उरणार नाही, बोटांचीही गरज उरणार नाही— तेव्हा चारी दिशांना अस्तित्वात असलेलं परम संगीत ऐकू येऊ लागतं— फक्त तुमच्याजवळ ऐकण्याची क्षमता हवी आहे... त्या नादालाच आपण 'ओंकार' म्हणतो."

साद घालतो कबीर

ओशो

अनुवाद
मीना टाकळकर

ओशो हे नेहमीच ताजेतवाने अशा धार्मिकतेचे प्रथम पुरुष.
सर्वस्वी अनोखे ज्ञानी, गूढवादी.

कबीरांचे 'दोहे' म्हणजे मानवी जीवनाच्या विविध रूपांची
विणलेली शालच! एक एक धागा म्हणजे जीवनमूल्यांचा
एक एक पैलू! प्रेम, स्वप्न, सत्य, अहंकार, पद, प्रतिष्ठा,
सतीप्रथा यांचा चपखल उदाहरणांसह तपशील ही कबीरांची
खासियत. कबीरांचे हे वैशिष्ट्य फार विचारपूर्वक 'ओशो'
आपल्याला रसाळ विवेचनातून उलगडून दाखवतात.

वर्तमानात जगायला शिकत भविष्यावर नजर ठेवायला सांगणारे
कबीर संसारात राहून मुक्त होण्याचं सूत्र सांगतात.

परमेश्वराच्या या विश्वपसाऱ्यात 'आपलं' काही नाही.
जे आहे ते 'त्याचं' आहे म्हणूनच आपल्यानंतर जे उरतं
तेच 'सत्य'.

गुरूची महती सांगताना 'गुरू हा परमेश्वराजवळ पोहोचण्याचा
संकेत आहे' असं सांगणारे कबीर अखेर म्हणतात,
'मी पूर्णतः परमेश्वराला मिळवलं आहे.'

'कहै कबीर मै पूरा पाया!'

१५६